“走出去”系列教材

# 中越贸易实务

# THỰC HÀNH THƯƠNG MẠI TRUNG VIỆT

主　编：李　瑾　王秋菊　代永林
副主编：张　洋　张玉婷

对外经济贸易大学出版社
University of International Business and Economics Press

**图书在版编目（CIP）数据**

中越贸易实务 / 李瑾，王秋菊，代永林主编. —北京：对外经济贸易大学出版社，2023.6
“走出去”系列教材
ISBN 978-7-5663-2513-6

Ⅰ. ①中… Ⅱ. ①李…②王…③代… Ⅲ. ①国际贸易–贸易实务–中国②国际贸易–贸易实务–越南 Ⅳ. ①F752②F753.33

中国国家版本馆 CIP 数据核字（2023）第 121686 号

**中越贸易实务**
**THỰC HÀNH THƯƠNG MẠI TRUNG VIỆT**

**李　瑾　王秋菊　代永林　主编**
**责任编辑：杨娇娇**

出版发行：对外经济贸易大学出版社
社　　址：北京市朝阳区惠新东街 10 号
网　　址：www.uibep.com
资源网址：www.uibepresources.com
邮政编码：100029
邮购电话：010－64492338
发行部电话：010－64492342
E-mail：uibep@126.com

成品尺寸：185mm×260mm
印　　张：16
字　　数：370 千字
ISBN 978-7-5663-2513-6
印　　刷：北京市泰锐印刷有限责任公司
版　　次：2023 年 6 月北京第 1 版
印　　次：2023 年 6 月第 1 次印刷
定　　价：59.00 元

# 前 言

中国与越南山水相连，经贸合作快速发展，中国企业赴越投资不断增多，投资经商的企业对经贸人才的需求也越来越多，疫情下跨境电商行业也迅速发展起来。根据编者的调查了解，很多越南语专业的学生和赴越从事商务活动的人员对国际贸易政策、海关相关规定、国际贸易的保险等业务都非常陌生，对赴越南的商务基本信息也了解有限，对越南原产地规则的相关规定不了解，以上提到的内容不会用越语表述。

本书根据国际贸易的特点，以国际贸易实务为主，在实际考察调研中越两国贸易从业人员情况的基础上，用双语方式编写完成。本教材共 14 章节，第一章：国际贸易概述；第二章：国际贸易政策；第三章：国际贸易措施；第四章：自由贸易区与 APEC、GATT、WTO、TPP 和 RCEP；第五章：商品的品名、品质、数量和包装；第六章：国际贸易术语；第七章：国际货物运输；第八章：国际货物运输保险；第九章：国际货款的支付；第十章：商品检疫、索赔、不可抗力和仲裁；第十一章：合同的洽商与订立；第十二章：进出口合同的履行；第十三章：国际贸易方式；第十四章：跨境电子商务。本书还增加了附录 1：相关资讯；附录 2：越南原产地规则介绍（附录相关内容已放至对外经济贸易大学出版社资源网）。章节设计框架包括：知识精讲、词汇、练习和知识拓展等。此外，根据各章节涉及的范围，增加诸如：国际贸易专有词汇意义及解释、翻译、运用等。希望通过此书，有助于读者在越南的经贸活动中掌握各种国际贸易的准确表述。

《中越贸易实务》以习近平新时代中国特色社会主义思想为指导，强化中华优秀文化在高校外语教育中的作用，落实在高校越南语教学中融入思想政治教育，是为中华民族伟大复兴培养全面发展的高素质国际化应用型人才而编写的一本中越国际贸易实用型教材。把课程思政融入专业教学是党和国家对专业课教师提出的时代要求，因而在每章节的结尾，根据章节的内容把我国经贸领域取得的成绩作为知识拓展融入课程中。重点结合专业实际，切实把党的二十大精神转化为实践指南，认真构思编写内容。

本书在编写过程中，得到了昆明冶金高等专科学校领导的大力支持。作为学校双高建设“走出去”系列教材项目，得到了云南省东南亚研究会原副会长、中国驻越南胡志明市总领馆经商室原参赞王龙虎先生的关心和指导，得到了南宁职业技术学院东盟职教创新研究中心主任、教育部职业院校外语类教学指导委员会原委员李太生教授以及越南河内国家大学郑月兰副教授的审阅和指导，并获得对外经济贸易大学出版社领导和诸位编辑的支持，本书得以顺利出版，在此，谨向上述诸位和单位表示衷心的感谢！

由于编者水平有限，时间仓促，编写过程中难免出现疏漏，敬请广大读者和同行专家给予批评指正！

**编者**

2023 年 2 月

# 目录

# CHƯƠNG I TỔNG QUÁT VỀ THƯƠNG MẠI QUỐC TẾ
# 第一章 国际贸易概述

### Mục tiêu kiến thức 知识目标

1. **Nắm vững các khái niệm cơ bản và thông tin liên quan về thương mại quốc tế**
   掌握国际贸易的基本概念和相关知识
2. **Nắm vững phân loại thương mại quốc tế**
   掌握国际贸易的分类

Với sự phát triển không ngừng của xã hội loài người, sự lớn mạnh không ngừng của nền kinh tế các nước trên thế giới, đặc biệt là sự tiến bộ của khoa học công nghệ và nâng cao trình độ sản suất, sự giao lưu kinh tế giữa các quốc gia ngày càng tăng, và thương mại quốc tế đã trở thành một trong những hình thức quan trọng nhất để tăng cường quan hệ kinh tế giữa các quốc gia. Đặc biệt trong xu thế toàn cầu hóa kinh tế thế giới ngày nay, sự hợp tác kinh tế giữa các quốc gia càng khăng khít hơn bao giờ hết, giao thương giữa các quốc gia càng trở nên thường xuyên và quan trọng.

## PHẦN I CÁC KHÁI NIỆM LIÊN QUAN ĐẾN THƯƠNG MẠI QUỐC TẾ
## 第一节 国际贸易相关概念

### Dẫn nhập vào bài 课前导入

Những lĩnh vực nào sau đây là thương mại quốc tế?

| | | |
|---|---|---|
| Ông Lưu từ Côn Minh | Tủ lạnh Haier | Trung tâm mua sắm Côn Minh |
| Ông Lưu từ Côn Minh | Tủ lạnh Sony | Trung tâm mua sắm Côn Minh |
| Ông Lưu từ Côn Minh | Tủ lạnh Haier | Trung tâm Thương mại Thế giới Tokyo |

## Kiến thức chuyên sâu 知识精讲

### 1. Thương mại quốc tế và ngoại thương 国际贸易与对外贸易

**(1) Thương mại quốc tế 国际贸易**

Thương mại quốc tế đề cập đến việc trao đổi hàng hóa và dịch vụ giữa các quốc gia hoặc khu vực trên thế giới. Nó bao gồm cả trao đổi hàng hóa hữu hình (hàng hóa vật chất) và trao đổi hàng hóa vô hình (dịch vụ, chẳng hạn như lao động, công nghệ, tiền tệ hoặc tư vấn, v.v.). Thương mại quốc tế có thể nói là phương thức chủ yếu để các quốc gia hay khu vực giao tiếp với nhau trên cơ sở phân công lao động quốc tế.

**(2) Thương mại đối ngoại 对外贸易**

Thương mại đối ngoại là việc trao đổi hàng hóa và dịch vụ giữa một quốc gia hoặc khu vực cụ thể với các quốc gia hoặc khu vực khác trong các hoạt động thương mại quốc tế. Nó xem xét các hoạt động thương mại hàng hóa và dịch vụ với các quốc gia hoặc khu vực khác từ góc độ của một quốc gia hoặc khu vực, vì vậy thương mại đối ngoại được gọi là ngoại thương (External Trade). Và một số quốc đảo hoặc khu vực, chẳng hạn như Vương quốc Anh, Nhật Bản v.v, gọi đây là trao đổi thương mại ở nước ngoài.

### 2. Kim ngạch thương mại quốc tế và kim ngạch ngoại thương 国际贸易额与对外贸易额

**(1) Kim ngạch thương mại quốc tế 国际贸易额**

Kim ngạch thương mại quốc tế là chỉ tiêu tổng hợp kim ngạch ngoại thương của các quốc gia trên thế giới, đồng thời là chỉ tiêu quan trọng phản ánh quy mô phát triển của thương mại thế giới trong một thời kỳ nhất định. Đối với thương mại quốc tế, để tránh tính hai lần trong thống kê thương mại quốc tế, thường chỉ cộng xuất khẩu hoặc nhập khẩu của từng quốc gia. Thông thường, cộng giá trị xuất khẩu của mỗi quốc gia khi tính toán kim ngạch thương mại quốc tế. Ngoài ra, kim ngạch thương mại quốc tế còn bao gồm hai bộ phận: khối lượng thương mại hàng hóa và khối lượng thương mại dịch vụ.

**(2) Kim ngạch ngoại thương 对外贸易额**

Kim ngạch ngoại thương là tổng giá trị ngoại thương của một quốc gia trong một khoảng thời gian nhất định. Nó là một trong những chỉ tiêu quan trọng phản ánh quy mô phát triển hoạt động ngoại thương của một quốc gia.

Ngoại thương của một quốc gia bao gồm hai bộ phận: thương mại hàng hóa và thương mại dịch vụ, do đó, kim ngạch ngoại thương của một quốc gia bao gồm xuất nhập khẩu thương mại hàng hóa và thương mại dịch vụ. Kim ngạch thương mại hàng hoá xuất nhập khẩu là tổng giá trị xuất nhập khẩu hàng hoá của một quốc gia, nó phản ánh quy mô và tình trạng phát triển thương mại hàng hoá của một quốc gia. Kim ngạch xuất nhập khẩu thương mại dịch vụ phản ánh quy mô phát triển và thực trạng thương mại dịch vụ của một quốc gia trong một thời kỳ nhất định. Vì ngoại thương của một quốc gia bao gồm cả xuất khẩu và nhập khẩu, nên cần phải cộng xuất khẩu và nhập khẩu của một quốc gia khi tính toán kim ngạch ngoại thương của một quốc gia.

Bảng 1-1 Kim ngạch ngoại thương của Trung Quốc trong 6 năm qua (2017-2022)

| Năm | Tổng xuất nhập khẩu (RMB) | Kim ngạch thương mại xuất khẩu (RMB) | Kim ngạch giao dịch nhập khẩu (RMB) |
|---|---|---|---|
| 2017 | 27,79 (Nghìn tỷ) | 15,33 (Nghìn tỷ) | 12,46 (Nghìn tỷ) |
| 2018 | 30,51 (Nghìn tỷ) | 16,42 (Nghìn tỷ) | 14,09 (Nghìn tỷ) |
| 2019 | 31,54 (Nghìn tỷ) | 17,23 (Nghìn tỷ) | 14,31 (Nghìn tỷ) |
| 2020 | 32,16 (Nghìn tỷ) | 17,93 (Nghìn tỷ) | 14,23 (Nghìn tỷ) |
| 2021 | 39,1 (Nghìn tỷ) | 21,73 (Nghìn tỷ) | 17,37 (Nghìn tỷ) |
| 2022 | 42,1 (Nghìn tỷ) | 24 (Nghìn tỷ) | 18,1 (Nghìn tỷ) |

### 3. Cán cân thương mại 贸易差额

Cán cân thương mại là sự chênh lệch giữa tổng kim ngạch xuất khẩu và tổng kim ngạch nhập khẩu của một quốc gia trong một khoảng thời gian nhất định. Khi tổng kim ngạch xuất khẩu lớn hơn tổng kim ngạch nhập khẩu thì xuất siêu, mức chênh lệch gọi là thâm hụt thương mại; khi tổng kim ngạch nhập khẩu lớn hơn tổng kim ngạch xuất khẩu thì nhập siêu, mức chênh lệch được gọi là thặng dư thương mại; khi tổng kim ngạch xuất khẩu bằng tổng kim ngạch nhập khẩu được gọi là cân bằng thương mại. Thông thường thặng dư thương mại được biểu thị bằng số dương, và thâm hụt thương mại được biểu thị bằng số âm.

Cán cân ngoại thương là một chỉ tiêu quan trọng để đánh giá tình hình ngoại thương của một quốc gia. Cán cân ngoại thương của một quốc gia là bộ phận quan trọng nhất trong tài khoản thanh toán quốc tế vãng lai, do đó, tình hình cán cân ngoại thương có tác động đáng kể đến cán cân thanh toán của một quốc gia. Nhìn chung, thặng dư thương mại cho thấy một quốc gia đang ở vị trí thuận lợi trong cán cân ngoại thương, trong khi thâm hụt thương mại cho thấy một quốc gia ở vị trí bất lợi trong cán cân ngoại thương của mình. Do đó, các nước đều hy vọng xuất siêu để nâng cao năng lực thanh toán đối ngoại, ổn định và cải thiện tỷ trọng đồng tiền của mình so với ngoại tệ, coi đó là dấu hiệu thành công của nền kinh tế. Nhìn từ góc độ cán cân thanh toán, tất nhiên thặng dư tốt hơn thâm hụt, nhưng duy trì thặng dư trong thời gian dài chưa chắc đã tốt, thặng dư quá nhiều sẽ gây ra tình trạng tồn đọng vốn lớn, đồng thời, thặng dư lớn cũng sẽ làm cho đồng tiền quốc gia tăng giá, không có lợi cho việc mở rộng xuất khẩu, và sẽ gây ra căng thẳng thương mại với các nước khác. Nhập siêu không hẳn là xấu, tại thời điểm này cần phân tích nguyên nhân dẫn đến thâm hụt, ví dụ nhập siêu là do máy móc, thiết bị, công nghệ nhập khẩu nhằm mục đích tái sản xuất mở rộng, có thể thúc đẩy sự phát triển kinh tế ở một mức độ nhất định.

### 4. Địa lý thương mại quốc tế và địa lý ngoại thương 国际贸易地理与对外贸易地理方向

#### (1) Địa lý thương mại quốc tế 国际贸易地理方向

Địa lý thương mại quốc tế, còn được gọi là sự phân bố địa lý của các luồng thương mại quốc tế, dùng để chỉ tỷ trọng kim ngạch thương mại của một quốc gia hoặc khu vực trong tổng kim ngạch thương mại thế giới trong một khoảng thời gian nhất định. Nó phản ánh vị thế của một quốc gia hoặc khu vực trong phân công lao động quốc tế và thương mại quốc tế. Việc quan sát, nghiên cứu địa lý thương mại quốc tế trong các thời kỳ có ý nghĩa chỉ đạo quan trọng để chúng ta nắm bắt được sự phát triển và biến đổi của thị trường quốc tế, hiểu được quan hệ giao lưu kinh tế và sự gần gũi của các nước trên thế giới, mở ra thị trường nước ngoài mới.

**(2) Địa lý ngoại thương** 对外贸易地理方向

Hướng địa lý của ngoại thương, còn được gọi là sự phân bố địa lý của ngoại thương, là tỷ trọng của kim ngạch thương mại giữa các quốc gia hoặc khu vực và các nhóm nước trên thế giới và một quốc gia trong tổng kim ngạch thương mại của quốc gia đó trong một khoảng thời gian nhất định. Nó cho biết điểm đến của hàng hóa xuất khẩu của một quốc gia và nguồn hàng nhập khẩu của quốc gia đó, phản ánh sự phân bố quốc gia và phân bố khu vực của thương mại xuất nhập khẩu của một quốc gia và cho biết mức độ quan hệ kinh tế và thương mại giữa quốc gia đó với các quốc gia hoặc khu vực khác trên thế giới.

### 5. Xuất khẩu (Export) và nhập khẩu (Import) 出口和进口

Xuất khẩu và nhập khẩu là hai thành phần của hoạt động ngoại thương của một quốc gia. Ở góc độ khác, xuất nhập khẩu thực chất là dòng lưu chuyển của hàng hóa và dịch vụ, do đó, khi một quốc gia mua hàng hóa và dịch vụ từ các quốc gia khác để sản xuất hoặc tiêu dùng trong nước thì tất cả các hoạt động thương mại tạo ra đều được gọi là nhập khẩu (Import). Ngược lại, hoạt động mà một quốc gia xuất khẩu hàng hoá và dịch vụ của mình sang các quốc gia khác được gọi là xuất khẩu.

**(1) Xuất khẩu ròng (Net Export) và nhập khẩu ròng (Net Import)** 净出口与净进口

Sự chênh lệch giữa nhập khẩu và xuất khẩu của một quốc gia đối với một loại hàng hóa nào đó trong một khoảng thời gian nhất định. Nếu xuất khẩu lớn hơn nhập khẩu, mức chênh lệch được gọi là Xuất khẩu ròng; nếu nhập khẩu lớn hơn xuất khẩu, mức chênh lệch được gọi là Nhập khẩu ròng. Mức chênh lệch giữa xuất khẩu và nhập khẩu có thể được thể hiện bằng số lượng hoặc kim ngạch. Xuất khẩu ròng và nhập khẩu ròng là những chỉ tiêu quan trọng phản ánh sự phát triển của một ngành nghề nào đó của một quốc gia ở những thời điểm khác nhau.

**(2) Tái xuất (Re-export Trade) và tái nhập (Re-import Trade)** 复出口与复进口

Trong thương mại quốc tế, một quốc gia nhập từ nước ngoài không qua quá trình gia công và cải tạo, được gọi là thương mại tái xuất. Tái xuất khẩu phần lớn liên quan đến hoạt động thương mại trung chuyển. Ngược lại, khi hàng hóa của một quốc gia được xuất khẩu ra nước ngoài, chúng được quốc gia đó mua lại mà không gia công và cải tạo, được gọi là thương mại tái nhập, hay tái nhập. Các lý do chính của việc tái nhập khẩu là do bán hàng kém hoặc hư hỏng hàng hóa và các vấn đề chất lượng khác, chẳng hạn như trả lại hàng xuất khẩu, mua lại khoản vay, v.v.

# PHẦN II ĐẶC ĐIỂM VÀ PHÂN LOẠI THƯƠNG MẠI QUỐC TẾ
# 第二节 国际贸易的特点和分类

## Dẫn nhập vào bài 课前导入

Trong xuất khẩu nông sản và thực phẩm, Trong Quốc là nạn nhân trực tiếp của các biện pháp kiểm dịch và vệ sinh khác nhau được một số nước phát triển áp dụng. Ví dụ, đối với gạo xuất khẩu của Trong Quốc sang Nhật Bản, có tới 56 mặt hàng kiểm tra do phía Nhật Bản quy định. Hơn 90% trong số đó là các biện pháp kiểm dịch và vệ sinh (thường chỉ có 9 hạng mục được kiểm tra); một ví dụ khác là gia cầm bên tôi vận chuyển đến Nhật Bản, có tiêu chuẩn vệ sinh cao hơn 500 lần so với tiêu chuẩn vệ sinh quốc tế; mật ong xuất khẩu sang Đức đã từng không đạt yêu cầu, đáp ứng các yêu cầu vệ sinh đặc biệt của nhà nhập khẩu đã buộc hơn 30.000 tấn ong đến Đức phải ngừng vận chuyển và rút khỏi thị trường châu Âu trong một thời gian.

## Kiến thức chuyên sâu 知识精讲

### 1. Đặc điểm của thương mại quốc tế 国际贸易的特点

**(1) Phức tạp hơn thương mại nội địa** 比国内贸易更复杂

Do ngôn ngữ, luật pháp và phong tục tập quán khác nhau, thương mại quốc tế phức tạp hơn nhiều so với thương mại nội địa. Ví dụ, một khi tranh chấp thương mại xảy ra trong thương mại quốc tế thì cần phải giải quyết theo các quy tắc quốc tế, việc này phức tạp hơn nhiều so với việc giải quyết các tranh chấp thương mại trong nước. Ngoài ra, trong quá trình thương mại quốc tế, thương mại hàng hóa quốc tế liên quan đến các quốc gia, khu vực khác nhau và có thể có sự khác biệt và mâu thuẫn về các biện pháp chính sách, hệ thống pháp luật, cũng như sự khác biệt về ngôn ngữ, văn hóa, tập tục xã hội, ...những vấn đề liên quan phức tạp hơn thương mại nội địa.

**(2) Lớn hơn thương mại nội địa** 比国内贸易量要大

Số lượng và khối lượng giao dịch trong thương mại hàng hóa quốc tế nhìn chung lớn hơn, quãng đường vận chuyển dài hơn, thời gian thực hiện lâu hơn nên rủi ro mà hai bên tham gia giao dịch phải gánh chịu lớn hơn nhiều so với thương mại nội địa.

**(3) Tính bất ổn định của thương mại quốc tế rất rõ** 国际贸易的不稳定性明显

Thương mại hàng hóa quốc tế dễ bị ảnh hưởng bởi tình hình chính trị, kinh tế, quan hệ song phương và sự thay đổi của tình hình quốc tế của các nước hai bên có trụ sở, nhất là trong tình hình quốc tế có nhiều biến động, cạnh tranh trên thị trường quốc tế và xung đột thương mại, tỷ giá hối đoái trên thị trường quốc tế và giá cả hàng hóa thay đổi nhanh chóng. Trong hoàn cảnh đó, tính bất ổn định của thương mại quốc tế càng rõ, và việc tham gia vào thương mại quốc tế càng khó khăn hơn.

**(4) Rủi ro thương mại quốc tế cao 国际贸易风险多**

Trong thương mại quốc tế, từ khi hai bên mua và bán bắt đầu tiếp xúc, nó trải qua toàn bộ quá trình cơ bản là báo giá, chào hàng, xác nhận và sau đó là hợp đồng, cho đến khi thực hiện hợp đồng. Trong giai đoạn này, các rủi ro khác nhau sẽ xảy ra như: rủi ro tín dụng, rủi ro hối đoái, rủi ro chính trị, rủi ro giá cả, rủi ro thương mại và các rủi ro bên ngoài khác.

**(5) Có nhiều thành phần tham gia thương mại hàng hoá quốc tế 国际货物贸易参与者众多**

Ngoài hai mặt của giao dịch, thương mại hàng hóa quốc tế còn đòi hỏi sự liên kết, hợp tác của các bộ phận vận tải, bảo hiểm, ngân hàng, giám định hàng hóa, hải quan và các thủ tục phức tạp hơn nhiều so với thương mại nội địa. Nó cũng liên quan đến các trung gian, đại lý và các bộ phận như kiểm tra hàng hóa, hải quan, cảng, kho bãi, tài chính, vận tải và bảo hiểm phục vụ thương mại quốc tế; sức mạnh của doanh nghiệp là mạnh và đôi khi nó được khuyến khích và hỗ trợ bởi chính phủ của các nước tham gia. Do đó, cạnh tranh gay gắt hơn.

### 2. Phân loại thương mại quốc tế 国际贸易的分类

**(1) Theo hình thức sản phẩm**

Thương mại hữu hình (Tangible Goods Trade)

Thương mại vô hình (Intangible Goods Trade)

**(2) Theo hướng vận động của hàng hóa**

Thương mại xuất khẩu (Export Trade)

Thương mại nhập khẩu (Import Trade)

Thương mại quá cảnh (Transit Trade)

**(3) Theo số lượng quốc gia tham gia thương mại**

Thương mại song phương (Bilateral Trade)

Thương mại đa phương (Multilateral Trade)

**(4) Theo có các nước thứ ba tham gia hay không**

Thương mại trực tiếp (Direct Trade)

Thương mại gián tiếp (Indirect Trade)

Thương mại tái xuất (Entrecote Trade)

**(5) Theo hình thức thương mại**

Thương mại Hiệp định (Agreement Trade)

Mậu dịch đổi hàng (Barter Trade)

**(6) Theo các chính sách ngoại thương khác nhau**

Mậu dịch tự do (Free Trade)

Bảo hộ mậu dịch (Protective Trade)

**(7) Theo các tài liệu thương mại như tài liệu có được sử dụng trong quá trình thương mại hay không**

Thương mại được cấp phép (Documentary Trade)

Buôn bán không có giấy phép (Electronic Data Interchange EDI)

## TỪ MỚI

cán cân thương mại 贸易差额
địa lý hương mại quốc tế 国际贸易地理方向
địa lý ngoại thương 对外贸易地理方向
hàng hóa hữu hình 有形商品
hàng hóa vô hình 无形商品
kim ngạch thương mại quốc tế 国际贸易额
kim ngạch ngoại thương 对外贸易额
mức chênh lệch 差额，价差
nhập khẩu ròng 净进口
nhập siêu 贸易逆差
ngoại thương 对外贸易
tái nhập khẩu 复进口
tái xuất khẩu 复出口
thương mại nhập khẩu 进口贸易
thương mại xuất khẩu 出口贸易
thương mại quá cảnh 过境贸易
thương mại hàng hóa 货物贸易
thương mại dịch vụ 服务贸易
xuất khẩu ròng 净出口
xuất siêu 贸易顺差

## BÀI TẬP

### I. Giải thích các thuật ngữ

1. cán cân thương mại 贸易差额
2. thương mại nước ngoài 对外贸易
3. thương mại quốc tế 国际贸易
4. thương mại tái xuất 转口贸易
5. xuất khẩu ròng 净出口

### II. Chọn đáp án

1. Các hoạt động trao đổi hàng hóa và dịch vụ giữa các quốc gia trên thế giới được gọi là ( ).

A. thương mại quốc tế B. thương mại đối ngoại
C. thương mại đa phương D. thương mại song phương

2. Một quốc gia có khối lượng xuất khẩu lớn hơn khối lượng nhập khẩu, được gọi là ( ).

A. xuất siêu mậu dịch
B. xuất khẩu ròng
C. nhập siêu mậu dịch
D. nhập khẩu ròng

3. Trung Quốc xuất khẩu một lô hàng cho một công ty Hồng Kông, công ty Hồng Kông bán lại lô hàng này cho một công ty Anh, hiện tượng thương mại này đối với công ty Hồng Kông được gọi là (  ).

A. nhập khẩu gián tiếp
B. xuất khẩu gián tiếp
C. thương mại tái xuất
D. mật dịch đổi hàng

4. Thương mại quốc tế đề cập đến việc trao đổi (  ) giữa các quốc gia trên thế giới.

A. mậu dịch
B. hàng hóa
C. dịch vụ
D. kỹ thuật

5. (  ) xuất khẩu có nghĩa là xuất khẩu hàng hóa và dịch vụ trong nước ra nước ngoài.

A. Thương mại nhập khẩu
B. Thương mại thế giới
C. Thương mại xuất khẩu
D. Thương mại quá cảnh

6. (  ) là tổng kim ngạch xuất khẩu và nhập khẩu của một quốc gia được thể hiện bằng đồng nội tệ hoặc đô la Mỹ.

A. Kim ngạch thương mại đối ngoại
B. Kim ngạch thương mại quốc tế
C. Cán cân thương mại đối ngoại
D. Cán cân thương mại quốc tế

7. Khi một quốc gia tồn tại cảng tự do, khu vực tự do, biên giới quốc gia đó (  ) biên giới.

A. không thể so sánh
B. bằng với
C. nhỏ hơn
D. lớn hơn

8. Thương mại quốc tế theo hình thức hàng hóa có thể được chia thành (  ).

A. thương mại gián tiếp
B. thương mại trực tiếp
C. thương mại vô hình
D. thương mại hữu hình

9. (  ) là hành vi mua bán hàng hóa giữa nhà sản xuất hàng hóa và nước tiêu thụ hàng hóa.

A. Thương mại song phương
B. Thương mại trực tiếp
C. Thương mại vô hình
D. Thương mại hữu hình

10. Khi tổng kim ngạch nhập khẩu vượt quá tổng kim ngạch xuất khẩu, nó có thể được gọi là (  ).

A. thặng dư thương mại
B. thâm hụt thương mại
C. xuất siêu
D. nhập siêu

## III. Trả lời các câu hỏi

1. Tóm tắt các đặc điểm của thương mại quốc tế.
2. Phân tích thương mại quốc tế là gì và thương mại nước ngoài là gì?
3. Tất cả các hàng hóa vận chuyển ra (vào) biên giới đều được gọi là xuất (nhập) khẩu

không?

4. Tóm tắt kim ngạch thương mại quốc tế là gì?

5. Tóm tắt hướng địa lý thương mại quốc tế và hướng địa lý thương mại đối ngoại.

## 知识拓展

### 国际贸易（对外贸易）与社会经济发展的关系

**对外贸易可以夯实经济发展的基础**

世界任何一个国家和经济体，只要对外贸易发展快，经济发展速度大多较快，甚至在一个国家内部，哪个地区（如中国东部地区）进出口发展迅速，那里的经济增长速度就快，人均收入就高。

**出口是经济增长“三驾马车”的动力之一**

国内消费、投资和出口被称为拉动经济增长的“三驾马车”。净出口不仅刺激国内总需求增长，而且促进经济增长，进一步扩大经济增长的规模。净出口还将增加外汇储备，增强综合国力，有利于维护经济安全和在经济全球化中争取主动地位。

**对外贸易是社会发展的助推器**

对外贸易对社会发展的贡献主要体现在两个方面：一方面是对外经济贸易的直接作用，相关国家在开展贸易后，资源得到重新配置，要素优势得到发挥，国内的福利水平得到提高。另一方面是对外贸易的间接作用，通过对外贸易增加就业，促进社会稳定。

**国际贸易深刻影响全球经济**

国际贸易是生产力发展的产物，又推动了生产力的发展。主要体现在：助推全球经济发展、贸易全球化、资本全球化、加快国际产业转移、外汇储备高度集中。

资料来源：商务部编写组. 国际贸易［M］. 北京：中国商务出版社，2007.

# CHƯƠNG II CHÍNH SÁCH THƯƠNG MẠI QUỐC TẾ
# 第二章 国际贸易政策

## Mục tiêu kiến thức 知识目标

1. **Nắm bắt loại hình và ý nghĩa của chính sách thương mại quốc tế**
   掌握国际贸易政策的含义和类型
2. **Tìm hiểu về các yếu tố ảnh hưởng đến hoạch định chính sách**
   了解影响贸易政策制订的因素
3. **Tìm hiểu về chính sách thương mại quốc tế của các nước phát triển và đang phát triển**
   了解发达国家和发展中国家的贸易政策

## Dẫn nhập vào bài 课前导入

Kể từ khi Trung Quốc thiết lập quan hệ ngoại giao với EC (Cộng đồng châu Âu) vào năm 1975, những chính sách của EC đối với Trung Quốc nói chung là ngày càng có lợi cho phát triển quan hệ thương mại giữa Trung Quốc và EC. Năm 1978, Trung Quốc và EC đã ký hiệp định mậu dịch đầu tiên, đã cho nhau Đãi ngộ tối huệ quốc, đồng thời thành lập Ủy ban Hỗn hợp Hợp tác Kinh tế Thương mại Trung Quốc-EC. Trên cơ sở hiệp định mậu dịch ban đầu, đã ký *Hiệp định hợp tác kinh tế, thương mại Trung Quốc-EC* vào tháng 5 năm 1985, hai bên nhất trí hợp tác trong các lĩnh vực như công nghiệp, nông nghiệp, khoa học và công nghệ, năng lượng, giao thông vận tải, bảo vệ môi trường và hỗ trợ phát triển v.v.

Trong những năm sau năm 1989, do căng thẳng chính trị giữa Trung Quốc và EC, cộng đồng châu Âu đơn phương cắt đứt đi lại cấp cao với Trung Quốc, cắt đứt hợp tác quân sự, các khoản vay của chính phủ và các dự án hợp tác với Trung Quốc, làm cho sự phát triển của quan hệ kinh tế và thương mại Trung Quốc-EC bị ảnh hưởng và cản trở nghiêm trọng.

Năm 1992, quan hệ chính trị giữa Trung Quốc-EC đã được khôi phục và quan hệ kinh tế-thương mại Trung Quốc-EU bắt đầu một cuộc phát triển mới.

Những năm gần đây, thâm hụt thương mại của Trung Quốc-EU tiếp tục tăng, các vụ kiện tranh chấp thương mại leo thang, chính sách thương mại của EU đối với Trung Quốc dần dần thay đổi. Một loạt những hành động mà Ban chấp hành Liên minh châu Âu đã thực sự đưa ra tín hiệu cho nước ta rằng EU sẽ cứng rắn hơn trong chính sách thương mại với Trung Quốc trong tương lai.

# PHẦN I Ý NGHĨA VÀ LOẠI HÌNH CHÍNH SÁCH THƯƠNG MẠI
# 第一节 贸易政策的含义与类型

## Kiến thức chuyên sâu 知识精讲

Chính sách thương mại quốc tế chủ yếu là chính sách thương mại hàng hóa quốc tế. Nó bao gồm các biện pháp chính sách cụ thể mà ảnh hưởng đến các mặt như quy mô, thành phần và phương hướng, v.v. về xuất nhập khẩu hàng hóa của một quốc gia.

**1. Ý nghĩa của chính sách thương mại quốc tế** 国际贸易政策的含义

**(1) Định nghĩa** 定义

Chính sách thương mại quốc tế là hệ thống các nguyên tắc, biện pháp kinh tế, hành chính và pháp luật dùng để thực hiện các mục tiêu đã xác định trong lĩnh vực thương mại quốc tế của một nước trong thời kì nhất định.

**(2) Cấu trúc của chính sách thương mại quốc tế** 国际贸易政策的构成

① Chính sách thương mại tổng thể: bao gồm chính sách nhập khẩu và chính sách xuất khẩu tổng thể là chính sách thương mại được thực hiện trong một thời gian dài của một quốc gia, cho thấy xu hướng chính hoặc xu hướng chung của chính sách thương mại nước này.

② Chính sách hàng hóa xuất nhập khẩu: là chính sách thương mại do một quốc gia hoạch định trên cơ sở chính sách thương mại tổng thể, nhằm vào khả năng cạnh tranh quốc tế của các ngành nghề, sản phẩm khác nhau.

③ Chính sách thương mại quốc gia: là chính sách thương mại được hoạch định trên cơ sở chính sách thương mại tổng thể, với các quốc gia hoặc khu vực khác nhau.

**(3) Mục đích của chính sách thương mại quốc tế** 国际贸易政策的目的

Bảo vệ thị trường trong nước, mở rộng thị trường sản phẩm trong nước, thúc đẩy cải thiện cơ cấu ngành nghề trong nước, tích lũy tiền vốn, và duy trì quan hệ chính trị và kinh tế đối ngoại của nước mình.

**(4) Chủ thể của chính sách thương mại quốc tế** 国际贸易政策的主体

① Chủ thể chính sách

Người xây dựng và thực hiện chính sách (Chính phủ).

② Đối tượng chính sách

Các hoạt động thương mại được hoạch định và hướng dẫn bởi chính sách thương mại, cũng như các doanh nghiệp, tổ chức và cá nhân tham gia vào các hoạt động thương mại.

③ Mục tiêu chính sách

Mục đích của chính sách thương mại.

④ Nội dung chính sách

Định hướng cụ thể của chính sách thương mại.

⑤ Công cụ chính sách

Các biện pháp quản lý cụ thể được thực hiện để đạt được các mục tiêu chính sách.

**2. Loại hình chính sách thương mại quốc tế 国际贸易政策的类型**

**(1) Chính sách thương mại tự do (Free Rrade Policy) 自由贸易政策**

Chính sách thương mại tự do là chính sách nhà nước loại bỏ các hạn chế và trở ngại đối với thương mại xuất nhập khẩu, loại bỏ các đặc quyền và ưu đãi khác đối với hàng hóa xuất nhập khẩu nước mình, không can thiệp vào việc xuất nhập khẩu hàng hóa, nhằm cạnh tranh tự do trên thị trường trong và ngoài nước.

Bản chất của chính sách thương mại tự do là một chính sách "không can thiệp", tức là chính sách trung lập.

**Lợi thế của chính sách thương mại tự do 自由贸易政策的优势**

① Có thể hình thành sự phân công lao động quốc tế cùng có lợi.

② Mở rộng thu nhập thực tế quốc dân.

③ Với chính sách thương mại tự do, có thể nhập khẩu hàng hóa giá rẻ, giảm chi tiêu quốc dân.

④ Thương mại tự do có thể chống lại độc quyền, tăng cường cạnh tranh, nâng cao hiệu quả kinh tế.

⑤ Thương mại tự do có lợi cho việc cải thiện biên lợi nhuận và thúc đẩy tích lũy vốn.

**(2) Chính sách bảo hộ mậu dịch (Protective Trade Policy) 保护贸易政策**

Chính sách bảo hộ mậu dịch là chính sách thương mại quốc tế, trong đó chính phủ của một quốc gia áp dụng các biện pháp để cản trở và điều chỉnh dòng vận động của hàng hoá nước ngoài xâm nhập vào thị trường trong nước, cũng như ưu đãi và trợ cấp cho hàng hóa xuất khẩu trong nước để khuyến khích mở rộng xuất khẩu hàng hóa.

Bản chất của chính sách bảo hộ mậu dịch là khuyến khích xuất khẩu, hạn chế nhập khẩu.

**(3) Phối hợp quản lý chính sách thương mại (Managed Trade Policy) 协调管理贸易政策**

Phối hợp quản lý chính sách thương mại là một loại hình chính sách thương mại quốc tế mà chính phủ tăng cường quản lý các nhà nhập khẩu và xuất khẩu trong nước thông qua hoạch định một loạt những chính sách và quy định thương mại, đồng thời ký kết các hiệp ước hoặc thỏa thuận thương mại song phương, khu vực và đa phương thông qua đàm phán ngoại giao; phối hợp với các đối tác thương mại khác về quyền lợi và nghĩa vụ về mặt kinh tế thương mại.

Phối hợp quản lý chính sách thương mại là một hệ thống chính sách của chính phủ làm chủ đạo trên cơ sở phối hợp, lấy sự can thiệp của chính phủ, lấy tham vấn và đàm phám làm phương tiện chính, nhằm can thiệp, phối hợp và quản lý quan hệ thương mại xuất nhập khẩu nước mình.

**(4) Chính sách thương mại công bằng (Fair Trade Policy) 公平贸易政策**

Chính sách thương mại công bằng theo nghĩa rộng là việc các quốc gia trên thế giới cùng tuân thủ các quy tắc quốc tế có liên quan trong các hoạt động thương mại quốc tế và đối xử thương mại ngang hàng với nhau. Nó đòi hỏi tất cả các quốc gia trên thế giới phải cùng nhau từ bỏ các chính sách bảo hộ mậu dịch truyền thống, chuyển sang chính sách thương mại tự do và mở cửa thị trường của mình cho các nước khác.

Chính sách thương mại công bằng theo nghĩa hẹp là một quốc gia hoặc khu vực sử dụng các phương tiện chính sách thương mại để chống lại các hành vi thương mại không công bằng cụ thể của các nước khác.

**Lợi thế của chính sách thương mại công bằng 公平贸易政策的优势**

① Có lợi cho việc duy trì trật tự cạnh tranh công bằng và đảm bảo sự phát triển chính sách thương mại thế giới.

② Có lợi cho việc thúc đẩy tự do hóa chính sách thương mại của tất cả các nước trên thế giới.

③ Thúc đẩy những thay đổi sâu sắc về lý thuyết thương mại quốc tế.

## PHẦN II CÁC YẾU TỐ ẢNH HƯỞNG ĐẾN VIỆC XÂY DỰNG CHÍNH SÁCH THƯƠNG MẠI

## 第二节 影响贸易政策制定的因素

### Dẫn nhập vào bài 课前导入

Ngày 12 tháng 10 năm 1929, thị trường chứng khoán phố Wall sụp đổ, Mỹ, châu Âu thậm chí cả thế giới rơi vào vực thẳm. Đó chính là cuộc khủng hoảng kinh tế lớn nhất trong lịch sử. Dưới tác động của cuộc khủng hoảng kinh tế, cuộc đấu tranh kinh tế giữa các nước phương Tây đã trở thành một cuộc chiến tranh kinh tế dữ dội hơn bao giờ hết. Thuế quan trở thành "sợi dây cứu mạng" cho các nước phương Tây. Trước cuộc khủng hoảng, thuế quan của Đức tăng 29%, Pháp tăng 38% và Bỉ tăng 50%. Sau cuộc khủng hoảng, Mỹ đã đánh đòn mở đầu trong việc thả bom của cuộc chiến thuế quan mới. Năm 1930, quốc hội Hoa kỳ đã thông qua *luật Thuế quan Smoot-Hawley,* và khoảng 75 sản phẩm nông nghiệp và 925 sản phẩm công nghiệp đã tăng thuế quan lên, trong đó sản phẩm nông nghiệp tăng từ 20% lên 34%, và mức trung bình tổng cộng của cả loại thuế tăng từ 33% lên 40%. Sắc lệnh này đã giáng một đòn nặng nề vào các mặt hàng truyền thống như sản phẩm lụa, bông và len của Anh, Pháp, Nhật Bản; sản phẩm hóa chất Đức, đồng hồ Thụy Sĩ, xi măng, thủy tinh Bỉ và sản phẩm gỗ Canada. Hành động này của Mỹ đã khiến các nước tức giận và dẫn đến sự phản đối gay gắt của 33 quốc gia và có 7 quốc gia ngay lập tức thực hiện các biện pháp trả đũa đối với Mỹ: Canada gia tăng đáng kể tỷ lệ đánh thuế đối với hàng hóa Mỹ; Pháp tăng thuế 60% đối với ô tô nhập khẩu từ Mỹ. Anh thu thuế nặng 50% đối với sợi bông và hàng dệt bông, và Đức đã áp dụng luật thuế mới thu 100% đối với nhiều mặt hàng vào năm 1932.

## Kiến thức chuyên sâu 知识精讲

Các yếu tố ảnh hưởng đến việc hoạch định chính sách thương mại của một quốc gia bao gồm:

**1. Quy mô quốc gia và giai đoạn phát triển kinh tế** 国家规模和经济发展阶段

Nhìn theo lịch sử và thực tế, quy mô quốc gia và giai đoạn phát triển kinh tế là hai yếu tố quan trọng trong việc lựa chọn và phát triển chính sách thương mại đối ngoại của một nước.

**2. Tình hình kinh tế trong nước** 本国的国内经济状况

Nếu nền kinh tế trong nước của một quốc gia có xuất hiện những tình trạng như sự suy thoái, thất nghiệp, thâm hụt thương mại, thâm hụt cán cân thanh toán nghiêm trọng và năng suất lao động và khả năng cạnh tranh sản phẩm bị giảm, chính sách thương mại quốc tế sẽ có xu hướng bảo vệ thương mại; ngược lại, nền kinh tế trong nước của một quốc gia rất thịnh vượng, chính sách thương mại quốc tế nước này sẽ có xu hướng tự do hóa thương mại.

**3. Sự so sánh các lực lượng nhóm lợi ích khác nhau trong nước** 本国各种利益集团力量的对比

Ở nhiều nước, đặc biệt là ở các nước phát triển, các chính sách ngoại thương là sản phẩm của những mâu thuẫn và đấu tranh giữa các nhóm lợi ích. Các chính sách thương mại khác nhau sẽ có thể tác động khác nhau hoặc thậm chí ngược lại đối với các nhóm lợi ích khác nhau trong nước. Vì vậy, các nhóm lợi ích của các nước khác nhau thường có những mâu thuẫn và xung đột gay gắt trong việc lựa chọn chính sách ngoại thương, thông thường khi một nhóm lợi ích chiếm thế thượng phong, chính phủ sẽ xem xét đầy đủ nhu cầu của nhóm này trong quá trình xây dựng chính sách, các chính sách thúc đẩy hoặc cản trở việc nhập khẩu hoặc xuất khẩu một số mặt hàng nhất định sẽ được áp dụng để tìm kiếm lợi ích tốt nhất của nhóm này.

**4. Ý tưởng kinh tế và thương mại của các nhà lãnh đạo chính phủ** 政府领导人的经济贸易思想

Các phương châm và nguyên tắc chung về chính sách thương mại của một nước thông thường do cơ quan lập pháp tối cao hoạch định, nhưng các cơ quan chính phủ đặc biệt là những nhà lãnh đạo chính phủ thường được trao cho một phần quyền hoạch định chích sách. Khi nhà lãnh đạo chính phủ hoạch định chính sách, sẽ bị ảnh hưởng bởi nhận thức cá nhân về nền kinh tế nói chung và thương mại quốc tế nói riêng.

**5. Mối quan hệ chính trị và kinh tế giữa nước mình và các nước khác** 本国与他国的政治经济关系

Thông thường, các quốc gia sẽ mở cửa thị trường và mở rộng xuất khẩu hàng hóa và công nghệ nội địa cho các nước mà thân thiện về quan hệ ngoại giao chính trị và không thể gây ra mối đe dọa kinh tế đối với nước mình. Đối với những nước được gọi là "quốc gia thù địch" về chính trị và kinh tế thì sẽ có xu hướng áp dụng những chính sách bảo hộ thương mại.

## PHẦN III CHÍNH SÁCH THƯƠNG MẠI CỦA CÁC NƯỚC PHÁT TRIỂN

## 第三节 发达国家的贸易政策

### Kiến thức chuyên sâu 知识精讲

Sau những năm 1990, các nước phát triển phương Tây dần dần đi xuống, chính sách thương mại của họ cho thấy một số đặc điểm và xu hướng mới, quản lý thương mại ngày càng trở thành nội dung chính của chính sách thương mại, xu hướng kết hợp chính sách thương mại nước ngoài và quan hệ đối ngoại được tăng cường, "thương mại công bằng", "chủ nghĩa đối ứng" dần dần thay thế "thương mại tự do" và "chủ nghĩa đa phương" trước đó; Hàng rào phi thuế quan trở thành phương tiện chính; chính phủ thúc đẩy phát triển các ngành công nghiệp công nghệ cao và khuyến khích xuất khẩu trở thành biện pháp hàng đầu để thúc đẩy hoạt động thương mại đối ngoại; thiết lập hội nhập kinh tế và thực hiện các chính sách thương mại nước ngoài chung.

**1. Đặc trưng chính sách thương mại của các nước phát triển 发达国家贸易政策的特征**

**(1) Mức độ tự do hóa thương mại cao hơn 贸易自由化程度较高**

① Cắt giảm thuế quan đáng kể 大幅度削减关税

Được thúc đẩy bởi GATT được thành lập vào năm 1947, mức thuế trung bình giữa các nước phát triển đã giảm đáng kể thông qua nhiều vòng đàm phán thương mại; các nhóm thương mại bỏ thuế quan, ký kết những thỏa thuận ưu đãi thương mại trong các cuộc đàm phán ngoại giao; các nước đang phát triển đã vào Hệ thống ưu đãi phổ cập nhờ nỗ lực của họ.

② Giảm hoặc loại bỏ các hàng rào phi thuế quan 降低或撤销非关税壁垒

Trong những năm đầu sau cuộc chiến tranh, do khó khăn kinh tế trong nước và cán cân thanh toán xấu đi, đối với nhiều mặt hàng, các nước phát triển đã áp dụng hạn ngạch nhập khẩu, giấy phép nhập khẩu, kiểm soát ngoại hối, v.v. Theo sự phát triển của nền kinh tế, thúc đẩy tự do hóa xuất khẩu. Ví dụ: Các nước phát triển đã thành lập Tổ chức Hợp tác và Phát triển Kinh tế (OECD), và dỡ bỏ 90% hạn chế nhập khẩu giữa các quốc gia thành viên.

**(2) Tự do hóa thương mại của các nước phát triển mang tính thiên vị 发达国家的贸易自由化带有偏向性**

① Mức độ tự do hóa thương mại của hàng hóa công nghiệp cao hơn sản phẩm cơ bản;

② Mức độ tự do hóa thương mại của thiết bị máy móc cao hơn hàng tiêu dùng công nghiệp;

③ Mức độ tự do hóa trong nhóm cao hơn bên ngoài;

④ Mức độ tự do hóa giữa các nước phát triển cao hơn giữa các nước phát triển và các nước đang phát triển.

**(3) Quá trình tự do hóa thương mại có sự lặp lại** 贸易自由化的过程有反复

Từ thập niên 70 đến thập niên 90, ba cuộc suy thoái kính tế nghiêm trọng đã làm cho xu hướng tự do hóa thương mại mà bắt đầu sau chiến tranh bị đình trệ.

Năm 1974-1975, cuộc khủng hoảng kinh tế thế giới nghiêm trọng nhất đã cản trở sự phát triển kinh tế của các nước phương Tây, lạm phát tăng lên, tỷ lệ thất nghiệp vẫn ở mức cao, thị trường nội địa bị thu hẹp và cạnh tranh khốc liệt trên thị trường quốc tế đã dẫn đến sự bùng nổ của chủ nghĩa bảo hộ thương mại bị đàn áp từ lâu.

Quyền bá chủ của Hoa Kỳ bị đe dọa bởi Nhật Bản và các nước Tây Âu, và cán cân thanh toán đã ngày càng xấu đi. Do đó, Hoa Kỳ đã đi đầu trong việc áp dụng các chính sách bảo hộ thương mại vào giữa những năm 1970, tạo ra một lớp lá chắn thương mại bảo vệ toàn cầu. Chủ nghĩa bảo hộ lần này khác với chủ nghĩa bảo hộ thương mại trước đây, được gọi là chủ nghĩa bảo hộ mậu dịch mới.

### 2. Xu hướng chính sách thương mại của các nước phát triển 发达国家贸易政策的趋向

(1) Chú ý đến vai trò tích cực của sự can thiệp của chính phủ vào thương mại.

(2) Quản lý thương mại trở thành vai trò chủ đạo. Chẳng hạn như Đạo luật Thương mại và Cạnh tranh Tích hợp Hoa Kỳ.

(3) Xu hướng kết hợp chính sách ngoại giao với chính sách thương mại đối ngoại được tăng cường.

(4) Nhấn mạnh nguyên tắc đôi bên cùng có lợi.

(5) Cơ hội tiếp cận thị trường ngang hàng; hạn chế thương mại ngang hàng; quy tắc cạnh tranh công bằng.

(6) Chuyển từ chủ nghĩa đa phương sang chủ nghĩa song phương, đơn phương và chủ nghĩa khu vực.

(7) Thực hiện chính sách thương mại chiến lược để thúc đẩy sự phát triển của các ngành công nghệ cao.

(8) Phát triển các chính sách bảo hộ thương mại mới như: bảo vệ môi trường; vấn đề người lao động.

### 3. Chính sách thương mại phổ biến của các nước phát triển 发达国家普遍的贸易政策

**(1) Phối hợp quản lý chính sách thương mại** 管理协调贸易政策

Là một loại chính sách thương mại mà nhà nước xây dựng các luật và quy định thương mại, tăng cường quản lý về sự phát triển có trật tự của thương mại xuất nhập khẩu của mình; đối với bên ngoài, thông qua đàm phán, ký các hiệp định thương mại để phối hợp và phát triển mối quan hệ thương mại giữa các bên.

**(2) Chính sách thương mại chiến lược** 战略性贸易政策

Do trên thị trường quốc tế tồn tại cạnh tranh không hoàn hảo và kinh tế quy mô, chính phủ có thể thúc đẩy sự phát triển của các ngành công nghiệp chiến lược của mình và nâng cao khả năng cạnh tranh của mình trong thị trường quốc tế bằng cách trợ cấp hoặc bảo hộ thị trường trong nước, nhằm đạt được thu nhập của kinh tế quy mô và chiếm thị phần.

**(3) Chính sách thương mại tự do** 自由贸易政策

Lý thuyết thương mại truyền thống dựa trên lý tưởng mà quy mô thu nhập không thay đổi và cạnh tranh hoàn hảo. Họ lấy sự khác biệt về môi trường tự nhiên, công nghệ, năng suất lao động và tài nguyên giữa các quốc gia để giải thích sự xuất hiện của thương mại quốc tế. Vì thương mại có thể cải thiện việc phân bổ nguồn lực của cả hai bên và cải thiện phúc lợi quốc gia của cả hai bên, nên chính sách thương mại tự do là lựa chọn tốt nhất.

## PHẦN IV CHÍNH SÁCH THƯƠNG MẠI CỦA CÁC NƯỚC ĐANG PHÁT TRIỂN

## 第四节 发展中国家的贸易政策

### 1. Đặc điểm chung về chính sách thương mại của các nước đang phát triển 发展中国家贸易政策的总体特征

**(1) Tính bảo hộ và can thiệp của chính sách thương mại khá mạnh** 贸易政策的保护性和干预性较强

Cốt lõi của can thiệp thương mại là bảo hộ mậu dịch, và cơ sở chính cho chính sách bảo hộ mậu dịch của nó là bảo vệ các ngành công nghiệp non trẻ.

**(2) Chính sách thương mại đang dần tự do hóa** 贸易政策逐渐趋向自由化

Kể từ những năm 1970-1980, các nước đang phát triển đã thể hiện xu hướng tự do hóa thương mại và hướng tới xuất khẩu. Điều đó được thể hiện ở: 1. Sự chuyển đổi chính sách từ thay thế nhập khẩu sang xuất khẩu vào cuối những năm 1960. 2. Để phát triển xuất khẩu hàng hóa sản xuất, chính phủ đã khuyến khích kết hợp có hiệu quả chính sách bảo hộ thương mại với tự do hóa thương mại.

**(3) Nhấn mạnh vào tính hợp tác và phối hợp** 重视联合性和协调性

① Thành lập được hàng loạt tổ chức liên hợp và tập đoàn kinh tế

Ví dụ, thành lập được tổ chức các nước sản xuất và xuất khẩu nguyên liệu thô, tập đoàn khu vực, Nhóm 77 (G77).

② Cùng nhau hành động trong các thể chế kinh tế quốc tế

Ví dụ, trong GATT, các nước phát triển buộc phải đồng ý bổ sung các điều khoản chuyên xử lý việc phát triển và thương mại của các nước đang phát triển vào hiệp định chung; áp dụng phổ biến thuế quan ưu đãi cho các nước và khu vực đang phát triển.

**2. Xu hướng chính sách thương mại của các nước đang phát triển 发展中国家贸易政策的趋向**

(1) Thay thế các hạn chế định lượng bằng thuế quan.

Việc nới lỏng các rào cản phi thuế quan, chủ yếu là hạn chế định lượng, là yêu cầu cơ bản của GATT đối với các nước thành viên

(2) Cải cách hệ thống thuế quan: giảm thuế suất và điều chỉnh cơ cấu thuế quan.

(3) Điều chỉnh chính sách tỷ giá hối đoái, thống nhất giảm tỷ giá hối đoái và nới lỏng kiểm soát ngoại hối.

(4) Khuyến khích xuất khẩu.

**3. Chính sách thương mại cơ bản của các nước đang phát triển 发展中国家的基本贸易政策**

**(1) Chiến lược định hướng xuất khẩu sản phẩm thô** 初级产品出口导向战略

Loại chiến lược thương mại này có nghĩa là các nước đang phát triển sản xuất các sản phẩm thô như sản phẩm nông nghiệp, khoáng sản, đặc sản v.v. Nhờ chi phí nhân công lao động rẻ để thu ngoại tệ rồi nhập khẩu hàng hóa sản xuất bằng ngoại tệ. Điều này là buộc phải thực hiện trong điều kiện nền công nghiệp của một nước còn yếu, năng suất lạc hậu và các sản phẩm sản xuất trong nước không đủ sức cạnh tranh trên thị trường quốc tế.

**(2) Chính sách thay thế nhập khẩu** 进口替代政策

Là quốc gia áp dụng các biện pháp thuế quan, phi thuế quan, v.v. để hạn chế nhập khẩu một số sản phẩm công nghiệp quan trọng, nhằm mục đích thay thế sản phẩm nhập khẩu bằng sản phẩm công nghiệp sản xuất trong nước.

**Chính sách thay thế nhập khẩu đã trải qua hai giai đoạn:**

**Giai đoạn thứ nhất** là giai đoạn phát triển công nghiệp chế biến và công nghiệp sản xuất hàng tiêu dùng, mục tiêu là hình thành hệ thống công nghiệp sơ bộ.

Do thiếu vốn, máy móc thiết bị, sản phẩm trung gian và công nghệ, v.v. các nước đang phát triển cần phải nhập khẩu những đồ nêu trên, còn vì thiếu người lao động lành nghề và kinh nghiệm quản lý, thiếu lợi nhuận theo quy mô nên giá thành sản phẩm cao hơn sản phẩm nhập khẩu tương tự, không thể cạnh tranh với các nhà sản xuất nước ngoài. Vì vậy, các nước đang phát triển luôn áp dụng các biện pháp bảo hộ như bảo hộ thuế quan, thực hiện hạn ngạch nhập khẩu, hệ thống giấy phép nhập khẩu, thực hiện tăng giá nội tệ, v.v.

**Giai đoạn thứ hai** là giai đoạn thay thế nhập khẩu, phát triển hàng tiêu dùng lâu bền, tư liệu sản xuất và các sản phẩm trung gian.

Giai đoạn này đòi hỏi đầu tư nhiều vào các ngành công nghiệp như chế tạo máy móc, sản xuất máy công cụ, luyện thép, cán thép, hóa dầu, v.v. sử dụng càng nhiều nguyên liệu thô và các đầu tư khác trong sản xuất càng tốt, nhằm xây dựng một hệ thống công nghiệp toàn diện, và lấy công nghiệp hóa để thúc đẩy sự phát triển của toàn bộ nền kinh tế.

**(3) Chính sách thay thế xuất khẩu 出口替代政策**

Còn được gọi là chính sách định hướng xuất khẩu, có nghĩa là một quốc gia áp dụng các biện pháp và phương tiện khác nhau để thúc đẩy sự phát triển của ngành xuất khẩu, thay thế xuất khẩu các sản phẩm chính bằng các bán thành phẩm và thành phẩm công nghiệp. So với chính sách thay thế nhập khẩu, phạm vi bảo hộ nhỏ hơn và các biện pháp bảo hộ tương đối lỏng lẻo, nhưng cũng không bằng chính sách "tự do thương mại".

**Chính sách thay thế xuất khẩu đã trải qua hai giai đoạn:**

**Giai đoạn thứ nhất:** thay thế xuất khẩu sản phẩm thô bằng sản phẩm thâm dụng lao động, chủ yếu phát triển công nghiệp gia công chế biến, chủ yếu sản xuất hàng tiêu dùng phổ thông.

**Giai đoạn thứ hai:** Khi mặt hàng xuất khẩu của giai đoạn đầu phát triển đến mức nhất định sẽ chuyển sang xuất khẩu các sản phẩm công nghiệp nhờ tiền vốn và công nghệ chủ yếu là máy móc thiết bị, máy công cụ, dụng cụ điện tử, v.v.

## TỪ MỚI

biện pháp trả đũa 报复性措施
chi tiêu quốc gia 国民开支
chính sách thương mại chiến lược 战略性贸易政策
chính sách thương mại quốc tế 国际贸易政策
chính sách thương mại tự do 自由贸易政策
chính sách bảo hộ mậu dịch 保护贸易政策
chính sách thương mại công bằng 公平贸易政策
chủ nghĩa bảo hộ mậu dịch mới 新贸易保护主义
Cộng đồng châu Âu (EC) 欧共体
giấy phép nhập khẩu 进口许可证
hạn ngạch nhập khẩu 进口限额
Hệ thống ưu đãi phổ cập 普惠制
hỗ trợ phát triển 发展援助
khủng hoảng kinh tế 经济危机
kiểm soát ngoại hối 外汇管制
nâng cao hiệu quả kinh tế 提高经济效率
phân công lao động quốc tế 国际分工
phối hợp quản lý chính sách thương mại 协调管理贸易政策
sản phẩm thô 初级产品
thâm hụt thương mại 外贸逆差（贸易逆差）

## BÀI TẬP

### I. Giải thích các thuật ngữ

1. chính sách bảo hộ mậu dịch 保护贸易政策
2. chính sách thương mại công bằng 公平贸易政策
3. chính sách thương mại quốc tế 国际贸易政策
4. chính sách thương mại tự do 自由贸易政策
5. phối hợp quản lý chính sách thương mại 协调管理贸易政策

### II. Chọn đáp án

1. Đặc điểm cơ bản của chính sách bảo vệ thương mại là ( ).

A. bảo vệ nông nghiệp

B. bảo vệ vàng bạc

C. khuyến kích xuất khẩu, hạn chế nhập khẩu

D. khuyến khích xuất khẩu

2. Bản chất của chính sách thương mại tự do là một loại ( ).

A. khuyến khích xuất khẩu

B. khuyến khích nhập khẩu

C. khuyến kích xuất khẩu, hạn chế nhập khẩu

D. chính sách "không can thiệp"

3. Chủ thể chính sách của chính sách thương mại quốc tế nói chung là có ( ).

A. chính phủ các nước　　B. các tổ chức

C. doanh nghiệp　　D. cá nhân

4. Phương tiện để điều phối chính sách thương mại là ( ).

A. phối hợp lợi ích kinh tế quốc gia

B. chính phủ can thiệp vào môi trường thương mại

C. bàn bạc và đàm phán

D. điều phối mối quan hệ giữa chính phủ và doanh nghiệp

5. Cốt lõi của việc điều phối chính sách thương mại là ( ).

A. phối hợp lợi ích kinh tế quốc gia

B. chính phủ can thiệp vào môi trường thương mại

C. bàn bạc và đàm phán

D. điều phối mối quan hệ giữa chính phủ và doanh nghiệp

6. Nếu nền kinh tế trong nước của một quốc gia xuất hiện suy thoái nghiêm trọng và thâm hụt thương mại, chính sách thương mại quốc tế của nó sẽ có xu hướng ( ).

A. tự do hóa thương mại　　B. bảo hộ thương mại

C. theo thương mại công bằng　　D. phối hợp quản lý thương mại

7. Điều nào sau đây không phải là lợi thế của chính sách thương mại công bằng? ( )

A. Nó có lợi cho việc duy trì trật tự cạnh tranh công bằng và đảm bảo sự phát triển chính sách thương mại thế giới.

B. Có lợi cho việc thúc đẩy tự do hóa các chính sách thương mại của các nước trên thế giới.

C. Thúc đẩy những thay đổi sâu sắc trong lý thuyết thương mại quốc tế.

D. Thúc đẩy cải thiện cơ cấu công nghiệp trong nước.

8. Chủ nghĩa bảo hộ thương mại mới thịnh hành (　　).

A. trước thế chiến thứ nhất

B. sau thế chiến thứ hai

C. những năm 50-70 của thế kỷ 20

D. vào giữa những năm 70 của thế kỷ 20

9. Chính sách bảo hộ thương mại mới lần đầu tiên bắt đầu ở (　　).

A. Mỹ　　B. Nhật　　C. Đức　　D. Anh

10. Cái nào sau đây không phải là đặc trưng của chính sách thương mại của các nước đang phát triển? (　　)

A. Chính sách thương mại có tính bảo hộ và can thiệp mạnh mẽ.

B. Chính sách thương mại dần dần hướng tới tự do hóa.

C. Mức độ tự do hóa thương mại cao hơn.

D. Coi trọng tính liên kết và phối hợp.

### Ⅲ. Trả lời các câu hỏi

1. Mục đích hoạch định chính sách thương mại quốc tế là gì?

2. Những yếu tố nào ảnh hưởng đến việc xây dựng các chính sách thương mại của một quốc gia?

3. Đặc điểm chính sách thương mại của các nước phát triển là gì?

4. Các loại chính sách ngoại thương chủ yếu của các nước đang phát triển là gì?

5. Xin trình bày ngắn gọn những yếu tố trong chính sách thương mại.

## 知识拓展

### 国际贸易的区域合作

经济全球化与区域经济一体化是当今世界经济的主要特征，世界主要经济体均在其中扮演着重要角色。参与区域经济合作，已经成为一国经济贸易发展的重要条件。目前，全球区域经济合作数量多，涉及面广。其中，自由贸易协定占80%以上，无论是美日欧等发达国家和地区还是发展中国家和地区，都在加快参与区域经济合作的步伐。为了顺应区域经济一体化迅速发展的新形势，为国内发展营造良好的外部环境，近年来，中国积极参与区域经济合作，稳步发展，自由贸易区取得了实质性进展。

资料来源：挂云帆网.中国的对外贸易政策［EB/OL］. 2022-07-23. https://www.guayunfan.com/baike/264871.html.

# CHƯƠNG III CÁC BIỆN PHÁP THƯƠNG MẠI QUỐC TẾ
# 第三章 国际贸易措施

### Mục tiêu kiến thức 知识目标

1. **Nắm vững các quy định và nội dung của các biện pháp thuế quan và các biện pháp phi thuế quan**
   掌握关税措施、非关税措施的相关规定及内容
2. **Tìm hiểu về các biện pháp khuyến khích xuất khẩu và kiểm soát xuất khẩu**
   了解鼓励出口和出口控制的措施

Việc thực hiện các biện pháp thương mại quốc tế là một bộ phận quan trọng của môi trường thương mại quốc tế, trong nền kinh tế thế giới hiện nay, các biện pháp thương mại quốc tế không chỉ liên quan đến tăng trưởng kinh tế và phát triển kinh tế của các quốc gia mà còn liên quan đến sự phát triển của nền kinh tế thế giới. Vì vậy, nó không chỉ là vấn đề quan tâm nhất của các chính phủ mà còn là một trong những lĩnh vực nghiên cứu chính của ngành thương mại quốc tế.

## PHẦN I CÁC BIỆN PHÁP THUẾ QUAN
## 第一节 关 税 措 施

### Dẫn nhập vào bài 课前导入

Năm 2001, Liên minh các nhà máy đường Nga đã đề xuất với Chính phủ tăng thuế nhập khẩu đường thô ngoài 3,95 triệu tấn đường hạn ngạch, đồng thời đề nghị Chính phủ tăng thuế nhập khẩu đường kính trắng. Liên minh đề xuất tăng thuế nhập khẩu đường thô lên 250 Euro/tấn, trong khi thuế nhập khẩu đường kính trắng sẽ tăng lên 300 Euro/tấn từ năm thứ hai. Liên minh cho biết việc tăng thuế nhập khẩu là nhằm ngăn chặn lượng đường nhập khẩu lớn. Thuế nhập khẩu đường cao hơn đã làm giảm giá đường quốc tế. Năm 1998, xảy ra tình trạng Nga tăng thuế nhập khẩu đường khiến giá đường quốc tế mua bán theo quyền chọn hợp đồng tương lai giảm mạnh.

## Kiến thức chuyên sâu 知识精讲

### 1. Ý nghĩa của thuế quan 关税的含义

Thuế quan là một loại thuế đánh vào hàng hóa xuất nhập khẩu khi vận chuyển qua cửa khẩu của một quốc gia.

Thuế quan giống như các loại thuế nội địa khác, có tính bắt buộc, không hoàn lại và cố định. Bắt buộc có nghĩa là hải quan đánh thuế theo quy định của pháp luật và người nộp thuế phải tuân theo chúng vô điều kiện; không hoàn lại có nghĩa là hải quan đơn phương thu từ người nộp thuế thay mặt cho nhà nước và nhà nước không cần bồi thường bất cứ thứ gì cho người nộp thuế; cố định có nghĩa là thuế quan được hải quan đánh theo các luật và quy định được xác định trước và cả hải quan lẫn người nộp thuế đều không thể thực hiện bất kỳ thay đổi nào theo ý muốn.

Hải quan là cơ quan hành chính quốc gia đặt ở biên giới hải quan, chịu trách nhiệm thực hiện các chính sách, nghị định và quy định liên quan đến xuất nhập khẩu của đất nước. Nhiệm vụ của nó là giám sát và quản lý hàng hóa xuất nhập khẩu, phương tiện vận tải và các mặt hàng khác, thu thuế hải quan và các loại thuế khác, điều tra hàng hóa nhập lậu và tổng hợp số liệu thống kê hải quan. Hải quan cũng có quyền từ chối thông qua, phạt tiền, thậm chí tịch thu hoặc tiêu hủy hàng hóa xuất nhập khẩu không tuân theo quy định của nhà nước.

### 2. Vai trò của thuế quan 关税的作用

**(1) Tác động tích cực của thuế quan 关税的积极作用**

① Bảo vệ chủ quyền và lợi ích kinh tế quốc gia 维护国家主权和经济利益

Nhìn bề ngoài, việc áp dụng thuế quan đối với hàng hóa xuất nhập khẩu dường như chỉ là vấn đề thuế liên quan đến mậu dịch đối ngoại; trên thực tế, việc một quốc gia áp dụng chính sách thuế quan nào liên quan trực tiếp đến chủ quyền và lợi ích kinh tế giữa các quốc gia. Thuế quan đã trở thành một vũ khí quan trọng để các chính phủ bảo vệ các quyền, lợi ích kinh tế và chính trị của chính họ, thậm chí thực hiện các cuộc đấu tranh kinh tế quốc tế. Dựa trên các nguyên tắc bình đẳng, cùng có lợi và ngang hàng, Trung Quốc phấn đấu có đi có lại về thuế quan quốc tế và chống lại sự phân biệt đối xử thuế quan đối với Trung Quốc thông qua việc áp dụng biểu thuế song hành, thúc đẩy giao lưu kinh tế và công nghệ với nước ngoài, mở rộng hợp tác kinh tế đối ngoại.

② Bảo vệ sản xuất và thị trường trong nước 保护本国的生产和市场

Bằng cách áp thuế đối với hàng hóa xuất nhập khẩu, làm tăng giá hàng hóa nhập khẩu và suy yếu khả năng cạnh tranh của hàng hóa nhập khẩu đối với các sản phẩm tương tự trong nước, nhằm bảo vệ sản xuất và thị trường trong nước khỏi các đối thủ cạnh tranh nước ngoài. Đồng thời, sau khi giá hàng hóa nhập khẩu tăng, giá thị trường của các sản phẩm tương tự trong nước cũng sẽ tăng, điều này có thể huy động sự hăng hái sản xuất các mặt hàng tương tự của các nhà sản xuất trong nước. Việc áp thuế đối với các mặt hàng xuất khẩu có thể hạn chế xuất khẩu của họ, tạo điều kiện cho thị trường nội địa được cung ứng đầy đủ, ngăn chặn dòng chảy của nguyên liệu khan hiếm trong nước và bảo vệ nguồn tài nguyên trong nước.

③ Điều tiết nền kinh tế quốc dân và mậu dịch đối ngoại 调节国民经济和对外贸易

Thuế quan là đòn bẩy kinh tế quan trọng của một quốc gia, thông qua mức thuế suất và việc giảm hoặc miễn thuế có thể ảnh hưởng đến quy mô xuất nhập khẩu, có thể điều chỉnh các hoạt động kinh tế của quốc gia. Ví dụ, điều chỉnh mức lợi nhuận của các sản phẩm xuất khẩu và các nhà sản xuất sản phẩm xuất khẩu, có ý thức hướng dẫn sản xuất các sản phẩm khác nhau, điều chỉnh số lượng và cơ cấu hàng hóa xuất nhập khẩu, có thể thúc đẩy sự cân bằng cung cầu hàng hóa trên thị trường nội địa, bảo vệ sự ổn định của giá cả trên thị trường trong nước, v.v.

④ Điều chỉnh sản xuất trong nước, giá cả, cung và cầu thị trường, cũng như thu chi tài chính và ngoại hối 调节国内生产、物价、市场供求以及财政、外汇收支

Sử dụng mức thu hoặc mức giảm thuế suất làm ảnh hưởng đến lợi nhuận của doanh nghiệp, nhà nước có ý thức chỉ đạo sản xuất nhiều mặt hàng và qua đó cải thiện cơ cấu ngành nghề; sử dụng mức thuế suất, mức giảm, mức miễn thuế để điều chỉnh lượng xuất nhập khẩu một số mặt hàng, điều chỉnh giá cả trong nước, đảm bảo cân đối cung cầu trên thị trường trong nước; tăng thuế suất thuế nhập khẩu và giảm phụ thu nhập khẩu, giảm lượng nhập khẩu và chi trả ngoại hối; duy trì cán cân thanh toán quốc tế.

⑤ Nâng cao thu ngân sách nhà nước 筹集国家财政收入

Qua phân tích cơ cấu chế độ thuế của hầu hết các nước trên thế giới, đặc biệt là các nước phát triển, tỷ trọng thu thuế trong tổng thu ngân sách là không lớn và có xu hướng giảm. Tuy nhiên, một số nước đang phát triển, chủ yếu là các nước có nền công nghiệp trong nước kém phát triển, nguồn thuế công thương nghiệp hạn chế, nền kinh tế quốc dân chủ yếu phụ thuộc vào xuất khẩu một loại hoặc một số loại sản phẩm thô và nhiều hàng tiêu dùng trong nước chủ yếu phụ thuộc vào nhập khẩu, thu thuế xuất nhập khẩu vẫn là một trong những nguồn thu quan trọng của họ. Thu thuế quan của Trung Quốc là một phần quan trọng của thu doanh thu ngân sách, thuế quan cung cấp quỹ tài chính đáng kể cho việc xây dựng kinh tế.

**(2) Tác động tiêu cực của thuế quan 关税的消极作用**

① Tăng gánh nặng cho người tiêu dùng 加重消费者的负担

Vì thuế xuất nhập khẩu cuối cùng sẽ được cộng vào giá bán hàng hóa, nên chắc chắn sẽ làm tăng chi tiêu và tăng gánh nặng cho người tiêu dùng.

② Bảo vệ quá mức sẽ dẫn đến bảo vệ ngược 保护过度会造成保护落后

Mặc dù thuế quan có tác dụng bảo hộ sản xuất trong nước nhưng nếu đánh thuế quá cao và bảo hộ quá mức thì các doanh nghiệp liên quan sẽ trở nên lệ thuộc, không muốn tiến bộ, lâu ngày sẽ bị tụt lùi, không thể tham gia cạnh tranh.

③ Dễ làm xấu đi mối quan hệ hữu hảo giữa các đối tác thương mại 容易恶化贸易伙伴间的友好关系

Bảo hộ thuế quan không phù hợp dễ dẫn đến xung đột giữa các đối tác thương mại, dẫn đến việc các đối tác áp dụng các biện pháp trả đũa tương ứng, không có lợi cho việc cải thiện quan hệ thương mại giữa hai bên.

④ Ảnh hưởng đến sự phát triển thương mại xuất khẩu của nước ta 影响本国出口贸易的发展

Bảo hộ thuế quan quá mức cũng sẽ ảnh hưởng đến sự phát triển của thương mại xuất khẩu trong nước. Bởi vì tất cả các quốc gia đều chú ý đến cán cân thương mại, có nhập và xuất, nhập và xuất kết hợp với nhau. Không bên nào có thể chỉ muốn xuất mà không muốn nhập, nếu không thì bên kia cũng sẽ áp dụng mức thuế cao để hạn chế nhập khẩu hàng hóa nước ngoài.

### 3. Các loại thuế quan 关税的种类

**(1) Theo đối tượng thu thuế 按征税对象分**

① Thuế nhập khẩu 进口税

Nó là loại thuế mà hải quan áp dụng đối với hàng hóa nhập khẩu từ nước ngoài.

② Thuế xuất khẩu 出口税

Nó chỉ mức thuế do hải quan áp dụng đối với hàng hóa được xuất khẩu khỏi quốc gia này.

③ Thuế quá cảnh 过境税

Thuế quá cảnh còn được gọi là thuế chuyển qua, là loại thuế do một quốc gia áp dụng đối với hàng hóa nước ngoài được vận chuyển qua lãnh thổ của mình (hoặc biên giới hải quan) đến một quốc gia khác.

**(2) Theo mục đích thu thuế 按征税目的分**

① Thuế quan tài khóa 财政关税

Còn được gọi là biểu thuế thu nhập. Đây là một loại thuế quan được áp dụng với mục đích chính là tăng thu ngân sách tài chính quốc gia.

② Thuế quan bảo hộ 保护关税

Đây là loại thuế được áp dụng với mục đích chính là bảo vệ sự phát triển kinh tế của đất nước. Thuế bảo hộ chủ yếu là thuế nhập khẩu, thuế suất cao hơn.

**(3) Theo tiêu chuẩn thu thuế 按征税标准分**

① Thuế cụ thể 从量税

Thuế cụ thể là loại thuế được tính và áp dụng theo đơn vị đo lường như trọng lượng, số lượng, dung lượng, chiều dài và diện tích của hàng hóa.

Công thức tính số thuế cụ thể là: Tiền thuế = số lượng hàng hóa nhập khẩu × thuế cụ thể trên mỗi đơn vị.

② Thuế giá trị 从价税

Thuế giá trị là loại thuế được tính dựa trên giá của hàng hóa xuất khẩu và nhập khẩu. Thuế suất được biểu thị bằng tỷ lệ phần trăm của giá hàng hóa.

Công thức tính thuế giá trị là: Tiền thuế = trị giá tính thuế của hàng hoá nhập khẩu ×

thuế suất theo giá trị.

③ Thuế hỗn hợp 混合税

Thuế hỗn hợp còn được gọi là thuế tổng hợp, là một phương pháp áp dụng cả thuế cụ thể và thuế giá trị đối với một số mặt hàng xuất nhập khẩu nhất định. Khi áp dụng cụ thể, có hai tình huống: một là lấy thuế cụ thể làm chính đánh thêm thuế giá trị; hai là lấy thuế giá trị làm chính đánh thêm thuế cụ thể.

④ Thuế tùy chọn 选择税

Thuế tùy chọn là loại thuế có cả thuế giá trị và thuế cụ thể đối với một hàng hóa xuất nhập khẩu nhất định, nhưng một trong số chúng được tùy chọn. Thông thường, một loại thuế có số tiền thuế cao hơn được chọn, nhưng cũng có thể chọn loại thuế có số tiền thuế thấp hơn.

**(4) Theo biểu thuế hải quan 按海关税则分**

① Biểu thuế đơn và biểu thuế kép 单式税则和复式税则

Biểu thuế đơn còn được gọi là biểu thuế danh mục, có nghĩa là chỉ có một thuế suất cho một danh mục thuế, được sử dụng cho hàng hóa từ bất kỳ quốc gia nào mà không có sự phân biệt đối xử.

Biểu thuế kép còn được gọi là biểu thuế nhiều cột, có nghĩa là có hai hoặc nhiều mức thuế trong cùng một danh mục thuế và hàng hóa nhập khẩu từ các nước khác nhau bị đánh thuế theo các mức thuế suất khác nhau và thực hiện đối xử đặt biệt. Trong đó, thuế suất thông thường, thuế suất tối huệ quốc, thuế suất hiệp định, thuế suất ưu đãi và thuế suất ưu đãi phổ cập được sắp xếp theo thứ tự giảm dần, trong đó thuế suất thông thường là cao nhất và thuế suất ưu đãi là thấp nhất. Hiện nay, hầu hết các quốc gia đều áp dụng biểu thuế kép, họ áp dụng thuế quan hai cột, ba cột và bốn cột tùy theo nhu cầu của nước mình.

② Biểu thuế độc lập và biểu thuế thỏa thuận 自主税则和协定税则

Biểu thuế độc lập còn được gọi là thuế quan quốc gia, chỉ các loại thuế quan do một quốc gia xây dựng độc lập và không bị ràng buộc bởi các hiệp ước thương mại hoặc thỏa thuận ký với nước ngoài.

Biểu thuế thỏa thuận đề cập đến các mức thuế do một quốc gia và các quốc gia khác xây dựng thông qua đàm phán thương mại, dưới hình thức các thỏa thuận hoặc hiệp định thương mại, thường được áp dụng cho các mặt hàng theo hiệp định. Biểu thuế thỏa thuận là thuế suất được thiết lập thông qua đàm phán thuế quan với các nước khác, do đó nó thấp hơn thuế suất quốc gia.

# PHẦN II CÁC BIỆN PHÁP PHI THUẾ QUAN
# 第二节 非关税措施

## Dẫn nhập vào bài 课前导入

Tháng 4 năm 2020, Liên minh châu Âu đã thông qua Hiệp định Thương mại tự do EU-Việt Nam, trong đó bao gồm các lĩnh vực chính: thương mại hàng hóa, mua sắm chính phủ, sở hữu trí tuệ, quy tắc xuất xứ, hải quan và tạo thuận lợi thương mại, các biện pháp vệ sinh và kiểm dịch thực vật, hàng rào kỹ thuật đối với thương mại, phát triển bền vững, hợp tác và xây dựng năng lực và các vấn đề pháp lý. Ngay sau khi Hiệp định thương mại có hiệu lực, EU đã xóa bỏ khoảng 85,6% thuế nhập khẩu đối với hàng hóa của Việt Nam, Việt Nam xóa bỏ 48,5% thuế quan đối với hàng hóa xuất khẩu của EU và hai nước xóa bỏ hơn 99% thuế xuất khẩu hai chiều trong vòng 7 năm và 10 năm.

## Kiến thức chuyên sâu 知识精讲

### 1. Ý nghĩa và đặc điểm của hàng rào phi thuế quan 非关税壁垒的含义、特点

**(1) Ý nghĩa của hàng rào phi thuế quan 非关税壁垒的含义**

Các biện pháp phi thuế quan hay hàng rào phi thuế quan (Non-tariff Barriers) đề cập đến tất cả các biện pháp hạn chế nhập khẩu ngoại trừ các biện pháp thuế quan liên quan đến các hàng rào thuế quan.

**(2) Đặc điểm của hàng rào phi thuế quan 非关税壁垒的特点**

① Tính linh hoạt 灵活性

Việc xây dựng và thực hiện các hàng rào phi thuế quan thường được thực hiện thông qua các thủ tục hành chính. Việc xây dựng, thay đổi hoặc điều chỉnh nhanh chóng, đơn giản và linh hoạt hơn, thể hiện tính linh hoạt và kịp thời hơn trong các biện pháp hạn chế nhập khẩu. Đồng thời có thể thay đổi các biện pháp hạn chế nhập khẩu theo tình hình thực tế, để đạt được mục đích hạn chế nhập khẩu.

② Tính hiệu quả 有效性

Hàng rào phi thuế quan có thể hạn chế nhập khẩu một cách tuyệt đối, ví dụ: hạn ngạch nhập khẩu được sử dụng để xác định trước số lượng nhập khẩu và số lượng nhập khẩu sẽ bị cấm nếu vượt quá hạn ngạch. Các biện pháp này trực tiếp hơn, có lợi hơn và có mục tiêu trong việc hạn chế nhập khẩu, do đó có hiệu quả tốt hơn.

③ Tính che giấu 隐蔽性

Các biện pháp hàng rào phi thuế quan hoàn toàn khác với thuế quan và các biện pháp của chúng thường không được công bố, hoặc đưa ra các tiêu chuẩn và thủ tục cực kỳ rườm rà và phức tạp, khiến các nhà xuất khẩu khó đối phó và thích ứng. Nó có thể xuất hiện dưới danh nghĩa các yêu cầu kiểm tra hải quan thông thường, hoặc có thể được che giấu một cách tinh vi trong quy trình cụ thể bằng cách mượn các quy định hành chính liên quan và luật, quy định của nước nhập khẩu mà không công khai.

④ Phân biệt đối xử 歧视性

Các hàng rào phi thuế quan mang tính phân biệt đối xử nhiều hơn bằng cách xây dựng các chính sách và biện pháp thương mại khác nhau tương ứng đối với một quốc gia nhất định hoặc một loại hàng hóa nhất định, do đó phân biệt đối xử nhiều hơn.

**(3) Các biện pháp chính của phi thuế quan** 非关税措施的主要措施

① Chế độ hạn ngạch nhập khẩu 进口配额制

Hạn ngạch nhập khẩu còn được gọi là hạn chế nhập khẩu, là hạn ngạch do chính phủ của một quốc gia quy định về số lượng hoặc kim ngạch nhập khẩu của một loại hàng hóa nhất định trong một thời hạn nhất định (như một quý, nửa năm hoặc một năm), hàng hóa trong hạn ngạch quy định được nhập khẩu và hàng hóa nhập khẩu vượt quá hạn ngạch không được phép nhập khẩu, hoặc mặc dù nhập khẩu không hoàn toàn bị cấm nhưng sẽ bị đánh thuế hoặc phạt cao hơn.

② Hạn ngạch tuyệt đối (Absolute Quotas) 绝对配额

Hạn ngạch tuyệt đối có nghĩa là một quốc gia quy định mức tối đa cho số lượng hoặc kim ngạch nhập khẩu của một loại hàng hóa nhất định trong một khoảng thời gian nhất định. Sau khi đạt đến số lượng này, hàng hóa đó không được phép nhập khẩu. Theo cách thức thực hiện, hạn ngạch tuyệt đối có thể chia thành ba loại: hạn ngạch toàn cầu, hạn ngạch quốc gia và hạn ngạch nhà nhập khẩu.

♦ Hạn ngạch toàn cầu (Global Quotas) 全球配额

Hạn ngạch toàn cầu là hạn ngạch tuyệt đối trên toàn thế giới và được áp dụng cho hàng hóa ở bất kỳ quốc gia, khu vực nào. Cơ quan có thẩm quyền thường cấp một hạn ngạch nhất định theo đơn đặt hàng của nhà nhập khẩu hoặc giá trị nhập khẩu thực tế của một thời kỳ nhất định trong quá khứ cho đến khi hết hạn ngạch, nếu vượt quá tổng hạn ngạch sẽ không được phép nhập khẩu. Do đó, hạn ngạch toàn cầu tập trung vào số lượng hoặc giá trị hàng nhập khẩu chứ không phải xuất xứ của sản phẩm.

♦ Hạn ngạch quốc gia (Country Quotas) 国别配额

Hạn ngạch quốc gia còn được gọi là hạn ngạch chọn lọc, là hạn ngạch cố định được phân bổ theo quốc gia hoặc khu vực trong tổng hạn ngạch, hàng nhập khẩu vượt quá hạn ngạch đã chỉ định sẽ không được phép nhập khẩu. Để phân biệt hàng hóa của các quốc gia hoặc khu vực khác nhau, nhà nhập khẩu phải nộp Giấy chứng nhận xuất xứ. Do đó, các nước nhập khẩu có thể thực hiện hiệu quả các chính sách kinh tế và thương mại của từng quốc gia thông qua hạn ngạch dành riêng cho từng quốc gia, tức là các quốc gia nhập khẩu có thể phân bổ hạn ngạch theo quan hệ kinh tế và chính trị của mình đối với các quốc gia hoặc khu vực có liên quan.

♦ Hạn ngạch nhà nhập khẩu (Importer Quotas) 进口商配额

Hạn ngạch nhà nhập khẩu là hạn ngạch áp dụng đối với một số nhà nhập khẩu nhất định. Để củng cố vị trí độc quyền của tư bản độc quyền trong ngoại thương và kiểm soát hơn nữa việc nhập khẩu một số mặt hàng, nước nhập khẩu phân bổ hạn ngạch nhập khẩu một số mặt hàng cho một số nhà nhập khẩu.

③ Hạn ngạch thuế quan (Tariff Quotas) 关税配额

Hạn ngạch thuế quan là sự kết hợp giữa thuế quan và hạn ngạch nhập khẩu để hạn chế nhập khẩu. Nó không áp đặt bất kỳ hạn chế nào đối với số lượng hàng hóa tuyệt đối, nhưng đưa ra mức thuế thấp, giảm hoặc miễn thuế đối với hàng hóa nhập khẩu trong một khoảng thời gian nhất định và trong hạn ngạch thuế quan cụ thể, đồng thời áp đặt mức thuế cao hơn, thuế bổ sung hoặc phạt tiền đối với hàng hóa nhập khẩu vượt quá hạn ngạch. Theo nguồn hàng có thể chia thành hạn ngạch thuế quan toàn cầu và hạn ngạch thuế quan quốc gia, theo tính chất ưu đãi của thuế quan có thể chia thành hạn ngạch thuế quan ưu đãi và hạn ngạch thuế quan không ưu đãi.

♦ Hạn ngạch thuế quan ưu đãi 优惠性关税配额

Hạn ngạch thuế quan ưu đãi là cung cấp các nhượng bộ thuế quan tương đối lớn, thậm chí miễn thuế đối với hàng hóa nhập khẩu trong hạn ngạch thuế quan, nhập khẩu vượt quá hạn ngạch phải chịu mức thuế tối huệ quốc ban đầu. Đây là trường hợp của các hạn ngạch thuế quan được EU thông qua khi thực hiện hạn ngạch thuế quan.

♦ Hạn ngạch thuế quan không ưu đãi 非优惠性关税配额

Hạn ngạch thuế quan không ưu đãi là thuế nhập khẩu thông thường ban đầu áp dụng cho hàng hóa nhập khẩu trong hạn ngạch thuế quan. Thông thường được áp dụng theo tỷ lệ tối huệ quốc, đối với phần vượt quá hạn ngạch thuế quan sẽ áp dụng khoản thuế phụ thu hoặc phạt nhập khẩu cao hơn.

### 2. Chế độ hạn ngạch xuất khẩu tự động 自动出口配额制

Ý nghĩa của chế độ hạn ngạch xuất khẩu tự động: Chế độ hạn ngạch xuất khẩu tự động còn được gọi là hạn chế xuất khẩu tự động, được gọi tắt là "Tự hạn chế", cũng là một phương tiện hạn chế nhập khẩu. Cái gọi là chế độ hạn ngạch xuất khẩu tự động là việc nước xuất khẩu "tự động" quy định hạn ngạch xuất khẩu một mặt hàng nhất định cho nước nhập khẩu trong một khoảng thời gian nhất định theo yêu cầu hoặc sức ép của nước nhập khẩu, tự mình kiểm soát việc xuất khẩu trong hạn ngạch giới hạn, nếu vượt quá hạn ngạch thì việc xuất khẩu sẽ bị cấm.

**Phân loại chế độ hạn ngạch xuất khẩu tự động** 自动出口配额制的分类

**(1) Chế độ hạn ngạch xuất khẩu tự động đơn phương** 单方自动出口配额制

Chế độ hạn ngạch xuất khẩu tự động đơn phương có nghĩa là quốc gia xuất khẩu đơn phương đặt hạn ngạch hoặc giá xuất khẩu cho một quốc gia nhất định để hạn chế xuất khẩu của mình. Xuất khẩu chỉ có thể được thực hiện sau khi có giấy phép xuất khẩu và một số được điều chỉnh bởi các nhà xuất khẩu hoặc hiệp hội thương mại của nước xuất khẩu theo ý định chính sách của chính phủ.

**(2) Chế độ hạn ngạch xuất khẩu tự động theo thỏa thuận** 协议自动出口配额制

Chế độ hạn ngạch xuất khẩu tự động theo thỏa thuận đề cập đến việc ký kết *Thỏa thuận tự hạn chế* (Self-restriction Agreement) hoặc *Thỏa thuận tiếp thị có trật tự* (Orderly Marketing-Agreement) giữa nước xuất khẩu và nước nhập khẩu thông qua đàm phán. Trong thời gian có hiệu lực của hiệp định, hạn ngạch xuất khẩu của một mặt hàng nhất định được quy định, nước xuất khẩu thực hiện chế độ giấy phép xuất khẩu hoặc chế độ thị thực hạn ngạch xuất khẩu (Export Visa) theo hạn ngạch này, hạn ngạch này sẽ tự động hạn chế xuất khẩu, nước nhập khẩu thực hiện giám sát, kiểm tra theo thống kê của cơ quan hải quan.

### 3. Chế độ giấy phép nhập khẩu 进口许可证制

**Ý nghĩa của chế độ giấy phép nhập khẩu 进口许可证制的含义**

Chế độ giấy phép nhập khẩu (Import License System) chỉ các biện pháp nhà nước quy định rằng việc nhập khẩu một số mặt hàng nhất định phải được phê duyệt và cấp phép trước khi chúng có thể được nhập khẩu. Tất cả các mặt hàng thuộc diện quản lý bằng giấy phép sẽ không được nhập khẩu nếu không có giấy phép, thường được sử dụng kết hợp với kiểm soát hạn ngạch và ngoại hối. Giấy phép nhập khẩu được thực hiện như một phương tiện hành chính, nó có các đặc điểm là đơn giản, dễ vận hành, tác dụng nhanh, hiệu quả hơn các biện pháp bảo hộ thuế quan nên đã trở thành phương tiện hữu hiệu để các nước giám sát và quản lý thương mại nhập khẩu.

**Phân loại giấy phép nhập khẩu 进口许可证的分类**

Theo mối quan hệ giữa giấy phép nhập khẩu và hạn ngạch nhập khẩu, giấy phép nhập khẩu được chia thành hai loại:

♦ ***Giấy phép nhập khẩu có hạn ngạch:*** tức là các cơ quan có liên quan của một quốc gia quy định trước hạn ngạch nhập khẩu cho một số mặt hàng nhất định, sau đó trong giới hạn hạn ngạch, cấp giấy phép phù hợp cho từng mặt hàng nhập khẩu theo đơn của nhà nhập khẩu, khi nhập khẩu sử dụng hết hạn ngạch thì không cấp giấy phép nhập khẩu nữa.

♦ ***Giấy phép nhập khẩu không hạn ngạch:*** tức là giấy phép nhập khẩu không kết hợp với hạn ngạch nhập khẩu và các cơ quan chức năng của quốc gia có liên quan không thông báo trước hạn ngạch nhập khẩu, quyết định một mặt hàng nhất định trên cơ sở xem xét của từng cá nhân, đơn của nhà nhập khẩu có cấp giấy phép nhập khẩu hay không. Vì không có tiêu chuẩn nào được công bố cho việc xem xét cá nhân này, nên có thể đóng một vai trò lớn hơn trong việc hạn chế nhập khẩu.

Dưới góc độ cấp giấy phép của hàng hóa nhập khẩu, giấy phép nhập khẩu nói chung có thể chia thành hai loại:

♦ ***Giấy phép chung công cộng:*** còn được gọi là giấy phép công cộng hoặc giấy phép chung. Nó không có hạn chế đối với các quốc gia nhập khẩu và bất kỳ mặt hàng nào được liệt kê dưới dạng giấy phép chung mở, các nhà nhập khẩu được phép nhập khẩu chỉ cần hoàn thành một giấy phép chung. Vì vậy, hàng hóa này thực chất là hàng hóa "nhập khẩu tự do".

♦ ***Giấy phép nhập khẩu đặc biệt:*** nhà nhập khẩu phải nộp đơn cho các cơ quan chính phủ liên quan và chỉ có thể nhập khẩu sau khi các cơ quan chính phủ liên quan kiểm tra và phê duyệt từng mặt hàng. Hầu hết các giấy phép nhập khẩu này đều ghi rõ quốc gia nhập khẩu. Để phân biệt hàng hóa nhập khẩu theo hai loại giấy phép này, các cơ quan liên quan thường công bố danh mục hàng hóa định kỳ và điều chỉnh bất cứ lúc nào nếu cần.

**4. Kiểm soát ngoại hối** 外汇管制

**Ý nghĩa của kiểm soát ngoại hối** 外汇管制的含义

Kiểm soát ngoại hối (Foreign Exchange Control) là chế độ trong đó chính phủ của một quốc gia áp đặt các hạn chế đối với việc thu và chi, quyết toán, kinh doanh và sử dụng ngoại hối theo các nghị định, nhằm cân bằng cán cân thanh toán quốc tế và duy trì tỷ giá hối đoái của đồng tiền của quốc gia đó. Tại nước thực hiện quản lý ngoại hối, nhà xuất khẩu phải bán ngoại hối thu được từ hàng xuất khẩu cho cơ quan quản lý ngoại hối theo tỷ giá hối đoái chính thức; nhà nhập khẩu cũng phải đăng ký mua ngoại hối tại cơ quan quản lý ngoại hối, đại lý theo tỷ giá hối đoái chính thức. Một số quốc gia thường kết hợp kiểm soát ngoại hối với chế độ giấy phép nhập khẩu và chế độ hạn ngạch nhập khẩu.

**Phân loại các biện pháp kiểm soát ngoại hối** 外汇管制的分类

① Kiểm soát số lượng ngoại hối 数量性外汇管制

Kiểm soát số lượng ngoại hối định lượng là việc cơ quan quản lý ngoại hối nhà nước hạn chế và phân phối trực tiếp số lượng kinh doanh ngoại hối nhằm tập trung thu nhập ngoại hối, kiểm soát chi ngoại hối và thực hiện phân phối ngoại hối sao cho đạt được mục đích hạn chế chủng loại, số lượng và quốc gia của các mặt hàng nhập khẩu. Khi một số quốc gia thực hiện kiểm soát ngoại hối định lượng, người ta thường quy định rằng các nhà nhập khẩu phải có giấy phép nhập khẩu trước khi họ có thể có được lượng ngoại hối cần thiết.

② Kiểm soát chi phí ngoại hối 成本性外汇管制

Kiểm soát chi phí ngoại hối là việc cơ quan quản lý ngoại hối quốc gia thực hiện nhiều chế độ tỷ giá hối đoái kép cho các giao dịch ngoại hối và sử dụng chênh lệch chi phí giao dịch ngoại hối để tác động gián tiếp đến việc xuất nhập khẩu các mặt hàng khác nhau.

Cái gọi là chế độ tỷ giá hối đoái kép có nghĩa là không chỉ có một tỷ giá hối đoái của đồng tiền đối với một quốc gia, mà có hai hoặc nhiều tỷ giá hối đoái. Mục đích của nó là sử dụng chênh lệch tỷ giá hối đoái để hạn chế và khuyến khích nhập khẩu hoặc xuất khẩu một số mặt hàng nhất định. Việc thực hiện chế độ tỷ giá hối đoái kép khác nhau giữa các quốc gia, nhưng các nguyên tắc chính nhìn chung là giống nhau. Về nhập khẩu: đối với nguyên liệu, máy móc, thiết bị quan trọng, nhu yếu phẩm trong nước thiếu hoặc không sản xuất được thì áp dụng tỷ giá có lợi hơn; chỉ áp dụng tỷ giá bất lợi nhất đối với mặt hàng không thiết yếu.

③ Kiểm soát ngoại hối hỗn hợp 混合性外汇管制

Kiểm soát ngoại hối hỗn hợp là việc sử dụng đồng thời kiểm soát số lượng và chi phí ngoại hối, thực hiện kiểm soát ngoại hối chặt chẽ hơn để ảnh hưởng đến việc kiểm soát xuất nhập khẩu hàng hóa. Mức độ chặt chẽ của việc kiểm soát ngoại hối của một quốc gia chủ yếu phụ thuộc vào nền kinh tế, thương mại, tài chính và cán cân thanh toán của quốc gia đó. Kể từ sau nửa sau những năm 1950, các nước công nghiệp phát triển đã dần nới lỏng kiểm soát ngoại hối và thực hiện chuyển đổi tiền tệ tự do.

**5. Giới hạn giá nhập khẩu tối thiểu 最低进口限价**

Chính phủ của một quốc gia quy định giá nhập khẩu tối thiểu của một loại hàng hóa nào đó, khi giá hàng hóa nhập khẩu thấp hơn giá tối thiểu thì sẽ áp dụng phụ thu nhập khẩu, thậm chí cấm nhập khẩu.

**6. Chế độ tiền cọc nhập khẩu 进口押金制**

Chế độ tiền cọc nhập khẩu còn được gọi là chế độ ký quỹ nhập khẩu. Theo chế độ này, khi nhập khẩu hàng hóa, người nhập khẩu phải gửi một khoản tiền mặt theo tỷ lệ nhất định của số tiền nhập khẩu mà không tính lãi vào một ngân hàng được chỉ định để được phép nhập khẩu. Tiền ký quỹ được trả lại cho nhà nhập khẩu sau một thời gian nhất định. Cách làm này làm tăng chi phí nhập khẩu của nhà nhập khẩu, ảnh hưởng đến vòng quay vốn của nhà nhập khẩu, do đó có vai trò hạn chế nhập khẩu.

**7. Định giá hải quan tùy tiện 海关估价**

Định giá hải quan là việc cơ quan hải quan theo quy định của quốc gia có liên quan xem xét giá hàng hóa nhập khẩu đã khai báo để xác định hoặc đánh giá trị giá tính thuế. Tùy tiện xác định trị giá hải quan là việc một số nước không áp dụng phương pháp xác định trị giá hải quan thông thường mà tự ý tăng trị giá hải quan đối với một số mặt hàng nhập khẩu, nhằm tăng gánh nặng thuế quan đối với hàng hóa nhập khẩu và cản trở việc nhập khẩu hàng hóa. Ví dụ, "Hệ thống giá bán của Mỹ" được Hải quan Mỹ áp dụng cho một hàng hóa nhập khẩu nhất định là một ví dụ điển hình của việc định giá hải quan tùy tiện như vậy. Theo phương pháp xác định trị giá hải quan thông thường, trị giá giao dịch thực tế nhập khẩu của hàng hóa nhập khẩu được lấy làm căn cứ để xác định trị giá hải quan. Tuy nhiên, đối với một số hóa chất và giày dép, Mỹ sử dụng giá bán buôn nội địa của họ, cao hơn nhiều so với giá giao dịch nhập khẩu để làm cơ sở xác định trị giá tính thuế. Do đó, mặc dù thuế suất nhập khẩu mặt hàng này không thay đổi nhưng số thuế thực tế lại tăng lên rất nhiều, nhằm hạn chế nhập khẩu, bảo vệ thị trường trong nước.

**8. Hàng rào kỹ thuật trong thương mại 贸易技术壁垒**

Hàng rào kỹ thuật trong thương mại đề cập đến việc các nước nhập khẩu sử dụng có ý thức các tiêu chuẩn kỹ thuật sản phẩm phức tạp và khắc nghiệt, các quy định về sức khỏe và kiểm dịch, các quy định về đóng gói và ghi nhãn hàng hóa của các nước nhập khẩu để hạn chế nhập khẩu hàng hóa. Nhiều nước tư bản thường áp đặt các tiêu chuẩn kỹ thuật vô cùng phức tạp và khắt khe đối với việc nhập khẩu một số sản phẩm đã sản xuất. Hàng hóa nhập khẩu phải đáp ứng các tiêu chí này trước khi được phép nhập khẩu, một số trong số đó thường đặc trưng cho một số quốc gia nhất định. Một số quốc gia cũng sử dụng rộng rãi các quy định về sức khỏe và kiểm dịch để hạn chế nhập khẩu hàng hóa. Ngày càng có nhiều mặt hàng bắt buộc phải kiểm dịch y tế và các quy định ngày càng trở nên nghiêm ngặt hơn. Ngoài ra, các quy định về bao bì, nhãn mác đối với việc kinh doanh hàng hóa cũng có nhiều quy định phức tạp về nội dung và phức tạp về thủ tục, các nhà nhập khẩu phải tuân thủ các quy định này, nếu không sẽ không được phép nhập khẩu hoặc bị cấm bán trên thị trường.

Tóm lại, các biện pháp này thường được xây dựng vì lý do đảm bảo chất lượng, an toàn và sức khỏe của người tiêu dùng. Tuy nhiên, do có nhiều danh mục, các quy định phức tạp và thường xuyên thay đổi, các sản phẩm nước ngoài thường khó thích ứng, nên có thể đóng vai trò hạn chế nhập khẩu hàng hóa nước ngoài.

**9. Hàn rào xanh trong thương mại** 绿色贸易壁垒

Hàng rào xanh trong thương mại đề cập đến việc một quốc gia hạn chế nhập khẩu các sản phẩm nước ngoài bằng cách xây dựng các tiêu chuẩn bảo vệ môi trường khắc nghiệt với danh nghĩa bảo vệ các nguồn tài nguyên có hạn, môi trường sinh thái và sức khỏe con người.

Trước những vấn đề môi trường ngày càng nghiêm trọng, các nước đều nhận thức sâu sắc tầm quan trọng của việc duy trì cân bằng sinh thái và bảo vệ môi trường, đã ký kết các công ước quốc tế về môi trường, các điều khoản về môi trường trong hiệp định WTO, hàng loạt tiêu chuẩn hệ thống quản lý môi trường quốc tế (ISO 14000), nhãn hiệu xanh, môi trường trong nước và các quy định thương mại của nước nhập khẩu, các biện pháp bảo vệ môi trường như tiêu chuẩn kỹ thuật, môi trường của nước nhập khẩu để bảo vệ môi trường.

(1) Hàng rào xanh dưới dạng "Nhãn hiệu bảo vệ môi trường". Nhãn hiệu môi trường còn được gọi là nhãn hiệu xanh, nhãn hiệu sinh thái. Nó đề cập đến việc sử dụng hình ảnh trên sản phẩm hoặc bao bì để chỉ ra rằng sản phẩm đáp ứng các yêu cầu bảo vệ môi trường từ quá trình nghiên cứu chế tạo, sản xuất, sử dụng, tiêu dùng và thải bỏ, đồng thời không gây hại đến môi trường sinh thái và sức khỏe con người. Những nhãn hiệu điển hình hơn là "Blue Angel" ở Đức, "Ecological Mark" ở Nhật Bản, UL và "Chữ Thập Xanh" ở Hoa Kỳ, "ECP" ở Canada.

(2) Hàng rào xanh dưới dạng "bao bì thân thiện với môi trường". Chế độ bao bì bảo vệ môi trường yêu cầu bao bì phải tiết kiệm năng lượng, giảm thiểu chất thải, dễ tái chế, tái sử dụng hoặc tái sinh sau khi sử dụng, dễ phân hủy tự nhiên, không gây ô nhiễm môi trường. Như "Phát lệnh xử lý chất thải bao bì của Đức" ở Đức, "Điều lệ thu hồi" và "Dự luật Sửa đổi điều kiện loại bỏ chất thải" của Nhật Bản.

(3) Hàng rào xanh dưới hình thức kiểm dịch y tế xanh. Chế độ kiểm dịch xanh đề cập đến các tiêu chuẩn an toàn và vệ sinh ngày càng nghiêm ngặt đối với thực phẩm v.v. ở các nước phát triển trong quá trình kiểm tra và kiểm dịch thông quan, đặc biệt là kiểm dịch chặt chẽ dư lượng thuốc trừ sâu, dư lượng phóng xạ, hàm lượng kim loại nặng và các chỉ số khác, nhằm ngăn chặn hàng hóa quá mức từ việc thâm nhập thị trường trong nước.

(4) Hàng rào xanh dưới dạng các tiêu chuẩn bảo vệ môi trường xanh. Các tiêu chuẩn môi trường khác nhau chủ yếu được đưa ra trong các hiệp định, quy định, công nghệ, công ước và chế độ quốc tế. Các tiêu chuẩn này về cơ bản không phải là hàng rào xanh trong thương mại, mà người tạo ra chúng chủ yếu là các nước phát triển và các quy định của chúng dựa trên trình độ công nghệ tiên tiến của các nước phát triển, phản ánh lợi ích môi trường của

các nước phát triển, do đó chắc chắn sẽ hạn chế xuất khẩu các sản phẩm từ các nước đang phát triển, vốn có thể trở thành một rào cản thương mại trá hình, chẳng hạn như "Chỉ thị xanh kép" của EU.

## PHẦN III CÁC BIỆN PHÁP KHUYẾN KHÍCH XUẤT KHẨU VÀ KIỂM SOÁT XUẤT KHẨU

## 第三节 鼓励出口和出口控制的措施

### Dẫn nhập vào bài 课前导入

Vào ngày 04/4/2006, Cục Thương mại thành phố Bắc Kinh đã công bố tại hội nghị xuất nhập khẩu hàng năm của mình rằng sẽ mở rộng chức năng logistics cho Khu chế xuất Thiên Trúc thuộc quận Thuận Nghĩa, thành phố Bắc Kinh. Đồng thời, sẽ xây dựng trung tâm logistics ngoại quan sân bay và đấu thầu trung tâm logistics ngoại quan Khu Phát triển Kinh tế Bắc Kinh (Diệc Trang).

Điều này chắc chắn sẽ tạo điều kiện thuận lợi cho việc mở rộng dần dần của chuỗi chế biến của các doanh nghiệp nước ngoài lớn ở Bắc Kinh, phát triển thương mại chế biến trong bối cảnh mức độ gia công trong nước ở Trung Quốc tăng dần, việc bổ sung nhiều nguyên liệu thô trong nước cho toàn bộ chuỗi thương mại chế biến.

Sau khi hoàn thành Trung tâm logistics ngoại quan Bắc Kinh, các doanh nghiệp chế biến đồng bộ ở đây có thể trực tiếp thực hiện việc "hoàn thuế xuất khẩu" tại Bắc Kinh và thực hiện việc chuyển tiếp các sản phẩm chế biến sâu.

### Kiến thức chuyên sâu 知识精讲

#### 1. Các biện pháp khuyến khích xuất khẩu và kiểm soát xuất khẩu 鼓励出口和管制出口措施

**(1) Tín dụng xuất khẩu** 出口信贷

Tín dụng xuất khẩu là khoản vay do ngân hàng của một nước (ngân hàng của nước xuất khẩu) cho vay nhằm khuyến khích xuất khẩu hàng hoá và tăng cường khả năng cạnh tranh của hàng hoá đối với nhà xuất khẩu trong nước hoặc nhà nhập khẩu nước ngoài. Đây là phương tiện quan trọng để các nhà xuất khẩu của một nước sử dụng vốn vay của chính ngân hàng nước mình để mở rộng xuất khẩu hàng hoá, đặc biệt là xuất khẩu thiết bị trọn gói và công cụ vận tải với số lượng lớn, chu kỳ sản xuất dài. Nó có thể chia thành hai loại:

① Tín dụng của người bán: Đây là khoản vay do ngân hàng của bên xuất cung cấp cho người xuất khẩu (tức là người bán). Đây là cách để ngân hàng của nước xuất khẩu tài trợ trực tiếp cho việc nhà xuất khẩu cung cấp các khoản trả chậm cho nhà nhập khẩu nước ngoài nhằm tạo điều kiện thuận lợi cho việc xuất khẩu hàng hoá.

② Tín dụng của người mua: Đây là khoản vay do ngân hàng của người xuất khẩu cung cấp cho người nhập khẩu (tức là người mua) hoặc ngân hàng của người nhập khẩu, điều kiện được vay là người đi vay phải sử dụng tiền vay để mua hàng hóa của nước cho vay, nghĩa là việc cung cấp khoản vay và việc xuất khẩu hàng hóa được liên kết trực tiếp với nhau, vì vậy nó là một khoản vay mang tính ràng buộc.

Điểm chung của tín dụng người bán và tín dụng người mua là người cho vay là một ngân hàng nào đó ở nước xuất khẩu, đó là một biện pháp của nước xuất khẩu để khuyến khích xuất khẩu; điểm khác nhau: Đối tượng cho vay của tín dụng người bán là người xuất khẩu (người bán), đối tượng cho vay của tín dụng người mua là người nhập khẩu (người mua) hoặc ngân hàng của người nhập khẩu.

Chế độ bảo lãnh quốc gia đối với tín dụng xuất khẩu là để mở rộng xuất khẩu, quốc gia này bảo lãnh khoản tín dụng do nhà xuất khẩu hoặc doanh nghiệp trong nước cung cấp cho nhà nhập khẩu nước ngoài bằng một cơ quan đặc biệt do nhà nước thành lập. Khi con nợ nước ngoài từ chối thanh toán thì cơ quan nhà nước này bồi thường theo số tiền được bảo hiểm.

**(2) Thời hạn và chi phí bảo lãnh** 担保期限与费用

Để mở rộng xuất khẩu, nhà nước cấp tín dụng cho các nhà nhập khẩu nước ngoài hoặc ngân hàng từ các nhà xuất khẩu trong nước hoặc các ngân hàng thương mại, nhà nước thành lập cơ quan đặc biệt để bảo lãnh. Khi con nợ nước ngoài không thể thanh toán, thì tổ chức này sẽ bồi thường theo số tiền được bảo hiểm.

**Nội dung chính của chế độ bảo lãnh quốc gia đối với tín dụng xuất khẩu** 出口信贷国家担保制的主要内容

① Các hạng mục và số tiền bảo lãnh

♦ Các hạng mục được bảo lãnh: rủi ro chính trị, rủi ro kinh tế

♦ Số tiền được bảo lãnh: thường là 70%-85% số tiền hợp đồng, thậm chí 100%

② Đối tượng bảo lãnh

♦ Bảo lãnh cho nhà xuất khẩu

♦ Bảo lãnh trực tiếp cho ngân hàng

③ Thời hạn và chi phí bảo lãnh

♦ Ngắn hạn (khoảng sáu tháng)

♦ Trung và dài hạn (hai đến mười lăm năm hoặc hai mươi năm), chi phí thấp, tức là tỷ lệ bảo hiểm nói chung là thấp

**(3) Trợ cấp xuất khẩu** 出口补贴

Để giảm giá hàng hóa xuất khẩu và tăng cường khả năng cạnh tranh của chúng trên thị trường nước ngoài, chính phủ của nước xuất khẩu cung cấp trợ cấp khi xuất khẩu một mặt hàng nhất định.

Có hai loại trợ cấp xuất khẩu: trợ cấp trực tiếp và trợ cấp gián tiếp:

① Trợ cấp trực tiếp (Direct Subsidies) là khoản trợ cấp bằng tiền mặt do chính phủ hoặc hiệp hội thương mại của một quốc gia trả trực tiếp cho nhà xuất khẩu của nước này hoặc ngành khi xuất khẩu một mặt hàng nhất định.

② Trợ cấp gián tiếp (Indirect Subsidies) đề cập đến ưu đãi tài chính do chính phủ đưa ra đối với một số mặt hàng xuất khẩu. Ví dụ nhà xuất khẩu được ưu đãi giảm, miễn thuế xuất khẩu, thuế nội địa; đối với nguyên liệu, bán thành phẩm nhập khẩu, thành phẩm gia công, tái xuất, được tạm miễn thuế nhập khẩu, hoàn thuế nhập khẩu khi xuất khẩu; hoãn thuế, giảm chi phí vận chuyển, cho vay lãi suất thấp, v.v.

**(4) Bán phá giá** 倾销

Ý nghĩa của bán phá giá

Bán phá giá hàng hoá (Dumping) chỉ các doanh nghiệp lớn ở các nước tư bản với điều kiện kiểm soát thị trường trong nước, với giá thấp hơn thị trường trong nước, thậm chí thấp hơn giá thành sản xuất hàng hoá, bán phá giá ở thị trường nước ngoài, chống lại các hàng rào đối thủ cạnh tranh để chiếm thị trường.

① Hình thức bán phá giá

Theo mục đích cụ thể của việc bán phá giá, bán phá giá hàng hóa được chia thành ba hình thức: bán phá giá ngẫu nhiên, bán phá giá không liên tục và bán phá giá liên tục.

♦ Bán phá giá ngẫu nhiên

Bán phá giá ngẫu nhiên thường đề cập đến việc bán ở thị trường nước ngoài với giá thấp hơn do mùa bán hàng cao điểm ở thị trường nội địa đã qua, hoặc công ty chuyển sang các mặt hàng tồn đọng khác khó bán ở thị trường trong nước.

Do thời hạn ngắn và số lượng bán phá giá nhỏ, nó không có tác động tiêu cực đặc biệt lớn đến cùng ngành của nước nhập khẩu và người tiêu dùng ở nước nhập khẩu được hưởng lợi thay thế và có được hàng hóa giá rẻ. Do vậy, nước nhập khẩu nói chung không áp dụng các biện pháp chống bán phá giá đối với việc bán phá giá ngẫu nhiên như vậy.

♦ Bán phá giá không liên tục

Bán phá giá không liên tục là việc bán ra thị trường nước ngoài với giá thấp hơn giá trong nước hoặc thấp hơn giá vốn nhằm mục đích tấn công đối thủ cạnh tranh và hình thành độc quyền.

Sau khi đánh bại tất cả hoặc hầu hết các đối thủ cạnh tranh, sử dụng sức mạnh độc quyền để tăng giá nhằm thu được lợi nhuận độc quyền cao. Hình thức bán phá giá này vi phạm nguyên tắc cạnh tranh bình đẳng và phá hoại trật tự kinh tế và thương mại quốc tế, do đó nó bị hạn chế bởi luật chống bán phá giá của các nước.

♦ Bán phá giá liên tục

Bán phá giá liên tục là việc bán hàng hóa liên tục và vô thời hạn ở thị trường nước ngoài với giá thấp hơn thị trường trong nước.

② Bồi thường bán phá giá

Bán phá giá với giá thấp hơn giá thông thường ở thị trường trong nước, thậm chí thấp hơn giá thành sản xuất. Có ba phương thức bồi thường: Định giá chênh lệch trong và ngoài nước, duy trì mức giá cao độc quyền trong nước; trợ cấp của cơ quan nhà nước; sau khi chiếm thị trường ở nước ngoài, hãy nâng giá lên để bù lỗ.

③ Lý do thực hiện bán phá giá hàng hóa

Nguyên nhân dẫn đến việc thực hiện bán phá giá hàng hóa là do thanh lý kho bãi, hàng hóa trong nước tồn đọng nhiều cần thanh lý nên hàng hóa tồn đọng bán với giá thấp; để chống lại đối thủ cạnh tranh, ép đối thủ ra khỏi thị trường nước ngoài với giá rẻ; phát triển thị trường: khi mở cửa và gia nhập thị trường mới, dễ dàng thâm nhập và có chỗ đứng với giá rẻ; nhằm chiếm lợi thế độc quyền, hoàn toàn chiếm lĩnh và độc quyền thị trường với giá thấp nhất rồi nâng giá lên.

**(5) Biện pháp đặc khu kinh tế** 经济特区措施

Đặc khu kinh tế là một biện pháp quan trọng được một số quốc gia hoặc khu vực thực hiện nhằm thúc đẩy sự phát triển kinh tế và ngoại thương. Cái gọi là đặc khu kinh tế đề cập đến một phạm vi nhất định được phân định bởi một quốc gia hoặc khu vực trong biên giới quốc gia và bên ngoài biên giới hải quan, xây dựng các hạ tầng cơ sở như giao thông vận tải, thông tin liên lạc, lưu trữ và các hạ tầng khác, thực hiện thuế quan ưu đãi để thu hút các doanh nghiệp nước ngoài, hình thành một khu vực hoạt động kinh doanh như thương mại và công nghiệp chế xuất (chiếm hơn 40% tổng thương mại thế giới).

**(6) Cảng tự do (Free Port) hoặc Khu mậu dịch tự do (Free Trade Zone)** 自由港或自由贸易区

Cảng tự do, còn được gọi là cửa khẩu tự do, thường nằm trong cảng hoặc khu vực cảng; khu thương mại tự do, còn được gọi là khu tự do hoặc khu thương mại đối ngoại, thường nằm ở các khu vực liền kề với cảng hoặc khu vực cảng của cảng. Ngoại trừ tên gọi và vị trí địa lý hơi khác nhau, các cảng tự do và khu mậu dịch tự do về cơ bản giống nhau về tính chất, đặc điểm, chức năng nên nhìn chung người ta gộp chung vào một loại.

Nhìn chung, có hai loại cảng tự do và khu mậu dịch tự do: một là phân loại toàn bộ cảng hoặc thành phố nơi có khu vực này thành cảng tự do hoặc khu thương mại tự do, chẳng hạn như toàn bộ Hồng Kông là cảng tự do. Ở Hồng Kông, ngoại trừ các mặt hàng riêng lẻ, đại đa số các mặt hàng có thể được tự do xuất nhập khẩu mà không phải chịu thuế hải quan. Thậm chí bất kỳ doanh nhân nước ngoài nào cũng được phép đặt nhà máy ở đó. Xin-ga-po cũng vậy. Cách còn lại là chỉ định một phần của cảng hoặc một khu vực của thành phố sở tại làm cảng tự do hoặc khu thương mại tự do. Ví dụ, Khu mậu dịch tự do Hamburg trước đây (đã bị bãi bỏ vào ngày 01/01/2013) chỉ xếp một phần của thành phố Hamburg là khu tự do, Khu mậu dịch tự do này nằm ở trung tâm của khu cảng, hàng ngoại chỉ được miễn thuế và hưởng các ưu đãi khác khi vận chuyển vào khu vực, không chịu sự giám sát của hải quan.

**(7) Khu ngoại quan (Bonded Area)** 保税区

Khu ngoại quan còn được gọi là kho ngoại quan. Là khu vực do hải quan thiết lập hoặc được hải quan chấp thuận và đăng ký, thiết lập tại cảng biển, sân bay hoặc các địa điểm khác để cho phép hàng hóa nước ngoài được lưu giữ lâu dài mà không cần làm thủ tục nhập khẩu.

Trong thời gian lưu kho, hàng hoá nhập khẩu được tạm miễn thuế nhập khẩu, nếu tái xuất thì không phải nộp thuế xuất khẩu.

**(8) Khu chế xuất (Export Processing Zone)** 出口加工区

Khu chế xuất là địa điểm của một quốc gia hoặc khu vực gần các cảng và sân bay quốc tế. Khu chế xuất xác định khu vực nhất định, xây dựng và mở rộng các công trình cơ bản như cầu cảng, nhà ga, đường sá, kho bãi, nhà máy và cung cấp các ưu đãi như miễn thuế Khu chế biến tập trung các nhà máy trong khu để sản xuất thành phẩm chủ yếu xuất khẩu.

Khu chế xuất được phát triển trên cơ sở cảng tự do và khu mậu dịch tự do. Do đó, mặc dù nó và cảng tự do đều là đặc khu kinh tế nhưng giữa hai khu vực này vẫn có những điểm khác biệt: Nhìn chung, cảng tự do hay khu mậu dịch tự do phát triển thương mại trung chuyển và thu được thu nhập chủ yếu từ thương mại, hướng vào kinh doanh nên thuộc khu kinh tế đặc biệt định hướng thương mại, còn khu chế xuất là phát triển công nghiệp chế xuất lấy thu từ công nghiệp là chủ yếu, lại hướng về công nghiệp nên thuộc loại hình sản xuất. Khu kinh tế đặc biệt.

**(9) Khu biên giới tự do (Free Border Zone)** 自由边境区

Khu vực biên giới tự do là khu tự do ở biên giới của một quốc gia, thu hút các nhà sản xuất nước ngoài theo các biện pháp ưu đãi của khu phi thuế quan, khu chế xuất nhằm mục đích phát triển kinh tế khu vực biên giới. Tất cả máy móc thiết bị, nguyên vật liệu và hàng tiêu dùng trong khu đều có thể nhập khẩu mà không phải chịu thuế hoặc được giảm thuế. Tuy nhiên, nếu hàng hóa được vận chuyển từ vùng này đến các vùng khác trong nước để bán thì phải đóng thuế theo quy định.

**(10) Khu Công nghiệp khoa học và công nghệ (Science and Technology Park)** 科技园区

Khu Công nghiệp khoa học và công nghệ là khu vực do một quốc gia hoặc khu vực trên lãnh thổ của mình chỉ định để thực hiện chuyển đổi cơ cấu ngành nghề và thúc đẩy phát triển các ngành công nghệ cao, nội dung chính là nghiên cứu và phát triển các sản phẩm công nghiệp mới nổi và sản xuất các ngành công nghệ cao.

Hiện nay, có hơn 500 khu vườn khoa học trên khắp thế giới và chúng đang phát triển nhanh chóng. Như một xu hướng phát triển công nghệ cao mới, các khu vườn khoa học cũng phát triển với nhiều mức độ khác nhau ở một số quốc gia và khu vực đang phát triển. Ví dụ, nhiều khu phát triển công nghệ cao cũng đã được thành lập ở Xin-ga-po và Trung Quốc.

Đặc điểm chính của khu vườn khoa học là: có đủ cơ sở vật chất khoa học công nghệ và giáo dục, dựa vào nhóm doanh nghiệp chuyên nghiệp gồm nhiều doanh nghiệp; các doanh nghiệp trong khu vực có cơ sở vật chất tiên tiến, vốn mạnh, mức độ tập trung công nghệ cao; thông thường Khu khoa học nằm gần các thành phố lớn có kênh thông tin thông suốt và mạng lưới giao thông thông suốt và phát triển; chú trọng tạo môi trường đổi mới sáng tạo và khởi nghiệp, các nước có quy định chặt chẽ đối với các cơ sở nghiên cứu khoa học và doanh nghiệp đặt trong khu vườn khoa học.

**(11) Khu vực quá cảnh (Transit Zone)** 过境区

Để tạo điều kiện thuận lợi cho việc vận chuyển hàng hóa xuất nhập khẩu từ nội địa các nước láng giềng, các nước ven biển đã mở một số cảng biển, cảng sông hoặc thành phố biên giới làm khu trung chuyển hàng hóa. Khu vực quá cảnh đơn giản hóa các thủ tục hải quan đối với hàng hóa quá cảnh và không phải trả thuế hải quan hoặc chỉ thu một lượng nhỏ chi phí quá cảnh. Hàng hóa quá cảnh nói chung có thể được lưu trữ tại các khu vực quá cảnh trong một thời gian ngắn và được đóng gói lại, nhưng không được xử lý.

## TỪ MỚI

bán phá giá 倾销
biểu thuế kép 复式税则
biểu thuế độc lập 自主税则
biểu thuế đơn 单式税则
biểu thuế thỏa thuận 协议税则
chế độ hạn ngạch nhập khẩu 进口配额制
chế độ tiền cọc nhập khẩu 进口押金制
định giá hải quan tùy tiện 海关估价
giới hạn giá nhập khẩu tối thiểu 最低进口限价
hạn ngạch thuế quan ưu đãi 优惠性关税配额
hạn ngạch thuế quan không ưu đãi 非优惠性关税配额
hàng rào phi thuế quan 非关税壁垒
hàng rào kỹ thuật trong thương mại 贸易技术壁垒
hàng rào xanh trong thương mại 绿色贸易壁垒
hệ thống hạn ngạch xuất khẩu tự động 自动出口配额制
hệ thống giấy phép nhập khẩu 进口许可证制
kiểm soát chi phí ngoại hối 成本性外汇管制
kiểm soát ngoại hối 外汇管制
kiểm soát ngoại hối hỗn hợp 混合型外汇管制
kiểm soát số lượng ngoại hối 数量性外汇管制
phi thuế quan 非关税
thuế bảo vệ 保护关税
thuế cụ thể 从量税
thuế giá trị 从价税
thuế hỗn hợp 混合税
thuế quan 关税
thuế quan tài chính 财政关税
thuế tùy chọn 选择税

tín dụng xuất khẩu 出口信贷
trợ cấp xuất khẩu 出口补贴

## BÀI TẬP

### I. Giải thích các thuật ngữ

1. kiểm soát ngoại hối 外汇管制
2. giấy phép nhập khẩu 进口许可证
3. khu ngoại quan 保税区
4. hàng rào xanh trong thương mại 绿色贸易壁垒
5. bán phá giá 倾销

### II. Chọn đáp án đúng

1. Cơ quan thu phí hải quan là ( ).

A. hải quan
B. cơ quan quản ký thị trường
C. cơ quan thuế
D. công an

2. Thuế quan là một loại ( ).

A. thuế trực tiếp
B. thuế gián tiếp
C. thuế hoàn trả
D. xác định theo tình hình thực tế

3. Đối tượng chịu thuế quan là ( ).

A. nhà xuất nhập khẩu
B. hàng hóa xuất nhập khẩu
C. hải quan của nước xuất khẩu
D. hải quan của nước nhập khẩu

4. Theo mục đích đánh thuế của thuế quan, thuế quan có thể chia thành ( ).

A. thuế quan tài chính
B. thuế quan bảo hộ
C. thuế quan danh nghĩa
D. thuế quan hiệu lực
E. thuế ưu đãi

5. Mục đích thu thuế xuất khẩu của một quốc gia là ( ).

A. đảm bảo sản xuất trong nước
B. tăng doanh thu tài chính
C. đối phó khủng hoảng cán cân thanh toán quốc tế
D. ngăn chặn hàng hóa nước ngoài bán phá giá
E. đảm bảo nguồn cung trong nước

6. Hạn ngạch thuế quan là một hình thức ( ).

A. chế dộ hạn ngạch nhập khẩu
B. chế độ hạn ngạch xuất khẩu tự động
C. hạn chế xuất khẩu
D. khuyến khích xuất khẩu

7. Kiểm soát ngoại hối thuộc về ( ).

A. các biện pháp hàng rào thuế quan
B. các biện pháp hàng rào phi thuế quan
C. hạn chế xuất khẩu
D. khuyến khích xuất khẩu

8. Trong thương mại quốc tế “rào cản xanh trong thương mại” có nghĩa là các (　　) cho hàng hóa nhập khẩu được cải thiện.

A. tiêu chuẩn chất lượng kỹ thuật　　B. tiêu chuẩn bảo vệ môi trường

C. tiêu chuẩn an sinh xã hội　　D. tiêu chuẩn lao động

9. Theo tiêu chí thu thuế quan, thuế quan có thể được chia thành (　　).

A. thuế cụ thể　　B. thuế giá trị

C. thuế hỗn hợp　　D. thuế chọn lọc

10. Hàng rào phi thuế quan so với thuế quan có các đặc điểm sau đây (　　).

A. tính linh hoạt　　B. tính hiệu quả

C. tính che giấu　　D. phân biệt đối xử

**Ⅲ. Trả lời các câu hỏi**

1. Hàng rào xanh trong thương mại là gì?
2. Biện pháp phi thuế quan là gì? So với biện pháp thuế quan thì có đặc điểm gì?
3. Lấy ví dụ bán phá giá là gì?
4. Kiểm soát ngoại hối là gì và nó được phân loại như thế nào?
5. Xin vui lòng phân biệt giữa biên giới hải quan và biên giới quốc gia.

## 知识拓展

### 保税区

1990年，国务院批准建立第一个保税区，主管部门是海关总署。保税区最初的功能定位是仓储、转口和加工，实际上是以物流为主。中国在2001年加入WTO时，承诺3年内将逐步放开工业品贸易权，将分阶段取消各类商品的市场配额和其他数量限制，这些承诺很可能使原先在保税区投资贸易公司的外商，依据整体投资环境的优劣重新选择投资区域，导致保税区内贸易公司数量减少。此外，随着服务贸易在国际贸易中的比例日益加重，中国也将按照WTO市场准入原则，最大限度地对其他成员开放服务业。这一切都将使保税区面临新挑战，保税区所享有的优惠政策会逐渐弱化，保税区要想在竞争中求生存，必须向国际通行的自由贸易区转型。

广西保税区：

1. 广西钦州保税港区

保税港区是目前中国内陆地区开放程度最高、功能最全、政策最优惠的海关特殊监管区域。境外货物入港区保税；国内货物入港区视同出口，实行退税；港区内企业之间的货物交易不征收增值税和消费税。

2. 广西凭祥综合保税区是广西北部湾经济区开放开发的重要平台，是服务于中国—东盟自由贸易区贸易往来，集口岸、国际贸易、保税物流、保税加工、国际配送等功能于一体的国际经济合作区域。

云南保税区：

1. 昆明综保区分为A区和B区。A区即为经开区昆明出口加工区，B区选址于昆明长水国际机场附近（即空港经济区内）。A区将重点发展具有云南省以及周边国家特色优势的资源性产业、珠宝玉石、生物医药及食品等产业，突出保税加工、保税物流功能。B区将以长水机场为依托，重点发展国际转口贸易、仓储、加工等产业，突出保税贸易、保税服务、保税物流、保税加工、保税展示等功能。

2. 红河综合保税区是云南首个综合保税区。其功能定位为面向东南亚和走向亚太的口岸物流中心、保税物流基地、保税加工园区、生产性服务贸易平台，目标定位为云南省重要的国际物流中心、国际采购中心、转口贸易中心和出口加工中心。

资料来源：

百度百科. 昆明综合保税区［EB/OL］. https://baike.baidu.com/item/%E6%98%86%E6%98%8E%E7%BB%BC%E5%90%88%E4%BF%9D%E7%A8%8E%E5%8C%BA/6144830.

百度百科. 红河综合保税区［EB/OL］. https://baike.baidu.com/item/%E7%BA%A2%E6%B2%B3%E7%BB%BC%E5%90%88%E4%BF%9D%E7%A8%8E%E5%8C%BA?fromModule=lemma_search-box.

# CHƯƠNG IV CÁC KHU VỰC MẬU DỊCH TỰ DO VỚI APEC, GATT, WTO, TPP VÀ RCEP

# 第四章 自由贸易区与 APEC、GATT、WTO、TPP 和 RCEP

## Mục tiêu kiến thức 知识目标

1. **Nắm vững khái niệm, đặc điểm và phân loại của các khu mậu dịch tự do**
   掌握自由贸易区的概念及其特点和分类
2. **Tìm hiểu về Khu vực mậu dịch tự do Trung Quốc-ASEAN (CAFTA)**
   了解中国—东盟自由贸易区（**CAFTA**）
3. **Tìm hiểu về Tổ chức Hợp tác Kinh tế châu Á Thái Bình Dương (APEC)**
   了解亚洲太平洋经济合作组织（**APEC**）
4. **Quen thuộc với các khái niệm GATT, WTO, TPP và RCEP**
   **熟悉 GATT、WTO、TPP 和 RCEP 的概念**

Trong bối cảnh toàn cầu hóa kinh tế, thế giới đang tích cực phát triển các kênh thương mại để giao lưu với nước ngoài, các khu mậu dịch tự do hiện đang là nền tảng để phát triển kinh tế đối ngoại mà các nước đều coi trọng, Trung Quốc cũng hết sức coi trọng việc xây dựng thương mại tự do. Khu vực mậu dịch tự do là khu vực đặc biệt có sự giám sát của cơ quan hải quan, các chính sách đặc biệt được thực hiện trong khu vực nhằm đẩy nhanh tốc độ luân chuyển hàng hóa quốc tế, tăng sức hấp dẫn của thị trường nhằm thực hiện mục tiêu phát triển nền kinh tế quốc dân. Cùng với đó, một số tổ chức quốc tế giải quyết các quy tắc thương mại giữa các quốc gia đã ra đời và một số quy phạm pháp luật mang tính quy phạm đã được hình thành.

# PHẦN I KHU MẬU DỊCH TỰ DO
# 第一节 自由贸易区

## Dẫn nhập vào bài 课前导入

Cảng mậu dịch tự do Xin-ga-po không chỉ cung cấp các ưu đãi về thuế mà còn cung cấp một khu miễn thuế như một cảng miễn phí, thuận tiện cho các thương nhân lưu trữ hàng hóa trong khu vực để phân loại lại, nhận dạng, đóng gói và trưng bày, sau đó tái xuất hoặc chuyển khẩu hàng hóa; nhìn chung không có hạn ngạch đối với sản phẩm nhập khẩu hạn chế, hầu hết hàng hóa có thể được nhập khẩu miễn thuế mà không cần giấy phép; đồng thời, ngoại tệ có thể tự do trao đổi và nhập xuất.

Do ít thủ tục và thủ tục thông quan nhanh nên lượng tiêu thụ, tập kết và phân tán hàng hóa trong Khu Mậu dịch Tự do Xin-ga-po cao, lượng lưu trữ và vận chuyển lớn, 80% hàng hóa container trong khu vực này là “hàng quá cảnh”. Các biện pháp “giảm bớt gánh nặng”cho thủ tục hải quan có thể đẩy nhanh quá trình thông quan hàng hóa và giảm chi phí thông quan. Ngày nay, cảng mậu dịch tự do Xin-ga-po đã trở thành một trong những khu vực mậu dịch tự do nhất trên thế giới, đầu tư trực tiếp nước ngoài chiếm 70% tổng vốn đầu tư sản xuất.

## Kiến thức chuyên sâu 知识精讲

### 1. Ý nghĩa của khu vực mậu dịch tự do 自由贸易区的含义

Khu mậu dịch tự do (Free Trade Zone) là một khu vực cụ thể bên ngoài biên giới hải quan của một quốc gia hoặc khu vực có chủ quyền, cho phép hàng hóa nước ngoài ra vào tự do mà không phải chịu thuế quan. Khu mậu dịch tự do được phát triển từ cảng tự do, thường là dựa trên cảng tự do, và phạm vi được mở rộng sang các khu vực lân cận của cảng tự do. Theo nghĩa hẹp, nó chỉ đề cập đến các khu vực miễn thuế nhập khẩu đối với hàng hóa như nguyên liệu thô cần thiết cho chế biến và xuất khẩu trong khu, tương tự như khu chế xuất. Theo nghĩa rộng, nó cũng bao gồm các cảng tự do và các khu thương mại trung chuyển.

### 2. Đặc điểm của các khu vực mậu dịch tự do 自由贸易区的特点

Cốt lõi của khu mậu dịch tự do là tăng tốc độ xuất nhập hàng hóa, trao đổi đi lại, dòng vốn và truyền tải thông tin thông qua việc nới lỏng kiểm soát. Do đó, đặc điểm chung của khu vực mậu dịch tự do chủ yếu thể hiện ở 4 khía cạnh sau:

**(1) Hàng hóa xuất nhập cảnh tự do** 货物进出自由

Không có hàng rào thuế quan và hàng rào phi thuế quan, tất cả hàng hóa phù hợp với thông lệ quốc tế đều có thể ra vào không bị cản trở, không bị hạn chế biên giới.

**(2) Tự do đầu tư** 投资自由

Đầu tư không bị hạn chế về ngành và hạn chế về phương thức kinh doanh do sự khác biệt giữa các quốc gia, bao gồm tự do đầu tư, tự do thuê lao động, tự do kinh doanh và nhân viên kinh doanh có quyền tự do xuất nhập cảnh v.v.

**(3) Tự do tài chính** 金融自由

Tự do chuyển đổi ngoại tệ, vốn đầu tư ra vào và tự do chuyển tiền, tự do quản lý vốn, không có sự phân biệt giữa đối xử đãi ngộ quốc gia và đối xử phi quốc gia.

**(4) Không có thuế quan bên ngoài chung giữa các nền kinh tế thành viên của khu vực mậu dịch tự do** 自由贸易区成员经济体之间无共同对外关税

Các hiệp định liên quan đến khu thương mại tự do chỉ rõ rằng thương mại tự do giữa các nền kinh tế thành viên không ảnh hưởng đến các nền kinh tế thành viên đang áp dụng các chính sách thương mại khác đối với các nước thành viên không tham gia FTA.

### 3. Phân loại các khu vực mậu dịch tự do 自由贸易区的分类

Về chức năng thiết lập của các khu vực mậu dịch tự do, chúng có thể được chia thành các loại sau:

**Bảng 4-1 Danh sách các Đặc điểm của khu vực mậu dịch tự do thế giới**

| Loại hình | Khu vực tiêu biểu | Đặc trưng |
|---|---|---|
| Cảng tự do | Xin-ga-po, Mô-ri-xơ Cảng mậu dịch tự do ngoài khơi | Mục tiêu phát triển tổng thể và chức năng của một quốc gia hoặc khu vực liên quan chặt chẽ đến vai trò của cảng là trung tâm phân phối hàng hóa, là cảng có lượng hàng hóa ngoại thương lớn, có nhiều tuyến quốc tế, có nhiều quốc gia và vùng lãnh thổ kết nối |
| Khu cảng mậu dịch tự do | Cảng Hamburg ở Đức, Shannon ở Ai-len, cảng Chinhae của Busan ở Hàn Quốc, cảng Incheon ở Hàn Quốc, Đài Loan ở Trung Quốc, Manaus ở Bra-xin, Batam ở In-đô-nê-xi-a, Vịnh Subic ở Phi-li-pin; khu vực mậu dịch tự do ở Ma-lai-xi-a | Trong một quốc gia hoặc khu vực, có cả công nghiệp chế biến thương mại và xuất khẩu, đồng thời cho phép và khuyến khích sự phát triển ngành tài chính, du lịch, giao thông vận tải và viễn thông, khoa học, giáo dục và y tế |
| Khu mậu dịch tự do | Pa-na-ma Colon, Chi-lê khu vực mậu dịch tự do Iquique | Tận dụng lợi thế vượt trội về môi trường tự nhiên và địa lý, chú trọng thương mại, phát triển thương mại quốc tế, thúc đẩy phát triển kinh tế toàn diện trong khu vực |
| Khu mậu dịch tự do chế xuất | Masan của Hàn Quốc, Cao Hùng, Đài Trung và Nam Tử của Đài Loan (Trung Quốc), Băng-ladesh-đét, Ai Cập, Ni-giê-ri-a, Xy-ri và các khu chế xuất khác | Chủ yếu là thực hiện chế biến, còn các thương mại chuyển khẩu hàng hóa, thương mại quốc tế, dịch vụ kho bãi và vận tải là phụ |
| Khu mậu dịch tự do loại hình kết hợp công nghiệp và thương mại | Khu mậu dịch tự do UAE (Các Tiểu Vương quốc Ả Rập), khu vực mậu dịch tự do Aegean Thổ Nhĩ Kỳ | Vị trí giao thông vượt trội và nó tham gia vào hoạt động kinh doanh toàn diện như quá trình chế biến xuất khẩu, thương mại chuyển khẩu hàng hóa, thương mại quốc tế, dịch vụ kho bãi và vận tải |
| Khu vực kho ngoại quan (Khu mậu dịch tự do lưu chuyển vật tư và vận tải) | Cảng Rotterdam, Hà Lan, Cảng Antwerp, Bỉ, Khu ngoại thương Hoa Kỳ, Khu tự do Vương quốc Anh | Được thiết lập bằng cách sử dụng chính sách ngoại quan, các nhà sản xuất hoặc thương nhân có thể nắm bắt cơ hội thuận lợi nhất để bán lại hàng hóa nhập kho cho các quốc gia và khu vực khác nhằm thu được lợi nhuận tốt nhất |

**4. Khu vực mậu dịch tự do Trung Quốc-ASEAN (CAFTA) 中国—东盟自由贸易区**

Khu vực mậu dịch tự do Trung Quốc-ASEAN, viết tắt là CAFTA, là một khu vực mậu dịch tự do do Trung Quốc và mười nước ASEAN thành lập. ASEAN là một tổ chức hợp tác kinh tế và chính trị bao gồm 10 quốc gia Đông Nam Á bao gồm In-đô-nê-xi-a, Xin-ga-po, Thái Lan, Phi-li-pin, Ma-lai-xi-a, Bru-nây, Việt Nam, Lào, Mi-an-ma và Cam-pu-chia. Mục đích của ASEAN là hợp tác cùng nhau để thúc đẩy tăng trưởng kinh tế, tiến bộ xã hội và phát triển văn hóa trong khu vực trên tinh thần bình đẳng và hợp tác; thúc đẩy hòa bình và ổn định trong khu vực phù hợp với công lý, các chuẩn mực của quan hệ nhà nước và *Hiến chương của Liên hợp quốc*; hợp tác chặt chẽ và cùng có lợi với các tổ chức quốc tế và khu vực.

Ngày 01/01/2010, khu thương mại chính thức ra mắt. Sau khi hoàn thành khu mậu dịch tự do, thương mại giữa ASEAN và Trung Quốc chiếm 13% thương mại thế giới và đã trở thành một nền kinh tế khổng lồ bao gồm 11 quốc gia, 1,9 tỷ dân và GDP là 6 nghìn tỷ USD khu vực mậu dịch tự do đông dân nhất thế giới và cũng là khu vực mậu dịch tự do lớn nhất trong số các nước đang phát triển.

**5. FTA Trung Quốc, Nhật Bản và Hàn Quốc 中日韩 FTA**

*Hiệp định Thương mại Tự do Trung Quốc-Nhật Bản-Hàn Quốc* (Free Trade Agreement, viết tắt là FTA) là một hiệp định thương mại tự do giữa Trung Quốc, Nhật Bản và Hàn Quốc. Các cuộc đàm phán về Hiệp định bắt đầu vào năm 2012. Vòng đàm phán chính thức đầu tiên diễn ra từ ngày 26 đến ngày 28 tháng 3 năm 2013 tại Xê-un, Hàn Quốc, với hai vòng tiếp theo được tổ chức tại Trung Quốc và Nhật Bản. Trung Quốc, Nhật Bản và Hàn Quốc đã đạt được một thỏa thuận thương mại tự do, và khu vực mậu dịch tự do Trung Quốc-Nhật Bản-Hàn Quốc đã trở thành khu vực kinh tế và thương mại lớn thứ tư thế giới sau Hiệp định Thương mại Tự do Bắc Mỹ và Liên minh châu Âu.

## PHẦN II TỔNG QUAN VỀ APEC

## 第二节 APEC 的概述

**1. Khái niệm về APEC APEC 的概念**

Tổ chức Hợp tác Kinh tế Châu Á-Thái Bình Dương (viết tắt là "APEC", tên tiếng Anh là Asia-Pacific Economic Cooperation, viết tắt là APEC) được thành lập năm 1989. Đây là tổ chức kinh tế khu vực lớn nhất trên thế giới hiện nay, thúc đẩy hợp tác kinh tế và phát triển giữa các quốc gia và khu vực Châu Á-Thái Bình Dương. APEC hiện là tổ chức liên chính phủ duy nhất trên thế giới hoạt động trên cơ sở các cam kết không ràng buộc được thực hiện theo nguyên tắc đồng thuận và tự nguyện.

### 2. Mục đích và vai trò của APEC 亚太经合组织的宗旨和作用

**(1) Mục đích của APEC APEC 的宗旨**

Nương tựa lẫn nhau cùng có lợi, tuân thủ một hệ thống thương mại cởi mở đa phương và giảm các rào cản thương mại nội khối.

**(2) Vai trò của APEC APEC 的作用**

Thúc đẩy tự do hóa thương mại và đầu tư, tạo điều kiện thuận lợi và hợp tác kinh tế và kỹ thuật trong khu vực.

### 3. Các nước thành viên APEC APEC 成员

Cho đến nay, APEC có 21 thành viên: Úc, Bru-nây, Ca-na-da, Chi-lê, Trung Quốc, Hồng Kông (Trung Quốc), Đài Loan (Trung Quốc), In-đô-nê-xi-a, Nhật Bản, Hàn Quốc, Ma-lai-xi-a, Mê-hi-cô, Niu Di-Lân, Pa-pi-a Niu Ghi-nê, Pê-ru, Phi-li-pin, Nga, Xin-ga-po, Thái Lan, Hoa Kỳ và Việt Nam.

## PHẦN III GATT VÀ WTO

## 第三节 GATT 与 WTO

### 1. Tổng quan về GATT GATT 概述

**(1) Định nghĩa 定义**

Hiệp định chung về thuế quan và thương mại (GATT), gọi tắt là GATT, là một hiệp định quốc tế đa phương về thuế quan và chính sách thương mại, đồng thời cũng là một hiệp ước đa phương về tiêu chuẩn thuế quan và chính sách, là để đàm phán thương mại đa phương tranh chấp thương mại.

**(2) Vai trò của GATT 关贸总协定的作用**

① Thúc đẩy tự do hóa thương mại thời hậu chiến.

② Giảm bớt xích mích và tranh chấp giữa các quốc gia trong thương mại quốc tế.

③ Có vai trò nhất định trong việc thúc đẩy sự phát triển kinh tế thương mại của các nước đang phát triển.

④ Tăng cường tính minh bạch trong lĩnh vực thương mại quốc tế và trao đổi thông tin kinh tế và thương mại quốc tế.

⑤ Thúc đẩy sự phát triển của thương mại quốc tế về dịch vụ, quyền sở hữu trí tuệ và đầu tư.

**(3) Hạn chế của GATT 关贸总协定的局限性**

① Lợi ích của các nước đang phát triển không được phản ánh đầy đủ.

② Các cơ chế giải quyết tranh chấp thương mại kém hiệu quả.

③ Quá nhiều ngoại lệ đối với các quy tắc.

④ Tính tiêu biểu không đủ rộng rãi.

### 2. Tổng quan về WTO WTO 概述

**(1) Khái niệm 概念**

Tổ chức Thương mại Thế giới (WTO) là tổ chức quốc tế thường trực và là tổ chức thương mại đa phương lớn nhất trên thế giới. Tiền thân của WTO là Hiệp định chung về thuế quan và thương mại (GATT), được thành lập vào năm 1948. Sau 7 năm đàm phán tại Vòng đàm phán Uruguay (1986-1993), WTO chính thức được thành lập vào ngày 1-1-1995. WTO, IMF, WB là ba trụ cột, trở thành ba tổ chức kinh tế quốc tế quan trọng, có tác động đáng kể đến sự phát triển của nền kinh tế thế giới hiện nay.

**(2) Mục tiêu và mục đích của WTO　WTO 的目标和宗旨**

① Mục tiêu

Thiết lập một tổ chức thương mại

② Mục đích

Nâng cao mức sống của người dân và đảm bảo việc làm đầy đủ

Mở rộng sản xuất và thương mại

Phát triển bền vững

Đảm bảo chia sẻ thương mại cho các nước kém phát triển

**(3) Các chức năng cơ bản của WTO　WTO 的基本职能**

① Thực hiện thỏa thuận.

② Như một địa điểm cho các cuộc đàm phán thương mại.

③ Cơ quan giải quyết tranh chấp thương mại.

④ Xem xét chính sách thương mại của các thành viên.

⑤ Hỗ trợ các nước đang phát triển về các vấn đề chính sách thương mại thông qua hỗ trợ kỹ thuật và các chương trình đào tạo.

⑥ Hợp tác với các tổ chức quốc tế khác.

**(4) Các nguyên tắc cơ bản của WTO　WTO 的基本原则**

① Nguyên tắc không mang tính kỳ thị.

② Nguyên tắc bảo vệ thuế quan.

③ Hủy bỏ nguyên tắc hạn chế định lượng.

④ Nguyên tắc minh bạch.

⑤ Nguyên tắc thương mại công bằng.

⑥ Nguyên tắc đôi bên cùng có lợi.

⑦ Nguyên tắc đàm phán và hòa giải tranh chấp thương mại.

⑧ Nguyên tắc ưu đãi đặc biệt cho các nước đang phát triển.

⑨ Nguyên tắc hành động khẩn cấp.

⑩ Nguyên tắc ngoại lệ.

### 3. Mối liên hệ và sự khác biệt giữa WTO và GATT　WTO 与 GATT 的联系与区别

**(1) Mối liên hệ giữa WTO và GATT　WTO 与 GATT 的联系**

① WTO kế thừa các nguyên tắc cơ bản của GATT.

② WTO đã kế thừa tư cách thành viên, cơ chế tổ chức và cơ chế vận hành của GATT ở mức độ lớn.

③ Phương thức ra quyết định cơ bản, cơ chế giải quyết tranh chấp và cơ chế rà soát thương mại của WTO cũng đã tuân theo các thông lệ liên quan của GATT.

**(2) Sự khác biệt giữa WTO và GATT　WTO 与 GATT 的区别**

① WTO là một tổ chức thường trực có tư cách pháp nhân quốc tế, còn GATT chỉ là một hiệp định "tạm thời", không phải là một tổ chức quốc tế chính thức.

② WTO có phạm vi pháp lý rộng và GATT chỉ bao gồm một phần hoạt động thương mại hàng hoá.

③ Sự thống nhất về nghĩa vụ của các thành viên WTO.

④ Cơ chế giải quyết tranh chấp của WTO thành lập cơ quan có thẩm quyền bằng hình thức pháp lý.

⑤ Tư cách thành viên WTO mở rộng hơn.

## PHẦN IV　KHÁI NIỆM VỀ HIỆP ĐỊNH TPP VÀ RCEP

## 第四节　TPP 协定与 RCEP 的概念

**1. Hiệp định TPP 跨太平洋战略经济伙伴协定**

Hiệp định TPP, Hiệp định Đối tác xuyên Thái Bình Dương (Trans-Pacific Partnership Agreement), còn được gọi là "Kinh tế NATO", là một tổ chức đàm phán kinh tế đa phương quốc tế quan trọng. Hiệp định được khởi xướng bởi Niu Di-Lân, Xin-ga-po, Chi-lê và Bru-nây, bốn quốc gia thành viên của Diễn đàn Hợp tác Kinh tế châu Á-Thái Bình Dương, và một tập hợp các hiệp định thương mại tự do về quan hệ đa phương đã được phát triển từ năm 2002, trước đây được gọi là khu vực mậu dịch tự do châu-Á Thái Bình Dương, nhằm thúc đẩy thương mại tự do trong khu vực châu Á-Thái Bình Dương.

Đồng thời, Hoa Kỳ đã tích cực tham gia vào các thỏa thuận với các quốc gia thành viên Đông Nam Á và tái khẳng định rằng Hiệp định Đối tác xuyên Thái Bình Dương sẽ tập hợp các nền kinh tế trên khắp Thái Bình Dương, bất kể là nước phát triển hay đang phát triển, đều có thể trở thành một nền thương mại thống nhất. Hiệp định Đối tác xuyên Thái Bình Dương đã tích hợp hai tổ chức hợp tác khu vực kinh tế lớn ở châu Á-Thái Bình Dương, Diễn đàn Hợp tác Kinh tế Châu Á-Thái Bình Dương và Hiệp hội Các quốc gia Đông Nam Á, để trở thành một tổ chức thương mại thế giới nhỏ trong khu vực châu Á-Thái Bình Dương.

Vào ngày 5 tháng 10 năm 2015, Hiệp định TPP đã đạt được một bước đột phá đáng kể, Hoa Kỳ, Nhật Bản và 10 quốc gia xuyên Thái Bình Dương khác đạt được thỏa thuận về TPP, 12 quốc gia tham gia chiếm 40% nền kinh tế toàn cầu.

Ngày 23/1/2017, Tổng thống đắc cử Mỹ Donald Trump đã ký sắc lệnh hành pháp chính thức tuyên bố rút Mỹ khỏi Hiệp định Đối tác Xuyên Thái Bình Dương (TPP).

**2. RCEP 《区域全面经济伙伴关系协定》**

Tên đầy đủ của hiệp định RCEP là Hiệp định Đối tác Kinh tế Toàn diện Khu vực (Regional Comprehensive Economic Partnership). Hiệp định Đối tác Kinh tế Toàn diện Khu vực là một hiệp định do ASEAN khởi xướng vào năm 2012, trải qua 8 năm và được hình thành bởi 15 thành viên bao gồm Trung Quốc, Nhật Bản, Hàn Quốc, Úc, Niu Di-Lân và 10 nước ASEAN.

**(1) Giới thiệu về hiệp định RCEP RCEP 简介**

Hiệp định Đối tác Kinh tế Toàn diện Khu vực là hiệp định thương mại tự do lớn nhất và quan trọng nhất ở khu vực Châu Á-Thái Bình Dương. RCEP sẽ bao phủ khoảng 3,5 tỷ người và tổng GDP sẽ đạt 23 nghìn tỷ đô la Mỹ, chiếm 1/3 tổng số toàn cầu, trở thành khu vực mậu dịch tự do có dân số đông nhất, thành viên đa dạng nhất và phát triển năng động nhất trên thế giới. Vào ngày 1 tháng 1 năm 2022, Hiệp định Đối tác Kinh tế Toàn diện Khu vực (RCEP) chính thức có hiệu lực. Các quốc gia đầu tiên có hiệu lực bao gồm sáu quốc gia ASEAN như Bru-nây, Cam-pu-chia, Lào, Xin-ga-po, Thái Lan và Việt Nam, và bốn quốc gia ngoài ASEAN như Trung Quốc, Nhật Bản, Niu Di-Lân và Úc.

**(2) Ý nghĩa của Hiệp định 协定的意义**

Hiệp định Đối tác Kinh tế Toàn diện Khu vực là một hiệp định thương mại tự do toàn diện, hiện đại, chất lượng cao và cùng có lợi. RCEP sẽ thúc đẩy hơn nữa sự hội nhập của các ngành nghề và chuỗi giá trị trong khu vực, tạo động lực mạnh mẽ cho hội nhập kinh tế khu vực.

## TỪ MỚI

buôn bán trung chuyển 转口贸易
cốt lõi 核心，最关键的
đãi ngộ quốc gia 国民待遇
giảm bớt gánh nặng 减负
hàng quá cảnh 过境货物（中转货物）
kênh thương mại 贸易渠道
khu cảng thương mại tự do (khu thương mại tự do toàn diện) 自由贸易港
khu kho ngoại quan (khu thương mại tự do kiểu lưu chuyển vật tư và vận tải) 保税仓库区（物流型自由贸易区）
khu miễn thuế 免税区
khu ngoại quan 保税区
khu thương mại tự do chế xuất 出口加工型自由贸易区
khu thương mại tự do giữa công nghiệp và thương mại kết hợp 工贸结合型自由贸易
khu thương mại tự do/Khu vực mậu dịch tự do 自由贸易区
khu vực mậu dịch tự do ASEAN 东盟自由贸易区
nghĩa hẹp 狭义
nghĩa rộng 广义
tái xuất 再出口

thông lệ quốc tế 国际惯例
tự do tài chính 金融自由
vốn đầu tư 投资额

## BÀI TẬP

### I. Giải thích các thuật ngữ

1. FTA 自由贸易区
2. APEC 亚太经合组织
3. GATT 关税与贸易总协定
4. WTO 世界贸易组织
5. RCEP 《区域全面经济伙伴关系协定》

### II. Chọn đáp án

1. Tổ chức thương mại thế giới (WTO) chính thức được thành lập vào ( ).

A. ngày 1 tháng 1 năm 1995　　B. ngày 11 tháng 12 năm 2001
C. ngày 15 tháng 11 năm 1999　　D. ngày 11 tháng 11 năm 2001

2. Khu vực mậu dịch tự do là một khu vực được giám sát bởi ( ).

A. tổ chức kinh tế và thương mại nước ngoài
B. WTO
C. hải quan
D. hội chợ xúc tiến thương mại

3. Cái nào sau đây không phải là đặc điểm của khu vực mậu dịch tự do? ( )

A. Hàng hóa tự do ra vào.　　B. Tự do đầu tư.
C. Tự do tài chính.　　D. Có thuế quan nước ngoài chung.

4. Các FTA của Hoa Kỳ và Vương quốc Anh thuộc loại khu vực mậu dịch tự do nào? ( )

A. Cảng tự do　　B. Khu chế xuất
C. Khu vực mậu dịch tự do　　D. Khu kho ngoại quan

5. Khu vực mậu dịch tự do Trung Quốc-ASEAN chính thức ra mắt đầy đủ vào ( ).

A. ngày 1 tháng 7 năm 2010　　B. ngày 1 tháng 1 năm 2010
C. ngày 1 tháng 12 năm 2011　　D. ngày 1 tháng 1 năm 2012

6. Tổ chức kinh tế khu vực lớn nhất thế giới hiện nay là ( ).

A. WTO　　B. TTP　　C. RCEP　　D. APEC

7. Có bao nhiêu quốc gia tham gia khi Hiệp định TPP được ký kết vào năm 2015? ( ).

A. 10　　B. 11　　C. 12　　D. 13

8. Đến nay, APEC có ( ) thành viên.

A. 20　　B. 21　　C. 22　　D. 23

9. WTO chính thức được thành lập sau bảy năm ( ).

A. vòng đàm phán Tokyo　　B. vòng đàm phán Kennedy

C. vòng đàm phán Doha　　D. vòng đàm phán Uruguay

10. Khu vực thương mại tự do Trung Quốc-Nhật Bản-Hàn Quốc là khu vực kinh tế và thương mại lớn ( ) trên thế giới.

A. thứ nhất　　B. thứ hai　　C. thứ ba　　D. thứ tư

### III. Trả lời các câu hỏi

1. Các đặc điểm của khu vực mậu dịch tự do là gì?
2. Những quốc gia nào thuộc khu vực mậu dịch tự do Trung Quốc-ASEAN? Mục đích của nó là gì?
3. Mô tả ngắn gọn mối liên hệ và sự khác biệt giữa WTO và GATT?
4. Mục đích và vai trò của APEC là gì?
5. Ý nghĩa của Hiệp định RCEP là gì?

## 知识拓展

### 中国积极推动区域经济合作新发展

新中国成立 70 年来，中国积极加强周边交往，参与二十国集团、东盟与中日韩、中亚区域经济合作、大湄公河次区域合作等相关全球和区域合作机制，积极贡献中国智慧，推动各方通过区域合作实现共同繁荣发展。

**积极加强周边交往**

中国积极参与了二十国集团、东盟与中日韩、中亚区域经济合作、大湄公河次区域合作等相关全球和区域合作机制。

2010 年 1 月，中国—东盟自贸区全面建成。2015 年 11 月，中国与东盟签署自贸区升级协议。2001 年 6 月，上海合作组织在中国上海成立。目前，上海合作有八个成员国、四个观察员国和六个对话伙伴国，其成员国人口占世界近一半，国内生产总值占全球 20% 以上，是当今幅员最广、人口最多的综合性区域组织，拥有巨大的市场潜力。

**坚定维护多边主义**

中国坚定不移倡导国际合作，维护发展多边主义意义非凡，得到各方高度肯定。

2016 年 1 月，中国倡议成立的亚洲基础设施投资银行（亚投行）正式开业。亚投行作为新型多边开发机构，近年来快速发展，是中国为多边开发体系贡献中国智慧的典范。

**合作实现共同繁荣**

中国不仅自身取得了巨大发展，还在不断通过区域合作与各方实现共同繁荣发展。其中，“一带一路”倡议作为古代丝绸之路的当代延续，作为与沿线国家实现共同繁荣的中国方案，备受各方瞩目。

2013 年，中国提出“一带一路”倡议，这一倡议赢得国际社会广泛赞誉，随着重点项目不断落地，互联互通成果日渐丰硕，越来越多的国家和地区已经感受到这一互利共赢理念和实践带来的红利，“一带一路”倡议为促进区域合作和解决欧亚心脏地带棘手的冲突提供了前所未有的机遇。

资料来源：中国经济网. 中国积极推动区域经济合作新发展[EB/OL]. 2019-09-25. http://www.ce.cn/cysc/newmain/yc/jsxw/201909/25/t20190925_33219695.shtml.

# CHƯƠNG V TÊN, CHẤT LƯỢNG, SỐ LƯỢNG VÀ BAO BÌ HÀNG HÓA

# 第五章　商品的品名、品质、数量和包装

### Mục tiêu kiến thức 知识目标

1. **Nắm vững phương thức biểu thị chất lượng hàng hóa, cách tính số lượng hàng hóa, chủng loại, chức năng của bao bì hàng hóa, biểu tượng trên bao bì và công dụng**
   掌握商品品质的表示方法、商品数量的计算方法、商品包装的种类及其作用、包装标志及用途
2. **Quen thuộc với các nội dung cơ bản và phương pháp định lý của các điều khoản chất lượng, điều khoản số lượng và điều khoản đóng gói trong các hợp đồng mua bán quốc tế**
   熟悉国际货物买卖合同中的品质条款、数量条款和包装条款的基本内容及其订立方法

Trong thương mại quốc tế, chất lượng, số lượng và bao bì của hàng hóa là điều kiện quan trọng để giao dịch giữa người mua và người bán, là cơ sở quan trọng để hai bên giao nhận hàng hóa, có giá trị ràng buộc chặt chẽ hai bên, hai bên đều phải chấp hành nghiêm túc và không được tự ý thay đổi, nếu không sẽ vi phạm hợp đồng và gây ra tranh chấp thương mại. Vì vậy, khi đàm phán và lập hợp đồng cần lựa chọn đúng phương pháp quy định nội dung các điều khoản dựa trên đặc điểm của hàng hóa, thực tế sản xuất hàng hóa và thói quen giao dịch, quy định rõ các điều khoản có liên quan một cách cụ thể, khoa học và hợp lý, không để xảy ra bất kỳ trở ngại và khó khăn nào cho việc thực hiện hợp đồng.

## PHẦN I　TÊN HÀNG HÓA

## 第一节　商品的品名

### Dẫn nhập vào bài 课前导入

Có một mặt hàng tên là "Vonfram hợp kim", là bán thành phẩm, mã hàng hóa là

"81019400", thuộc vật tư chiến lược. Doanh nghiệp xuất khẩu phải có giấy phép xuất khẩu và văn bản xuất khẩu do chính phủ cấp mới được phép xuất khẩu; một loại hàng hóa khác là thành phẩm "hợp kim Vonfram", mã số hàng hóa là "81019500", thuộc nguyên liệu phi chiến lược, doanh nghiệp có thể tự do xuất khẩu mà không cần bất kỳ văn bản chấp thuận xuất nhập khẩu nào.

## Kiến thức chuyên sâu 知识精讲

### 1. Khái niệm về tên hàng hoá 商品品名的概念

Tên hàng hóa dùng để chỉ tên gọi hoặc khái niệm có thể phân biệt một hàng hóa với các hàng hóa khác. Tên hàng hoá phản ánh thuộc tính tự nhiên, công dụng cơ bản và đặc điểm hoạt động của nó ở một mức độ nhất định. Trong mua bán hàng hóa quốc tế, tên mặt hàng cho biết người mua và người bán đang kinh doanh loại mặt hàng nào. Khi đàm phán giao dịch hàng hóa và ký kết hợp đồng mua bán, hai bên ít khi nhìn thấy mặt hàng cụ thể nên việc xác định tên hàng hóa là cơ sở vật chất, điều kiện tiên quyết để người mua và người bán thực hiện giao dịch, cũng là căn cứ để người mua và người bán ký kết hợp đồng và thực hiện hợp đồng trong tương lai.

### 2. Phương pháp đặt tên hàng hóa 商品的命名方法

**(1) Đặt tên theo nguyên liệu chính được sử dụng trong hàng hóa** 按商品所使用的主要原材料命名

Phương pháp này nhằm phản ánh chất lượng của hàng hóa bằng cách làm nổi bật các nguyên liệu chính được sử dụng, ví dụ:

- áo len cashmere
- áo lông vũ
- cốc thủy tinh
- xô nhựa

**(2) Đặt tên theo mục đích chính của hàng hóa** 按商品的主要用途命名

Phương pháp này tập trung vào việc làm nổi bật công dụng của các mặt hàng để người tiêu dùng có thể lựa chọn theo nhu cầu của mình, ví dụ:

- xe đạp
- máy chạy bộ
- máy giặt
- thuốc trừ sâu

**(3) Đặt tên theo thành phần chính hoặc thành phần có trong sản phẩm** 按商品所含的主要成分或配料命名

Phương pháp này chủ yếu mang lại lợi ích cho người tiêu dùng khi hiểu được nội hàm hiệu quả của các mặt hàng, ví dụ:

- bánh quy sô cô la sữa
- sữa ong chúa nhân sâm

- sữa tắm nha đam
- kem ngọc trai

**(4) Được đặt tên theo quy trình sản xuất** 以制作工艺命名

Mục đích của nó là tăng giá hàng hóa và tăng sự tin tưởng của người tiêu dùng, ví dụ:

- áo len dệt tay
- thịt nguội hun khói
- dầu tinh luyện
- Erguotou Shochu

**(5) Đặt tên hàng hóa theo bề ngoài và hình dạng của sản phẩm** 按商品的外观及造型命名

Phương pháp này có thể giúp người tiêu dùng hiểu được đặc điểm ngoại hình của hàng hóa, ví dụ:

- quần ống loe
- đậu đỏ
- váy túi
- váy dài

**(6) Dùng lời khen để đặt tên** 使用褒义词命名

Phương pháp này làm nổi bật tính hiệu quả của hàng hóa và có lợi cho việc kích thích mong muốn mua của người tiêu dùng, ví dụ:

- Thanh Xuân Bảo
- Não Bạch Kim
- Kiến Lực Bảo

**(7) Đặt tên hàng hóa theo tên nhân vật** 用人物的名字命名

Thường được đặt theo tên những nhân vật lịch sử nổi tiếng hoặc những nhân vật có đóng góp xuất sắc trong một lĩnh vực nào đó, mục đích thu hút sự chú ý và quan tâm của người tiêu dùng, ví dụ:

- Rượu gia truyền Khổng Tử
- Rượu Đỗ Khang
- quần áo thể thao hãng Li Ning

### 3. Nội dung của điều khoản tên hàng hóa 品名条款的内容

**(1) Nội dung cơ bản của điều khoản tên hàng hóa** 品名条款的基本内容

Nội dung của điều khoản tên trong hợp đồng nói chung phụ thuộc vào chủng loại và đặc tính của hàng hoá, thông thường tên giao dịch giữa hai bên được liệt kê dưới tiêu đề "tên hàng hoá" hoặc "tên sản phẩm". Đôi khi không cần thiết phải thêm tên gọi, chỉ liệt kê những từ ngữ mà người mua và người bán đồng ý giao dịch một loại hàng hóa nào đó tại phần mở đầu của hợp đồng. Một số hàng hóa có nhiều chủng loại, hạng bậc và mẫu mã khác nhau. Để rõ ràng, mô tả về chủng loại, nhãn hiệu, hạng bậc và mẫu mã cụ của hàng hóa cũng được đưa vào điều khoản tên sản phẩm để hạn chế thêm. Ngoài ra, một số thậm chí còn bao gồm chất lượng và thông số kỹ thuật của hàng hóa. Theo cách hiểu này, nó không chỉ đơn giản là một điều khoản của tên hàng hóa mà là sự thể hiện toàn diện các điều khoản về tên, chất lượng sản phẩm.

**(2) Ý nghĩa của việc liệt kê rõ điều khoản tên hàng hóa** 列明品名条款的意义

Trong giao dịch thực tế, khi đàm phán giao dịch và ký kết hợp đồng mua bán, hai bên thường ít khi xem hàng hóa cụ thể, chỉ dựa vào mô tả cần thiết của hàng hóa cần mua bán để xác định hàng hóa cần mua bán. Có thể thấy, trong hợp đồng mua bán hàng hóa quốc tế, việc liệt kê hàng hóa của hợp đồng là vô cùng cần thiết. Theo quy định của pháp luật và thông lệ có liên quan, mô tả đối tượng của giao dịch là thành phần chính của mô tả hàng hóa, là cơ sở cơ bản để người mua và người bán giao nhận hàng hóa, nó liên quan đến quyền và nghĩa vụ của người mua và người bán. Nếu hàng hoá do người bán giao không đúng với tên hoặc mô tả đã thoả thuận, thì người mua có quyền yêu cầu bồi thường cho đến khi hàng hoá bị từ chối hoặc hợp đồng bị huỷ bỏ.

**4. Những điều lưu ý đối với điều khoản tên sản phẩm đã thỏa thuận** 约定品名条款的注意事项

Điều khoản tên hàng hóa là điều kiện chính trong hợp đồng mua bán hàng hóa quốc tế. Do đó, khi soạn thảo điều khoản này cần lưu ý những điều sau:

**(1) Phải rõ ràng và cụ thể** 应明确、具体

Do pháp luật quy định mỗi hàng hóa mua bán phải hợp pháp, không thể mang tính chối cãi, đồng thời cách đặt tên hàng hóa thường đa dạng nên tên hàng hóa trong hợp đồng phải rõ ràng, cụ thể, không được có bất kỳ cách biểu đạt mơ hồ và chung chung nào, như đồ nội thất, đồ gốm sứ, v.v. phải phù hợp với đặc tính hàng hóa và thói quen người tiêu dùng. Khi sử dụng tên tiếng nước ngoài, bản dịch phải chính xác, phù hợp với nghĩa gốc, tránh mơ hồ hoặc trống rỗng, phù hợp với nội hàm thực tế của từ và cố gắng không sử dụng phiên âm tiếng Trung để tránh hiểu nhầm và tranh chấp.

**(2) Đảm bảo đúng với sự thật** 确保真实

Tên của hàng hóa được quy định trong các điều khoản hợp đồng phải là hàng hóa người bán có thể sản xuất hoặc cung cấp mà người mua cần thiết. Không nên đưa những nội dung mô tả không thể thực hiện được hoặc không cần thiết vào trong đó để tránh trở ngại cho việc thực hiện hợp đồng.

**(3) Sử dụng tên chung quốc tế** 采用国际通用名称

Tên của một số mặt hàng không nhất quán ở những nơi khác nhau, những tên được quốc tế chấp nhận nên được sử dụng càng nhiều càng tốt. Nếu tên địa phương được sử dụng, các bên tham gia giao dịch phải thỏa thuận trước về ý nghĩa của nó. Đối với việc đặt tên và dịch một số mặt hàng mới, chúng ta nên cố gắng sao cho chính xác, dễ hiểu và phù hợp với các tên gọi quốc tế.

**(4) Cân nhắc lợi ích bản thân** 考虑自身利益

Một số mặt hàng có các tên gọi khác nhau, trong nghiệp vụ thực tế cùng một mặt hàng có hiện tượng mức thuế và phí vận chuyển khác nhau do các tên gọi khác nhau, các hạn chế xuất nhập khẩu của mặt hàng đó cũng khác nhau. Để giảm thuế quan, xuất nhập khẩu thuận lợi và tiết kiệm chi phí vận chuyển hàng hóa, nên chọn tên có lợi cho bản thân khi xác định tên trong hợp đồng.

## PHẦN II CHẤT LƯỢNG CỦA HÀNG HÓA
## 第二节 商品的品质

### Dẫn nhập vào bài 课前导入

Một công ty xuất nhập khẩu xuất một lô đậu nành ép dầu cho một khách hàng nước ngoài, quy cách cụ thể của hạt đậu nành được quy định trong hợp đồng là độ ẩm 15%, hàm lượng dầu 17%, tạp chất 2%. Các điều khoản chất lượng hợp đồng như vậy có phù hợp không?

### Kiến thức chuyên sâu 知识精讲

#### 1. Khái niệm về chất lượng hàng hóa 商品品质的概念

Chất lượng hàng hoá (Quality of Goods) hay còn gọi là chất lượng của hàng hoá dùng để chỉ sự kết hợp giữa chất lượng bên trong và hình thức bên ngoài của hàng hoá. Chất lượng bên trong bao gồm các đặc tính vật lý, tính chất cơ học, đặc tính sinh học, thành phần hóa học, chỉ tiêu kỹ thuật, v.v. của hàng hóa, như mức độ đứt gãy, độ ẩm, độ bền màu, v.v. của hàng dệt. Hình thức bên ngoài là đặc điểm ngoại hình có thể cảm nhận được trực tiếp thông qua các giác quan của con người, bao gồm kích thước, chiều dài, màu sắc, kiểu dáng, mùi, v.v. của sản phẩm.

#### 2. Tính quan trọng của chất lượng hàng hóa trong thương mại quốc tế 商品品质在国际贸易中的重要性

Trong mua bán hàng hóa quốc tế, chất lượng hàng hóa là một trong những yếu tố quan trọng nhất gây ra các tranh chấp pháp lý. Nếu chất lượng hàng hóa được giao không đáp ứng các điều kiện chất lượng đã thỏa thuận, người mua có quyền yêu cầu bồi thường thiệt hại, sửa chữa hoặc giao hàng hóa thay thế, thậm chí từ chối hàng hóa và hủy bỏ hợp đồng. Có thể thấy, thỏa thuận về chất lượng trong hợp đồng là cơ sở để bên mua và bên bán giao nhận hàng. Đồng thời là cơ sở để cơ quan giám định hàng hoá tiến hành kiểm tra chất lượng, cơ quan trọng tài tiến hành trọng tài, toà án giải quyết tranh chấp về chất lượng hàng hoá.

Nâng cao chất lượng hàng hoá có ý nghĩa to lớn trong thương mại quốc tế, vì chất lượng hàng hoá ảnh hưởng trực tiếp đến giá trị sử dụng và giá trị của hàng hoá, ảnh hưởng trực tiếp đến hiệu quả sử dụng hàng hoá, đồng thời ảnh hưởng đến giá cả, cũng như thương hiệu hàng hóa, uy tín doanh nghiệp và hình ảnh quốc gia.

#### 3. Phương thức thể hiện chất lượng hàng hóa 商品品质的表示方法

Trong thương mại quốc tế, có nhiều loại hàng hóa có tính chất khác nhau nên phương thức thể hiện chất lượng cũng khác nhau, nội dung điều khoản chất lượng trong hợp đồng cũng khác nhau, các phương thức thể hiện chất lượng hàng hóa bao gồm:

**(1) Thể hiện chất lượng hàng hoá mua bán bằng hiện vật 凭实物体现成交商品的品质**

① Xem hàng để giao dịch 看货成交

Giao dịch xem hàng (mua bán tận mắt) là việc người mua hoặc đại lý đến nơi người bán trữ hàng để kiểm tra hàng hóa, nếu người mua và người bán thực hiện giao dịch theo chất lượng thực tế của hàng hóa thì người bán phải giao hàng theo mẫu hàng đã được kiểm tra sau khi thống nhất giao dịch. Miễn là người bán giao hàng hóa như mẫu hàng đã kiểm tra thì người mua không được tranh cãi về chất lượng hàng hóa. Vì vậy, mua bán tận mắt là phương thức mua bán dựa trên chất lượng thực tế của hàng hóa mà người mua đã xem.

Trong thương mại quốc tế, do khoảng cách giữa hai bên giao dịch xa nên việc đàm phán giao dịch hầu hết được thực hiện bằng thư từ (E-mail), việc người mua kiểm tra hàng hóa tại địa điểm của người bán là điều bất tiện. Mặc dù người bán có sẵn hàng, nhưng người mua cũng chỉ ủy thác được người đại diện đến kiểm tra hàng, khi kiểm tra hàng hóa cũng không thể xem từng chiếc một, đặc biệt khi có giao dịch lớn, do đó, việc giao dịch này không phổ biến trong thực tế hoạt động thương mại hàng hóa quốc tế, nó chủ yếu được sử dụng trong ký gửi, bán đấu giá và triển lãm, v.v. Chẳng hạn như giao dịch tranh chữ, thư pháp và các sản phẩm thủ công mỹ nghệ đặc biệt.

② Giao dịch theo hàng mẫu 凭样品成交

Hàng mẫu thường được lấy ngẫu nhiên từ một lô hàng hoặc sản xuất theo phương thức tự nhiên. Sử dụng một lượng nhỏ hàng hóa thực tế do bộ phận thiết kế và gia công để phản ánh và đại diện cho chất lượng của toàn bộ hàng hóa. Trường hợp mẫu được sử dụng để đại diện cho chất lượng của sản phẩm và nó được sử dụng làm cơ sở để giao hàng, nó được gọi là giao dịch theo hàng mẫu.

**Bảng 5-1 Bán hàng theo mẫu có thể chia thành ba loại**

| Loại hàng mẫu | Đặc điểm |
|---|---|
| Mẫu của người bán 卖方样品<br>Khi mẫu do người bán cung cấp, nó được gọi là mẫu của người bán, những người dựa vào mẫu của người bán làm tiêu chuẩn chất lượng để giao hàng được gọi là giao dịch theo mẫu của người bán. Nếu mẫu của người bán được sử dụng làm cơ sở để giao hàng, thì trong hợp đồng mua bán phải quy định chất lượng theo mẫu của người bán (quality as per seller's sample) | Khi mua bán theo mẫu của người bán, chất lượng của mẫu do người bán lựa chọn phải có tính đại diện đầy đủ và cung cấp hàng cho người mua theo mẫu này |
| Mẫu của người mua 买方样品<br>Khi mẫu do người mua cung cấp, nó được gọi là mẫu của người mua, những người dựa vào mẫu của người mua làm tiêu chuẩn chất lượng để giao hàng được gọi là giao dịch theo mẫu của người mua."Bán theo mẫu của người mua" còn được gọi là "Giao dịch theo mẫu" hoặc "Sản xuất theo mẫu" tại Trung Quốc | Nếu hợp đồng lấy mẫu của người mua làm cơ sở để người bán giao hàng trong tương lai, thì trong hợp đồng cần quy định rõ rằng chất lượng theo mẫu của người mua sẽ được ưu tiên (quality as per buyers's sample) |
| Mẫu tương đương 对等样品<br>Trong thương mại hàng hóa quốc tế, người bán thường không muốn sử dụng hàng mẫu của người mua để giao dịch, nhưng theo mẫu do người mua cung cấp, xử lý và sao chép một mẫu tương tự theo phương pháp của người bán và gửi cho người mua để xác nhận, người mua xác nhận và xác định giao dịch, loại mẫu được người mua xác nhận này được gọi là "mẫu tương đương" hoặc "mẫu trả lại", cũng có thể gọi là "mẫu xác nhận" | Khi người bán giao hàng, toàn bộ lô hàng được giao phải phù hợp với chất lượng của mẫu này |

**(3) Giải thích chất lượng của hàng hóa được bán theo mô tả 凭说明表示成交商品的品质**

① Mua bán theo quy cách 凭规格买卖

Đặc điểm kỹ thuật sản phẩm (Product Specification) đề cập đến các chỉ số chính đủ để phản ánh chất lượng của giao dịch, như thành phần hóa học, hàm lượng, độ tinh khiết, hiệu suất, công suất, kích thước, khối lượng, màu sắc, v.v.

② Mua bán theo hạng 凭等级买卖

Hạng là sự phân loại của cùng một loại hàng hóa theo kết cấu, hoặc kích thước, hình dạng, trọng lượng, thành phần, cấu trúc, tính năng, v.v. bằng các từ, số hoặc ký hiệu, như lớn, vừa và nhỏ; nặng, trung bình, nhẹ; một, hai, ba hoặc 1, 2, 3, A, B, C, v.v. Phương thức biểu thị chất lượng hàng hóa này có vai trò nhất định trong việc đơn giản hóa thủ tục, thúc đẩy giao dịch và phản ánh chất lượng lẫn giá cả.

③ Mua bán theo tiêu chuẩn 凭标准买卖

Tiêu chuẩn là sự tiêu chuẩn hóa các thông số kỹ thuật và hạng cấp. Nó thường được xây dựng và công bố bởi các tổ chức tiêu chuẩn hóa, cơ quan chính phủ, nhóm ngành, tổ chức công nghiệp và thương mại, sở giao dịch hàng hóa, được thực hiện trong một phạm vi nhất định. Các quốc gia trên thế giới có tiêu chuẩn riêng của họ, như BS ở Anh, ANSI ở Hoa Kỳ, NF ở Pháp, DIN ở Đức và JIS ở Nhật Bản. Ngoài ra, còn có các tiêu chuẩn quốc tế, chẳng hạn như tiêu chuẩn ISO của Tổ chức Tiêu chuẩn hóa Quốc tế và các tiêu chuẩn do Ủy ban Kỹ thuật Điện Quốc tế (IE) xây dựng. Trung Quốc có tiêu chuẩn quốc gia (GB), tiêu chuẩn chuyên nghiệp, tiêu chuẩn địa phương và tiêu chuẩn doanh nghiệp. Trong thương mại quốc tế, người ta thường sử dụng một tiêu chuẩn nhất định làm cơ sở để mô tả và đánh giá chất lượng hàng hóa.

Trong thương mại quốc tế, chất lượng của một số nông sản phẩm địa phương thay đổi nhiều, rất khó xác định một tiêu chuẩn thống nhất, thường được sử dụng "chất lượng trung bình tốt" để thể hiện. Cái gọi là "chất lượng trung bình khá" (Fair Average Quality, FAQ) dùng để chỉ mức chất lượng trung bình của hàng hóa xuất khẩu từ một địa điểm nhất định trong một khoảng thời gian nhất định, nói chung là hàng hóa trung bình. Ví dụ "đậu tương Trung Quốc FAQ, độ ẩm không được vượt quá 15%, hạt không hoàn hảo tối đa 8% và hàm lượng dầu tối thiểu 40%".

④ Mua bán theo thương hiệu hoặc nhãn hiệu 凭品牌或商标买卖

Thương hiệu là tên của một sản phẩm do nhà sản xuất, người bán sản xuất hoặc bán để phân biệt với các sản phẩm tương tự của các công ty khác; nhãn hiệu là hình ảnh của thương hiệu. Trong thương mại quốc tế, những sản phẩm đã có mặt trên thị trường lâu năm, chất lượng ổn định, có uy tín, được người mua hoặc người tiêu dùng quen thuộc, yêu thích thì chất lượng hàng hoá có thể được quy định bằng thương hiệu hoặc nhãn hiệu. Phương pháp này được gọi là "tiêu thụ dựa vào thương hiệu hoặc nhãn hiệu". Ví dụ: quần áo thể thao thương hiệu "Li Ning".

⑤ Giao dịch theo mô tả và hình ảnh minh họa (Sale by Description and Illustration) 凭说明书和图样买卖

Trong thương mại hàng hóa quốc tế, một số sản phẩm sử dụng nhiều công nghệ như máy móc, thiết bị đồ điện, dụng cụ, thiết bị lớn và phương tiện giao thông, v.v. do cấu trúc phức tạp nên không thể phản ánh chất lượng của chúng bằng mẫu hoặc các chỉ tiêu đơn giản.

⑥ Giao dịch theo tên xuất xứ (Sale by Name of Origin) 凭产地名称买卖

Sản phẩm của một số quốc gia, khu vực, nhất là một số nông sản truyền thống và các sản phẩm phụ, có công nghệ chế biến độc đáo, có uy tín trên thế giới. Đối với việc bán các sản phẩm như vậy, tên xuất xứ có thể được sử dụng để thể hiện chất lượng và danh tiếng duy nhất của sản phẩm đó. Ví dụ, Long Tỉnh Tây Hồ, Phổ Nhĩ Vân Nam.

### 4. Điều khoản chất lượng trong hợp đồng mua bán 买卖合同中的品质条款

#### (1) Nội dung của điều khoản chất lượng 品质条款的内容

Điều khoản chất lượng là một điều khoản chính trong hợp đồng mua bán, bao gồm nội dung cụ thể về chất lượng, hạng bậc, tiêu chuẩn, quy cách, nhãn hiệu, v.v. của hàng hóa, là cơ sở quan trọng để người mua bán đàm phán giá cả, thỏa thuận giao dịch và giải quyết các tranh chấp về chất lượng. Khi cần thiết, điều khoản chất lượng cũng bao gồm các khía cạnh của quyền sở hữu công nghiệp. Đối với giao dịch của một số sản phẩm nông nghiệp và phụ trợ, nguyên liệu thô công nghiệp hoặc một số sản phẩm công nghiệp nhẹ, chất lượng có thể cao hơn hoặc thấp hơn chất lượng quy định thông thường trong một phạm vi nhất định; do đó, dung sai và mức độ chất lượng cũng phải được chỉ ra trong điều khoản chất lượng. Khi mua bán theo mẫu phải niêm yết số sê-ri và ngày giao hàng mẫu, đồng thời phải có mô tả chất lượng giao hàng về cơ bản hoặc hoàn toàn phù hợp với mẫu; khi mua bán theo tiêu chuẩn, phải liệt kê rõ tiêu chuẩn được trích dẫn và năm của phiên bản tiêu chuẩn. Theo quy định của pháp luật, nếu chất lượng hàng hóa do người bán giao không phù hợp với hợp đồng thì người mua có quyền từ chối và yêu cầu bồi thường.

#### (2) Dung sai và mức độ chất lượng 品质幅度与公差

① Mức độ chất lượng 品质幅度

Mức độ chất lượng đề cập đến khả năng linh hoạt trong một phạm vi nhất định đối với một chỉ số chất lượng cụ thể. Nó chủ yếu áp dụng cho các sản phẩm thô sơ, bởi chất lượng của hàng hóa do người bán giao khó hoàn toàn phù hợp với chất lượng quy định trong hợp đồng, nên để tạo điều kiện thuận lợi cho việc giao hàng của người bán, ngoài các chỉ tiêu chất lượng đã quy định, người ta thường bổ sung một số mô tả nhất định, miễn là chất lượng của hàng hóa do người bán giao trong phạm vi cho phép, người mua sẽ không có quyền từ chối.

Phương pháp chính để xác định phạm vi cho phép

Phạm vi chỉ định

Ví dụ, vải tẩy trắng, chiều rộng 35/36 inch, chiều rộng miếng vải trong phạm vi 35 inch đến 36 inch, được coi là đạt yêu cầu.

Chỉ định giới hạn

Thông số kỹ thuật chất lượng của một số sản phẩm phải được đánh dấu bằng các giới hạn trên và dưới, chẳng hạn như lớn nhất, tối đa, cao nhất (maximum hoặc max) và tối thiểu, ít nhất, thấp nhất (minimum hoặc min). Ví dụ đậu tương Đông Bắc, độ ẩm <15%, hàm lượng dầu >17%, hạt không hoàn hảo <7%, tạp chất <1%.

Sự khác biệt trên và dưới được chỉ định

Ví dụ: lông vịt xám, với hàm lượng lông vũ 85%, cho phép + 2%.

② Dung sai chất lượng 品质公差

Dung sai chất lượng được định nghĩa là sự khác biệt cho phép về các chỉ tiêu chất lượng cụ thể của hàng hóa giao trong một phạm vi được công nhận. Trong quá trình sản xuất các sản phẩm công nghiệp, đôi khi không thể tránh khỏi những sai số nhất định về các chỉ tiêu chất lượng của sản phẩm, ví dụ như một chiếc đồng hồ có độ lệch vài giây trong ngày, hàm lượng đạm trong 200ml sữa nguyên chất không thể thấp hơn 11%. Lỗi chất lượng được quốc tế công nhận này là dung sai chất lượng. Ngay cả khi nó không được quy định trong hợp đồng, chất lượng giao hàng của người bán vẫn nằm trong phạm vi sai số được thừa nhận và được coi là phù hợp với hợp đồng.

## PHẦN III SỐ LƯỢNG CỦA HÀNG HÓA

## 第三节 商品的数量

### Dẫn nhập vào bài 课前导入

Một công ty xuất khẩu ở Thâm Quyến đã xuất khẩu một lô gạo sang Nhật Bản, trong quá trình đàm phán, họ đã đàm phán 1.000 tấn với giá FOB 310 USD/tấn tại cảng Thâm Quyến. Tuy nhiên, khi ký hợp đồng chỉ ghi chung 1.000 tấn, bên bán nghĩ rằng số tấn trong hợp đồng là tấn theo hệ mét, trong khi thương nhân Nhật Bản yêu cầu hàng phải giao theo tấn dài. Chúng ta nên xử lý như thế nào?

### Kiến thức chuyên sâu 知识精讲

#### 1. Khái niệm về số lượng hàng hóa 商品数量的概念

Số lượng hàng hoá là số lượng về trọng lượng, số lượng, chiều dài, diện tích, khối lượng, thể tích của hàng hoá được thể hiện ở một mức độ cân đối nhất định. Trong mua bán hàng hóa quốc tế, người mua bán ký kết một điều khoản về số lượng trong hợp đồng, điều khoản này được sử dụng để quy định số lượng hàng hóa giao dịch giữa người mua và người bán, là cơ sở để bên mua và bên bán giao hàng hóa, yêu cầu số lượng hàng hoá mà người bán giao phải phù hợp với hợp đồng. Nếu số lượng người bán giao nhiều hơn số lượng đã thỏa thuận, người mua có thể từ chối nhận phần giao thừa hoặc thu một phần hay toàn bộ đã giao quá hạn, nhưng phải thanh toán theo số lượng thực nhận. Nếu số lượng người bán giao ít hơn số lượng đã thỏa thuận thì người bán phải giao hàng trước khi hết thời hạn quy định, người mua không bị thiệt hại không đáng có và người mua có quyền yêu cầu bồi thường. Vì vậy, hai bên mua và bán phải giao kết đúng các điều khoản về số lượng trong hợp đồng.

**2. Tính toán số lượng của hàng hóa 商品数量的计算**

**(1) Đơn vị tính toán 计量单位**

Trong thương mại quốc tế, do chủng loại, đặc tính của hàng hóa và hệ thống đo lường của các quốc gia khác nhau nên các đơn vị đo lường và phương pháp đo lường cũng rất đa dạng. Điều rất quan trọng là phải hiểu các hệ thống trọng lượng và thước đo khác nhau, đồng thời phải quen thuộc với ý nghĩa và phương pháp đo lường cụ thể của các đơn vị đo lường khác nhau.

Hệ thống thước đo thường được sử dụng trong thương mại quốc tế:

① Hệ mét System (The Metric System) còn được gọi là hệ mét 米制又称为公制

Các đơn vị cơ bản là kilôgam và mét, nó dựa trên hệ thập phân. Nó được sử dụng lần đầu tiên ở Pháp vào thế kỷ 18 và áp dụng cho khối châu Âu và hầu hết các quốc gia trên thế giới.

② Hệ mét Anh (The British System), đơn vị cơ bản là pound và yard 英制基本单位为磅和码

Nó đã được dùng chung cho khối quốc gia Liên bang Anh và có ảnh hưởng lớn trên thế giới, đặc biệt là trong lĩnh vực buôn bán hàng dệt may.

③ Hệ thống System Mỹ dựa trên hệ thống Anh (The U.S. System) 美制以英制为基础

Hầu hết các đơn vị đo lường có cùng tên với hệ thống của Anh, nhưng ý nghĩa khác nhau. Chúng chủ yếu được phản ánh trong các đơn vị đo trọng lượng và công suất, được sử dụng rộng rãi ở các quốc gia và khu vực Bắc Mỹ.

④ Hệ thống đơn vị quốc tế SI (International System of Units SI) 国际单位制

Được Tổ chức Tiêu chuẩn hóa Đo lường Quốc tế thông qua năm 1960. Hệ thống này được phát triển trên cơ sở hệ mét và ngày càng được nhiều quốc gia áp dụng. Điều đó có lợi cho việc thống nhất các đơn vị đo lường, đánh dấu sự quốc tế hoá và tiêu chuẩn hoá hệ thống đo lường ngày càng tăng, điều này đã đóng một vai trò nhất định trong việc thúc đẩy sự phát triển hơn nữa của thương mại quốc tế.

Trung Quốc áp dụng đơn vị đo pháp định dựa trên Hệ đơn vị đo quốc tế. Trong thương mại quốc tế, khi xuất khẩu hàng hóa, trừ khi có quy định trong hợp đồng, đều phải sử dụng đơn vị đo pháp định. Nói chung, các dụng cụ và thiết bị không phải là đơn vị đo pháp định sẽ không được nhập khẩu. Nếu có nhu cầu đặc biệt, đơn vị đo phi pháp định phải được sự chấp thuận của cơ quan quản lý tiêu chuẩn đo lường có liên quan.

Trong mua bán hàng hóa quốc tế, các đơn vị đo lường thường được sử dụng như sau:

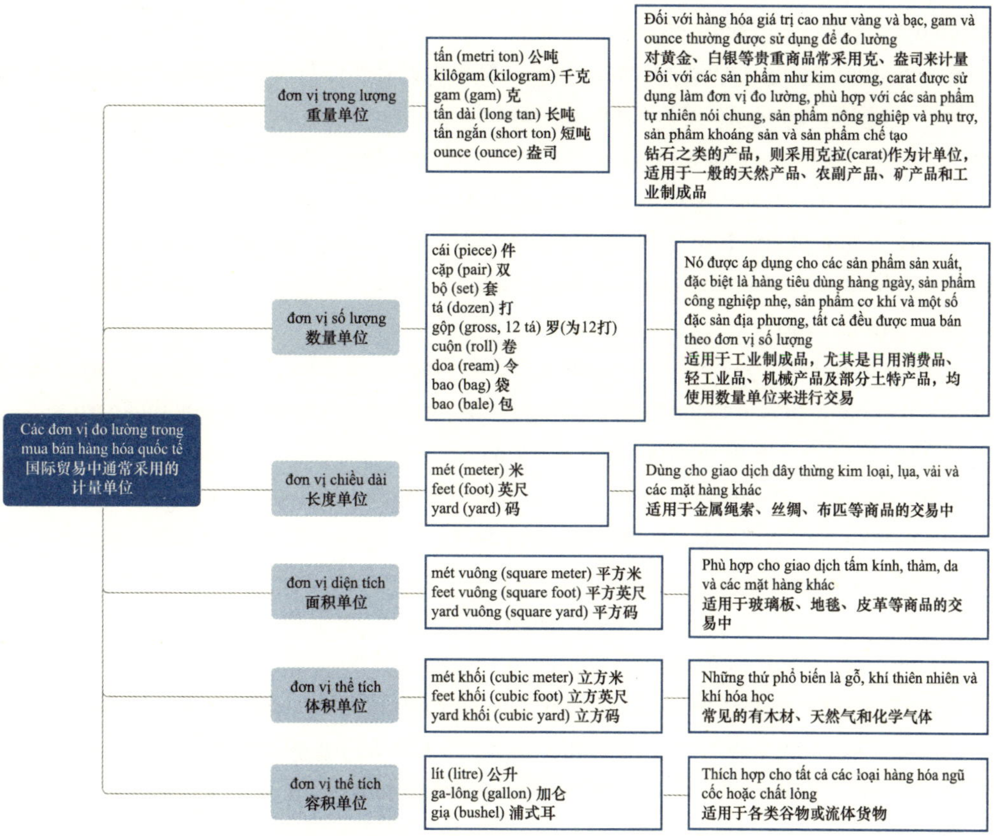


**(2) Phương pháp đo lường** 计量方法

Trong thương mại quốc tế, nhiều hàng hóa được tính theo trọng lượng, phương pháp đo lường trong thương mại quốc tế thường theo các cách sau:

① Trọng lượng thô (Gross Weight) 毛重

Trọng lượng thô đề cập đến trọng lượng của chính sản phẩm cộng với bao bì (tare), nghĩa là trọng lượng bao gồm cả trọng lượng của vật liệu đóng gói. Trong thương mại quốc tế, một số sản phẩm có giá trị thấp; thường sử dụng trọng lượng thô làm cơ sở để tính giá, được gọi là “tổng cộng” (Gross for Net). Ví dụ:

♦ Gạo

♦ Đậu tằm

♦ Các sản phẩm nông nghiệp

♦ Được đóng gói trong bao tải

② Trọng lượng tịnh (Net Weight hoặch NT) 净重

Trọng lượng tịnh là trọng lượng sau khi trừ đi trọng lượng bì của trọng lượng thô, tức là trọng lượng thực của sản phẩm. Trên thế giới có nhiều phương pháp tính bì, trong thực tế kinh doanh cần được thỏa thuận trước giữa hai bên dựa trên tính chất của sản phẩm, đặc điểm của bao bì được sử dụng, số lượng hợp đồng và thói quen buôn bán.

♦ Tính theo bì thực tế (Actual Tare Weight), tức là khối lượng thu được sau khi lấy hết vật liệu đóng gói của lô hàng ra.

♦ Tính theo trọng lượng bì trung bình (Average Tare). Trong trường hợp bao bì của một lô sản phẩm tương đối đồng đều thì lấy một số bao bì ra để cân, sau đó nhân giá trị trung bình với số lượng của tất cả các sản phẩm để tính tổng khối lượng bì.

♦ Tính theo trọng lượng bì theo thói quen (Customary Tare). Vật liệu và quy cách của một số bao bì sản phẩm được tiêu chuẩn hóa tương đối, trọng lượng bì của bao bì đã được thị trường công nhận. Không cần cân từng cái một, miễn là nhân với khối lượng bì thông thường với tổng số lô.

♦ Được tính theo trọng lượng bì đã thỏa thuận (Computed Tare), nghĩa là trọng lượng bì của tất cả các mặt hàng được tính theo trọng lượng bì mà người mua và bán đã thỏa thuận trước.

③ Trọng lượng pháp định (Legal Weight) 法定重量

Trọng lượng pháp định đề cập đến trọng lượng kết hợp của sản phẩm và bao bì tiêu thụ. Hải quan của một số quốc gia áp dụng phương pháp thu cụ thể khi thu thuế nhập khẩu, quy định rằng trọng lượng của hàng hóa phải bao gồm các vật liệu đóng gói tiếp xúc trực tiếp với sản phẩm.

④ Trọng lượng công định (Conditioned Weight) 公定重量

Trọng lượng công định đề cập đến trọng lượng thu được bằng cách chiết xuất độ ẩm thực tế có trong sản phẩm trước tiên bằng các phương pháp khoa học, sau đó thêm độ ẩm tiêu chuẩn. Cách tính này tương đối phức tạp, chủ yếu áp dụng cho một số sản phẩm như len, tơ tằm thô, sợi bông, bông dễ hút ẩm, trọng lượng không ổn định, giá trị kinh tế cao.

⑤ Trọng lượng lý thuyết (Theoretical Weight) 理论重量

Trọng lượng lý thuyết đề cập đến trọng lượng được tính bằng cách nhân trọng lượng riêng lẻ với số lượng chiếc (hoặc tờ) đối với một số mặt hàng có thông số kỹ thuật cố định, kích thước cố định và trọng lượng xấp xỉ bằng nhau, ví dụ như tấm thiếc và thép tấm.

### 3. Điều khoản số lượng trong hợp đồng mua bán 买卖合同中的数量条款

Điều khoản về số lượng trong hợp đồng chủ yếu bao gồm hai phần: số lượng giao hàng và đơn vị đo lường, đôi khi còn bao gồm các quy định về điều khoản thừa và thiếu, việc lựa chọn điều khoản thừa và thiếu cũng như phương pháp định giá tương ứng. Theo *Công ước của Liên hợp quốc về hợp đồng mua bán hàng hóa quốc tế*, sau khi hợp đồng được ký kết, bên bán sẽ giao hàng theo số lượng quy định trong hợp đồng.

#### (1) Số ước lượng 约数

Số ước lượng chỉ thêm từ “khoảng/xấp xỉ” (About, Approximately) trước số lượng giao dịch, để có thể điều chỉnh chính xác số lượng giao hàng cụ thể. Tuy nhiên, không có cách giải thích thống nhất về con số “xấp xỉ” trên thế giới. *Quy tắc thực hành thống nhất về tín dụng chứng từ* quy định rằng khi “xấp xỉ” hoặc “khoảng” được sử dụng cho số tiền của thư tín dụng hoặc số lượng hoặc đơn giá quy định trong thư tín dụng, cần được diễn giải để cho phép tăng hoặc giảm không quá 10% về số tiền, số lượng hoặc đơn giá có liên quan.

#### (2) Điều khoản thừa và thiếu 溢短装条款

Đối với một số loại hàng hóa khó kiểm soát chặt chẽ về số lượng lớn như nông sản phẩm, khoáng sản, trong hợp đồng thường quy định số lượng giao hàng có thể tăng hoặc giảm ở một mức độ nhất định, loại điều khoản này thường được gọi là "điều khoản thiếu và thừa". Tức là hợp đồng quy định rõ ràng rằng người bán được phép trả thừa hoặc trả thiếu một vài phần trăm số lượng hợp đồng khi giao hàng. Ví dụ 1.000 tấn, người bán có thể giao thừa hoặc giao thiếu 5% (1.000 M/T, with 5% more or less at seller's option).

Trong phạm vi linh hoạt về số lượng, hàng hóa đóng gói thừa hoặc đóng gói thiếu thường được tính theo giá hợp đồng, tức là thanh toán thừa khi giao thừa, thanh toán thiếu nếu giao thiếu. Tuy nhiên, đối với những mặt hàng có giá cả thường xuyên biến động và thay đổi lớn, để tránh việc đốI tác cố tình tăng hoặc giảm số lượng bằng cách sử dụng phạm vi linh hoạt về số lượng để kiếm thêm lợi ích, khi ký kết hợp đồng, có thể quy định rõ ràng việc tăng hoặc giảm được tính theo giá của thị trường quốc tế khi hàng hóa được vận chuyển; nếu không, rất dễ gây ra tranh chấp.

## PHẦN IV BAO BÌ CỦA HÀNG HÓA
## 第四节 商品的包装

### Dẫn nhập vào bài 课前导入

Một công ty xuất khẩu 1.000 chiếc xe đạp. Hợp đồng quy định hàng hóa phải được đóng trong thùng gỗ, thư tín dụng cũng quy định: ĐÓNG GÓI TRONG THÙNG GỖ C. K. D. Công ty chúng tôi không hiểu rõ ý nghĩa của ba chữ C. K. D và cũng không để ý việc này, chiếc xe đạp vẫn được tháo rời một nửa và đóng vào thùng gỗ theo thói quen thường ngày, còn C. K. D. Do đó, hàng hóa đã bị hải quan phạt khi đến cảng đích và người mua yêu cầu chúng tôi bồi thường. Tại sao?

### Kiến thức chuyên sâu 知识精讲

#### 1. Khái niệm và tác dụng của bao bì hàng hóa 商品包装的概念和作用

**(1) Khái niệm về bao bì sản phẩm** 商品包装的概念

Trong thương mại quốc tế, hầu hết các mặt hàng đều yêu cầu đóng gói nhất định. Để bảo vệ hàng hóa trong quá trình lưu thông và tiêu thụ, bao bì là vật chứa đựng, bảo vệ và quảng bá hàng hóa, đồng thời là một phần không thể thiếu trong quá trình lưu thông hàng hóa. Nó là điều kiện quan trọng để bảo vệ tính nguyên vẹn về chất lượng và số lượng của hàng hóa trong quá trình lưu thông, là một trong những phương tiện quan trọng để thực hiện giá trị và giá trị sử dụng của hàng hóa.

**(2) Tác dụng của bao bì** 商品包装的作用

① Chức năng bảo vệ 保护功能

Chức năng bảo vệ là chức năng cơ bản của bao bì, bao bì kết cấu chắc chắn và thể tích hợp lý: một mặt có tác dụng bảo vệ hàng hóa khỏi hư hỏng, mặt khác dễ cho việc di chuyển và vận chuyển hơn, nâng cao thể tích sử dụng khi xếp dỡ vận chuyển. Đặc biệt đối với các mặt hàng xuất khẩu được bán trên toàn cầu, có nhiều khâu vận chuyển, tuyến đường dài, sự khác biệt lớn về điều kiện xếp dỡ và khí hậu khu vực, yêu cầu đóng gói khắt khe hơn.

② Chức năng thuận tiện 方便性功能

Chức năng thuận tiện của bao bì được thể hiện ở: vận chuyển và xếp dỡ thuận tiện; thuận tiện cho việc sản xuất chế biến, trung chuyển, vận tải, niêm phong, dán nhãn, xếp chồng, v.v.; thuận tiện cho việc lưu trữ và nhận dạng thông tin sản phẩm; thuận tiện cho việc trưng bày và bán hàng trên kệ hàng; thuận tiện cho người tiêu dùng mang theo và mở ra. Nó thuận tiện cho việc tiêu thụ và sử dụng, đồng thời thuận tiện cho việc phân loại và tái chế chất thải bao bì.

**2. Chủng loại bao bì 包装种类**

Có nhiều cách phân loại bao bì hàng hóa, theo các chức năng khác nhau trong quá trình lưu thông, bao bì hàng hóa có thể được chia thành bao bì vận chuyển và bao bì tiêu thụ.

**(1) Bao bì vận chuyển 运输包装**

Bao bì vận chuyển (Transport Package) hay còn gọi là bao bì lớn (Giant Packing), bao bì bên ngoài (Outer Packing). Đó là việc đóng gói hàng hóa vào các thùng chứa cụ thể, thành các lô hoặc hộp theo một cách cụ thể. Bao bì vận chuyển được chia thành bao bì vận chuyển đơn lẻ và bao bì vận chuyển tập hợp.

① Bao bì vận chuyển đơn lẻ 单件运输包装

Bao bì vận chuyển đơn lẻ là bao bì được sử dụng như một đơn vị trong quá trình vận chuyển, như thùng: bao gồm thùng gỗ, thùng giấy v.v, phù hợp để đóng gói các mặt hàng không thể ép; gói: chủ yếu là túi vải và túi vải gai. Phù hợp đóng gói các mặt hàng chịu được nén; túi: phổ biến nhất là túi gunny, túi vải, túi giấy, v.v. Nó phù hợp đóng gói các sản phẩm nông nghiệp dạng bột, dạng hạt và nguyên liệu hóa học; xô: xô gỗ, xô sắt, v.v. Nó phù hợp để đóng gói hàng hóa lỏng, bán lỏng, bột và dạng hạt; ngoài ra, còn có chai, lon, bình, v.v.

② Bao bì vận chuyển tập hợp 集合运输包装

Bao bì vận chuyển tập hợp chỉ sự kết hợp của một số bao bì vận chuyển đơn lẻ thành một bao bì lớn hoặc thành một thùng chứa bao bì lớn, như Container: bao bì vận chuyển quy mô lớn với độ bền, độ cứng và quy cách nhất định để luân chuyển; Balet: bao bì vận chuyển phẳng một lớp hoặc hai lớp được hình thành theo quy cách nhất định; túi đựng và bao đựng: còn được gọi là túi đựng mềm, túi tấn, túi chân không v.v. được trang bị cần cẩu hoặc xe nâng để thể thực hiện vận chuyển một cách tập trung và tổng hợp.

Bao bì vận chuyển tập hợp đáp ứng được các yêu cầu cho việc vận chuyển và bốc xếp hiện đại, có thể bảo vệ hàng hóa một cách hiệu quả cũng như nâng cao hiệu quả bốc xếp.

**(2) Bao bì tiêu thụ 销售包装**

① Bao bì tiêu thụ 销售包装

Còn được gọi là bao bì bên trong, bao bì nhỏ, bao bì trực tiếp hoặc bao bì trưng bày, là loại bao bì tiếp xúc trực tiếp với sản phẩm, đưa sản phẩm vào thị trường bán lẻ và tiếp xúc với người tiêu dùng.

Cấu trúc hình dạng, hình ảnh trang trí và mô tả văn bản của bao bì tiêu thụ phải được xác định theo các yếu tố như hàng hóa khác nhau, vật liệu đóng gói khác nhau, khu vực bán hàng khác nhau và đối tượng bán hàng. Bao bì tiêu thụ phải thuận tiện cho việc vận chuyển, bảo quản, trưng bày, bán hàng và sử dụng của người tiêu dùng, phải hấp dẫn về mặt nghệ thuật và viết tốt nội dung mô tả.

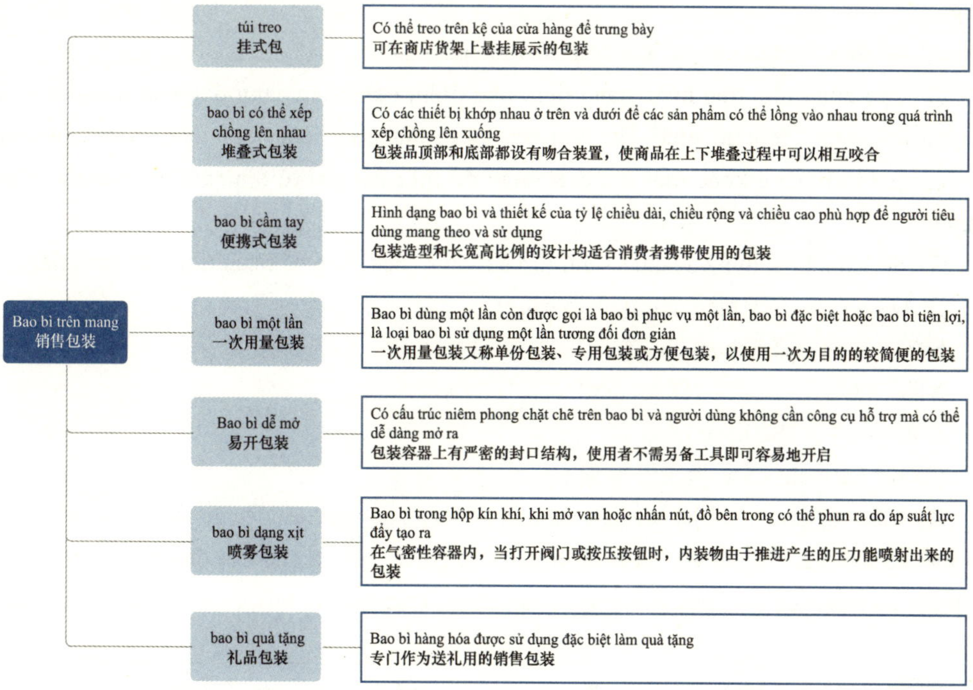


② Mã vạch mặt hàng 物品条码标志

Mã vạch sản phẩm là một loại mã sản phẩm, là nhãn hiệu được tạo thành từ một nhóm các đường song song có khoảng cách độ dày khác nhau và các số tương ứng của chúng, còn được gọi là mã vạch (UPC hoặc EAN). Sau khi sử dụng mã vạch, nhập hệ thống mạng máy tính tương ứng thông qua thiết bị quét và đọc quang điện, có thể đánh giá chính xác hàng loạt thông tin về sản phẩm như nơi xuất xứ, nhà sản xuất, giá bán và một số thuộc tính của sản phẩm.

### 3. Nhãn hiệu bao bì 包装标志

Nhãn hiệu bao bì chỉ các nhãn hiệu đặc biệt và nội dung giải trình được thực hiện bằng các văn bản, hình ảnh và số trên bao bì bên ngoài của sản phẩm. Đây cũng là nội dung không thể thiếu trên chứng từ vận chuyển. Theo các chức năng khác nhau của chúng, nhãn hiệu đóng gói chủ yếu được chia thành nhãn hiệu vận chuyển, nhãn hiệu chỉ dẫn và nhãn hiệu cảnh báo.

**(1) Nhãn hiệu vận chuyển 运输标志**

Nhãn hiệu vận chuyển, hay được gọi là “ký hiệu”, thường bao gồm một hình hình học đơn giản, các chữ cái, số, v.v. Tác dụng chính là giúp người có liên quan dễ dàng xác định hàng hóa trong quá trình vận chuyển, kiểm tra chứng từ và ngăn chặn việc giao hàng sai và vận chuyển sai. Tổ chức tiêu chuẩn hóa quốc tế đơn giản hóa ký hiệu vận chuyển thành bốn mục, thường bao gồm các nội dung cơ bản như sau:

① Chữ viết hoa hoặc viết tắt bằng tiếng Anh của tên người nhận hàng hoặc người mua hàng;

② Số tham chiếu: như số hóa đơn, số vận đơn;

③ Tên của điểm đến hoặc cảng đến, nếu điểm đến hoặc cảng đến của hàng hóa vận chuyển đến cùng tên thì phải ghi chú tên của quốc gia hoặc khu vực; Nếu cần trung chuyển qua một cảng hoặc một địa điểm nào đó thì phải ghi rõ tên cảng (địa điểm) trung chuyển;

④ Số hàng hóa: dùng để chỉ số thứ tự và tổng số của từng bộ phận trong lô hàng này.

BCD————(Ký hiệu người nhận hàng)

5678————(Số tham chiếu)

NEW YORK————(Điểm đến)

1/30————(Số hàng hóa)

**(2) Ký hiệu chỉ dẫn 指示性标识**

Ký hiệu chỉ dẫn là các ký hiệu an toàn và ký hiệu bảo vệ, theo đặc điểm của hàng hóa, đối với một số mặt hàng dễ bị vỡ, hư hỏng hoặc xuống cấp, các vấn đề cần được chú ý trong quá trình vận chuyển, xếp dỡ, xử lý và bảo quản nên được đánh dấu đặc biệt. Như hình ảnh minh họa.

| | | | | | |
|---|---|---|---|---|---|
|  |  |  |  |  |  |
| 小心轻放<br>Nhẹ tay | 禁用手钩<br>Cấm móc tay | 向上<br>Hướng lên | 怕热<br>Sợ nóng | 远离放射及热源<br>Tránh xa bức xạ và nguồn nhiệt | 怕湿<br>Sợ ướt |
|  |  |  |  |  |  |
| 重心点<br>Điểm trọng tâm | 禁止翻滚<br>Cấm lật | 此面禁用手推车<br>Mặt này cấm sử dụng xe đẩy | 禁用叉车<br>Cấm sử dụng xe nâng | 由此夹起<br>Kẹp lên từ đây | 此处不能夹<br>Cấm kẹp vào đây |

**Hình 5-1 Ký hiệu chỉ dẫn**

| | | | | | |
|---|---|---|---|---|---|
|  |  |   |  | 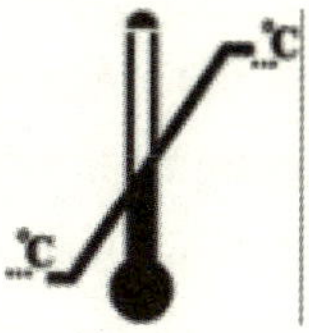  | |
| 增码重量极限<br>Giới hạn trọng lượng xếp | 禁止堆码<br>Cấm xếp chồng | 堆码层数极限<br>Giới hạn số tầng xếp chồng | 由此吊起<br>Cẩu lên từ đây | 温度极限<br>Giới hạn nhiệt độ | |

**Hình 5-1 Ký hiệu chỉ dẫn (continued)**

**(3) Ký hiệu cảnh báo 警告性标识**

Ký hiệu cảnh báo hay còn gọi là ký hiệu hàng hóa nguy hiểm dùng để chỉ cảnh báo trên bao bì chứa hàng hóa nguy hiểm như vật liệu dễ cháy nổ, chất độc, chất ăn mòn, chất phóng xạ v.v, người vận chuyển và lưu trữ thực hiện các biện pháp bảo vệ tương ứng theo đặc điểm của hàng hóa để bảo vệ an toàn cho hàng hóa và con người.

| | | | | |
|---|---|---|---|---|
|  <br>Chất độc<br>有毒品 |  <br>Chất lỏng dễ cháy<br>易燃液体 |  <br>Khí dễ cháy<br>易燃气体 | <br>Chất rắn dễ cháy<br>易燃固体 |  <br>Chất dễ nổ<br>爆炸品 |
|  <br>Khí không cháy<br>不燃气体 |  <br>Dễ cháy khi tiếp xúc với nước<br>遇湿易燃物品 |  <br>Chất Oxy hóa<br>氧化剂 | <br>Chất tự cháy<br>自燃物 |  <br>Chất phóng xạ loại I<br>一级放射性物品 |

**Hình 5-2 Ký hiệu cảnh báo**

### 3. Xây dựng nhãn hiệu riêng và bao bì trung tính 定牌和中性包装

**(1) Xây dựng hãng hiệu riêng 定牌**

Xây dựng nhãn hiệu riêng chỉ việc người mua yêu cầu người bán sử dụng nhãn hiệu hoặc nhãn hiệu do người mua chỉ định trên hàng hóa hoặc bao bì xuất khẩu. Người bán đồng ý sử dụng tên thương hiệu để tận dụng khả năng hoạt động của người mua (bao gồm các nhà sản xuất, cửa hàng bách hóa lớn, siêu thị và cửa hàng chuyên doanh), danh tiếng doanh nghiệp và uy tín thương hiệu của họ để tăng giá hàng hóa và mở rộng doanh số bán hàng. Nhưng điều cần cảnh giác là các doanh nhân nước ngoài sử dụng các sản phẩm mang nhãn hiệu riêng để lấn át doanh số bán hàng hóa sử dụng nhãn hiệu của bên bán, do đó ảnh hưởng đến việc thiết lập các sản phẩm của Trung Quốc trên thị trường quốc tế.

**(2) Bao bì trung tính** 中性包装

Bao bì trung tính là bao bì không ghi quốc gia sản xuất trên sản phẩm hoặc trên bao bì bên trong và bên ngoài. Bao bì trung tính được chia thành trung tính có thương hiệu và trung tính không có thương hiệu. Tính trung lập của nhãn hiệu chỉ việc sử dụng nhãn hiệu được chỉ định của người mua trên sản phẩm hoặc bao bì, nhưng không chỉ ra quốc gia sản xuất. Việc sử dụng bao bì trung tính là để phá vỡ các hàng rào thuế quan và phi thuế quan của một số quốc gia và khu vực nhập khẩu, đồng thời đáp ứng các nhu cầu giao dịch đặc biệt, là phương tiện để các nhà sản xuất ở các nước xuất khẩu tăng cường cạnh tranh tiêu thụ ở nước ngoài và mở rộng xuất khẩu.

## TỪ MỚI

bao bì vận chuyển 运输包装
bao bì tiêu thụ 销售包装
bao bì trung tính 中性包装
dung sai chất lượng 品质公差
hạng 等级
hợp kim Vonfram 钨合金
ký hiệu chỉ dẫn 指示性标识
ký hiệu cảnh báo 警告性标识
mã hàng hóa 产品编号
nhãn hiệu vận chuyển 运输标志
phiên âm tiếng Hán 汉语拼音
tên chung quốc tế 国际通用名称
tính tự nhiên 自然属性
tính chối cãi 争议性
trọng lượng tịnh 净重
trọng lượng thô 毛重
trọng lượng pháp định 法定重量
trọng lượng công định 公定重量
trọng lượng lý thuyết 理论重量
vật tư chiến lược 战略物资

## BÀI TẬP

### I. Giải thích các thuật ngữ

1. ký hiệu 唛头、标识

2. dung sai chất lượng 品质公差
3. điều khoản thừa và thiếu 溢短装条款
4. trọng lượng thô 毛重
5. bao bì trung tính 中性包装

**II. Chọn đáp án**

1. Thêm từ "khoảng" hoặc "tầm" trước số lượng giao hàng, theo thông lệ "UCP600", thỏa thuận này có thể hiểu là việc tăng hoặc giảm số lượng giao hàng không vượt quá ( ).

A. 10% B. 5% C. 2,5% D. 1,5%

2. Về điều khoản chất lượng, đối với một số sản phẩm công nghiệp hoặc nông sản phẩm mà chất lượng khó kiểm soát thì chủ yếu được quy định tại ( ) trong hợp đồng.

A. điều khoản thừa và thiếu

B. điều khoản tăng giảm giá

C. dung sai và mức độ chất lượng

D. trọng lượng tịnh của hàng hóa

3. Đối với hàng rời mua bán có số lượng lớn, do khó nắm bắt được số lượng hàng hóa nên thường được quy định trong hợp đồng ( ).

A. điều khoản dung sai chất lượng B. điều khoản thừa và thiếu

C. điều khoản vận chuyển nhanh chóng D. điều khoản kho đến kho

4. Trên bao bì bên ngoài của hàng hóa có một chiếc ly rượu, đây thuộc ( ).

A. ký hiệu nguy hiểm B. ký hiệu chỉ dẫn

C. ký hiệu cảnh báo D. ký hiệu dễ cháy

5. Nội dung chính của ký hiệu hàng hóa bao gồm ( ).

A. tên cảng (địa điểm) đích đến

B. các chữ viết tắt hoặc mã thay thế cho tên của người nhận hàng và (hoặc) người gửi hàng

C. số kiện, số lô

D. số giấy phép

6. Đồ đá quý, đồ trang sức và các mặt hàng khác có tính chất độc đáo, khi xuất khẩu xác định chất lượng của nó ( ).

A. tốt nhất là tham khảo hàng mẫu

B. tốt nhất là giải thích bằng văn bản

C. tốt nhất là xem hàng hóa đàm phán thỏa thuận

D. tốt nhất là sử dụng hình ảnh để minh họa

7. Trọng lượng thô của hàng hóa là ( ).

A. trọng lượng bao bì của hàng hóa

B. hàng hóa trọng lượng tịnh cộng với trọng lượng của bao bì bên trong

C. trọng lượng tịnh của hàng hóa

D. trọng lượng tịnh của hàng hóa cộng với trọng lượng của bao bì bên trong và bên ngoài

8. Xuất khẩu len để tính toán trọng lượng, phương pháp đo lường thường được sử dụng ( ).

A. trọng lượng thô | B. trọng lượng tịnh

C. trọng lượng công định | D. trọng lượng lý thuyết

9. Trong các điều khoản đóng gói của hợp đồng mua bán và các tài liệu liên quan đến vận chuyển, các dấu hiệu trên bao bì vận chuyển liên quan là ( ).

A. ký hiệu cảnh báo | B. ký hiệu vận chuyển

C. ký hiệu chỉ dẫn | D. ký hiệu mã vạch

10. Các đơn vị đo lường được sử dụng trong thương mại quốc tế chủ yếu là ( ).

A. chiều cao | B. số lượng

C. chiều dài | D. chiều rộng

E. thể tích và hùng chứa

**Ⅲ. Trả lời các câu hỏi**

1. Sự khác biệt giữa dung sai chất lượng và điều khoản thừa và thiếu trong ứng dụng là gì?

2. Tóm tắt nội dung của mức độ và dung sai chất lượng.

3. Tóm tắt vai trò của bao bì là gì?

4. Nội dung của các điều khoản số lượng trong hợp đồng mua bán là gì?

5. Một công ty xuất khẩu ở Thượng Hải xuất khẩu một lô gạo sang Việt Nam, trong quá trình đàm phán đã thương lượng xuất khẩu 1.000 tấn với giá FOB 250 USD/tấn tại cảng Đại Liên. Tuy nhiên, khi ký hợp đồng thì trong hợp đồng ghi chung chung là 1.000 tấn, bên Trung Quốc cho rằng tấn trong hợp đồng là tấn mét nhưng công ty Việt Nam lại yêu cầu giao hàng theo tấn dài.

Câu hỏi: Yêu cầu của doanh nhân nước ngoài có hợp lý không? Nên xử lý tranh chấp này như thế nào?

## 知识拓展

### 国际计量单位和越南的度量衡

不同国家采用不同的计量体系，其中较为常用的是公制、英制、美制和国际单位制。

**重量单位：**

千克、吨、公吨、克、磅、盎司、长吨、短吨等，常用于羊毛、棉花、粮食、矿石、油和医药等矿产品和农副产品。

**长度单位：**

米、千米、厘米、码、英尺、英里等，常用于纺织品、电线和金属绳。

**面积单位：**

平方米、平方码、平方英尺、平方英寸等，常用于玻璃和地毯等纺织品。

**体积单位：**

立方米、立方码、立方英尺、立方英寸等，常用于化学气体和木头。

**越南的度量衡：**

由于受到汉文化上千年影响的缘故，越南长期以来使用中国的度量衡制度，在越南语的度量衡词汇里，还依稀可见那些汉语的影子，如亩、里、寸、尺、丈、斤、斗等。17 世纪以来，越南受到了西方文化的影响，尤其是 19 世纪和 20 世纪的法国殖民时期，人们在日常生活和社会生活中不断地接触西方的度量衡，使用西方的度量衡。于是在越南人的生活和理念里，西方的度量衡渐渐地为他们所熟悉和接受。现在，根据越南的国家教育和国家计量标准，已经与国际公制的度量衡制度接轨。值得注意的是，当越南人与中国人交流时，他们所说的“斤”已经是公制的公斤，而“尺”则是公制的“公尺”——米。

资料来源：百度百科. 中国法定计量单位［EB/OL］. https://baike.baidu.com/item/中国法定计量单位/662681.

# CHƯƠNG VI THUẬT NGỮ THƯƠNG MẠI QUỐC TẾ
# 第六章 国际贸易术语

### Mục tiêu kiến thức 知识目标

1. **Nắm vững các loại điều khoản thương mại và ranh giới trách nhiệm, chi phí và rủi ro giữa người mua và người bán của từng điều khoản thương mại**
   掌握贸易术语的种类和每种贸易术语买卖双方责任、费用和风险划分的界限
2. **Hiểu biết về các công ước quốc tế liên quan đến các điều khoản thương mại**
   了解有关贸易术语方面的国际惯例
3. **Hiểu biết những vấn đề cần lưu ý trong việc sử dụng các điều khoản thương mại thông thường**
   了解常用贸易术语在使用中应注意的问题

Thuật ngữ thương mại quốc tế là các điều khoản đặc biệt được sử dụng để diễn đạt các điều kiện giao hàng và các yếu tố cấu thành giá cả của mua bán hàng hóa quốc tế, là một bộ phận quan trọng của giá cả hàng hóa thương mại quốc tế, cũng là một trong những tập quán thương mại quốc tế. Việc hiểu biết các điều khoản thương mại hiện hành khác nhau và các thông lệ thương mại quốc tế liên quan trong thương mại quốc tế không chỉ có lợi cho việc thỏa thuận đúng các điều kiện giao hàng và xác định hợp lý giá giao dịch mà còn giúp sử dụng và giải thích đúng các điều khoản thương mại trong quá trình thực hiện hợp đồng, tránh hoặc giảm bớt các tranh chấp, cho hành động phù hợp với các tập quán thương mại quốc tế để duy trì trật tự bình thường của thương mại quốc tế.

## PHẦN I CÁC THUẬT NGỮ THƯƠNG MẠI VÀ THÔNG LỆ THƯƠNG MẠI QUỐC TẾ
## 第一节 贸易术语与国际贸易惯例

### Dẫn nhập vào bài 课前导入

Một công ty thương mại nước ngoài ở Thượng Hải đã ký hợp đồng giao dịch sản phẩm thô sơ với một công ty ở Osaka, Nhật Bản theo điều kiện CIF. Trong thời hạn vận chuyển quy định trong hợp đồng, người bán đã chuẩn bị hàng hóa và thu xếp việc vận chuyển từ cảng xếp hàng đến cảng nhận hàng. Khi xếp hàng lên tàu, người bán cho rằng khoảng cách từ cảng gửi làm thủ tục hàng đến cảng nhận tương đối gần, trời yên biển lặng sẽ không xảy ra tai nạn nên không có bảo hiểm vận chuyển hàng hóa đường biển. Trên thực tế, hàng hóa cũng đã đến cảng đích một cách an toàn và kịp thời, nhưng chứng từ người bán nộp thiếu hợp đồng bảo hiểm, do những thay đổi bất lợi của điều kiện thị trường nên người mua từ chối nhận hàng với lý do chứng từ người bán nộp không đầy đủ. Cho hỏi, hành động của người mua có hợp lý không? Trường hợp này phải xử lý như thế nào?

## Kiến thức chuyên sâu 知识精讲

### 1. Ý nghĩa của thuật ngữ thương mại 贸易术语的含义

Thuật ngữ thương mại, còn được gọi là điều khoản thương mại, Thuật ngữ giá cả, là một phần quan trọng của giá cả hàng hóa xuất nhập khẩu. Nó là một thuật ngữ chuyên môn viết tắt gồm ba chữ cái tiếng Anh để thể hiện thành phần giá cả của hàng hóa, giải thích trách nhiệm, chi phí và phân chia rủi ro của người mua và người bán.

Cách diễn đạt biểu giá chung trong thương mại nội địa:

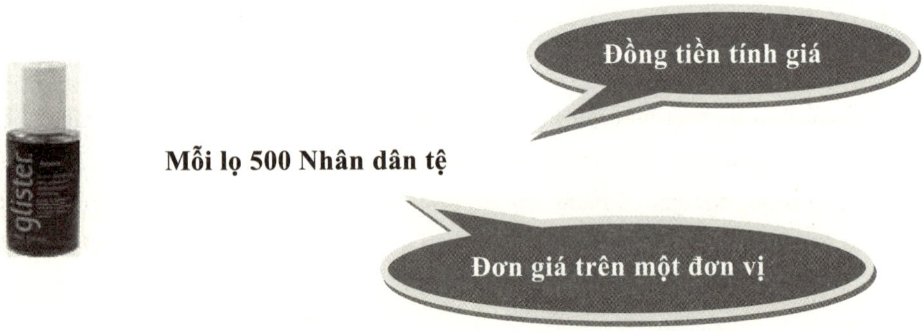


**Cách diễn đạt biểu giá chung trong thương mại quốc tế:**

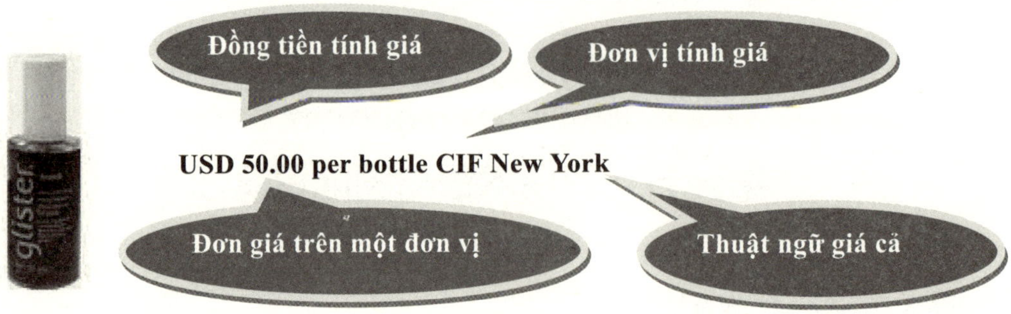

Điều khoản thương mại có tính hai mặt, một mặt thể hiện các điều kiện giao hàng, mặt khác thể hiện các yếu tố cấu thành giá giao dịch.

**2. Vai trò dụng của thuật ngữ thương mại** 贸易术语的作用

Vai trò của điều khoản thương mại trong thương mại quốc tế được thể hiện ở các khía cạnh sau:

**(1) Có lợi cho việc đàm phán giao dịch và giao kết hợp đồng giữa người mua và người bán** 有利于买卖双方洽商交易和订立合同

Vì mỗi điều khoản thương mại có ý nghĩa cụ thể riêng, chỉ cần người mua và người bán đồng ý về việc sử dụng điều khoản thương mại nào, họ có thể xác định rõ trách nhiệm, chi phí và rủi ro mà hai bên phải chịu trong việc giao hàng. Bằng cách này, các thủ tục giao dịch được đơn giản hóa và thời gian đàm phán một giao dịch có thể rút ngắn, từ đó tạo điều kiện thuận lợi cho việc thống nhất giao dịch và ký kết hợp đồng giữa người mua và người bán một cách nhanh chóng.

**(2) Sẽ rất hữu ích cho người mua và người bán khi tính toán giá cả và chi phí** 有利于买卖双方核算价格和成本

Vì thuật ngữ thương mại cho biết cấu thành của giá cả, nên khi người mua và người bán xác định giá giao dịch, họ phải xem xét những chi phí phụ nào bao gồm trong thuật ngữ thương mại được sử dụng, chẳng hạn như cước phí, bảo hiểm và các chi phí khác, có lợi cho việc người mua và người bán so sánh giá và hạch toán giá thành.

**(3) Tiến hành giải quyết tranh chấp thương mại giữa người mua và người bán** 有利于买卖双方解决贸易争端

Khi người mua và người bán ký kết hợp đồng, một số vấn đề liên quan đến quyền và nghĩa vụ có thể quy định không rõ ràng dẫn đến tranh chấp phát sinh trong việc thực hiện hợp đồng không thể giải quyết theo quy định của hợp đồng. Do đó, thông thạo các thuật ngữ thương mại quốc tế có lợi cho việc giải quyết các tranh chấp thương mại một cách hợp lý.

**3. Thông lệ quốc tế về thuật ngữ thương mại** 有关贸易术语的国际惯例

Hiện nay, chủ yếu có 4 thông lệ về thuật ngữ thương mại quốc tế có ảnh hưởng lớn trên thế giới như sau:

**(1) Quy tắc Warsaw-Oxford năm 1932 (Quy tắc Warsaw-Oxford)**

Năm 1928, Hiệp hội Luật Quốc tế đã xây dựng Quy tắc Warsaw 1928 tại Warsaw, để giải thích các điều khoản thương mại CIF, với tổng số 22 điều khoản, sau đó, tại Hội nghị Niu-Yoóc năm 1930, Hội nghị Pa-ri năm 1931 và Hội nghị Oxford năm 1932, quy tắc này đã được sửa đổi nhiều lần và sau lần sửa đổi cuối cùng (năm 1932), quy tắc này đã được sửa đổi thành 21 điều khoản và đổi tên thành Quy tắc Warsaw-Oxford năm 1932, vẫn được sử dụng cho đến ngày nay, chủ yếu giải thích các hợp đồng CIF.

**(2) Các định nghĩa ngoại thương của Mỹ được sửa đổi năm 1941 (Revised American Foreign Trade Definitions 1941)**

Nó được 9 tập đoàn kinh doanh lớn ở Mỹ cùng nhau xây dựng và sửa đổi vào năm 1941.

Bản sửa đổi này chủ yếu giải thích sáu điều khoản thương mại như EXW, FOB, FAS, CFR, CIF và DEQ một cách thống nhất. Thông lệ này chủ yếu áp dụng cho các nước châu Mỹ.

**(3) Quy tắc quốc tế giải thích các điều khoản thương mại 2010 (International Rules for the Interpretation of Trade Terms, INCOTERMS® 2010)**

Được xây dựng bởi Phòng Thương mại Quốc tế (ICC), Incoterms đã được sửa đổi và bổ sung nhiều lần. *Quy tắc quốc tế giải thích các điều khoản thương mại 2010* có 11 điều khoản thương mại, được chia thành hai loại theo các phương thức vận tải áp dụng:

Nhóm 1: Bảy điều khoản áp dụng cho bất kỳ phương thức vận tải nào: EXW, FCA, CPT, CIP, DAT, DAP, DDP.

Nhóm 2: Bốn điều khoản áp dụng cho các phương thức vận tải đường thủy: FAS, FOB, CFR, CIF.

**(4) Quy tắc quốc tế giải thích các điều khoản thương mại 2010 (International Rules for the Interpretation of Trade Terms, INCOTERMS® 2020)**

*Quy tắc chung năm 2020* hiện hành có hiệu lực từ ngày 01 tháng 01 năm 2020. Phiên bản mới của thuật ngữ thương mại quốc tế được chia thành 2 loại, 4 nhóm và 11 điều khoản:

**Bảng 6-1　　Các Quy tắc về Diễn giải Điều khoản Thương mại Quốc tế 2020**

<table>
<tr><th>Phương thức vận chuyển</th><th colspan="3">Thuật ngữ thương mại</th></tr>
<tr><td rowspan="7">Điều khoản áp dụng cho bất kỳ phương thức vận tải đơn lẻ nào hoặc nhiều phương thức vận tải<br>适合于任何单一运输方式或多种运输方式的术语</td><td>Nhóm E</td><td>EXW</td><td>giao hàng tại nhà máy<br>工厂交货</td></tr>
<tr><td>Nhóm F</td><td>FCA</td><td>giao hàng cho người vận chuyển<br>货交承运人</td></tr>
<tr><td rowspan="2">Nhóm C</td><td>CPT</td><td>cước phí trả cho<br>运费付至</td></tr>
<tr><td>CIP</td><td>cước phí và bảo hiểm trả cho<br>运费和保险费付至</td></tr>
<tr><td rowspan="3">Nhóm D</td><td>DAP</td><td>giao hàng tại điểm đến<br>目的地交货</td></tr>
<tr><td>DPU</td><td>giao hàng tại điểm dỡ hàng<br>卸货地交货</td></tr>
<tr><td>DDP</td><td>giao hàng sau thuế<br>完税后交货</td></tr>
<tr><td rowspan="4">Điều khoản thích hợp với đường biển hoặc đường thủy nội địa<br>适用于海运和内河水运的术语</td><td rowspan="2">Nhóm F</td><td>FOB</td><td>giao hàng trên tàu<br>船上交货</td></tr>
<tr><td>FAS</td><td>giao hàng tại mạn tàu<br>船边交货</td></tr>
<tr><td rowspan="2">Nhóm C</td><td>CFR</td><td>chi phí cộng cước phí<br>成本加运费</td></tr>
<tr><td>CIF</td><td>chi phí, bảo hiểm cộng cước phí<br>成本、保险费加运费</td></tr>
</table>

**4. So sánh Incoterms 2020 và Incoterms 2010 《2020 年国际贸易术语解释通则》和《2010 年国际贸易术语解释通则》比较**

So với các *Quy tắc chung năm 2010* (*Incoterms 2010*), những thay đổi được thực hiện đối với các quy tắc chung của *Incoterms 2020* chủ yếu tập trung vào 7 khía cạnh:

(1) DAT (giao hàng tại bến) đã sửa thành DPU (giao hàng tại nơi dỡ hàng）

(2) Tăng phạm vi bảo hiểm của CIP và CIF (phí vận chuyển và bảo hiểm được trả cho)

(3) Các sửa đổi đối với vận đơn ghi chú vận chuyển và các điều khoản điều kiện của FCA

(4) Vận chuyển theo các phương thức vận tải tùy chỉnh

(5) Phân chia rõ ràng hơn các nghĩa vụ bảo lãnh

(6) Vị trí được liệt kê của chi phí

(7) Hướng dẫn sử dụng

Incoterms là một công cụ quan trọng, đồng thời cũng là một kỹ năng mà người hành nghề xuất nhập khẩu phải nắm vững, việc công bố phiên bản mới hiện tại của "Incoterms 2020" không ảnh hưởng đến việc áp dụng phiên bản trước đó, vì vậy khi lập hợp đồng, cần phải quy định rõ ràng trong hợp đồng đang sử dụng phiên bản Incoterms nào.

## PHẦN II SÁU ĐIỀU KHOẢN THƯƠNG MẠI ĐƯỢC SỬ DỤNG PHỔ BIẾN

## 第二节 六种常用的贸易术语

**1. Ba điều khoản thương mại giao hàng tại cảng xếp hàng 装运港交货的三种贸易术语**

**(1) FOB—Free on Board, Giao hàng trên tàu tại cảng xếp hàng 装运港船上交货**

FOB có nghĩa là người bán có trách nhiệm giao hàng cho tàu do người mua chỉ định tại cảng xếp hàng trong thời gian hoặc thời hạn đã quy định trên hợp đồng, chịu mọi chi phí và rủi ro cho đến khi hàng hóa được xếp lên tàu.

Thuật ngữ này chỉ áp dụng cho vận tải đường biển và vận tải đường thủy nội địa.

**Bảng 6-2 Nghĩa vụ của hai bên mua và bán**

| Phân loại | Bên bán | Bên mua |
|---|---|---|
| Trách nhiệm thông thường<br>常规责任 | 1. Gửi hàng và thông báo bên mua<br>2. Thông quan xuất khẩu<br>3. Cung cấp vận đơn đường biển | 1. Nhận hàng và thanh toán<br>2. Thông quan nhập khẩu<br>3. Nhận các vận đơn đường biển |

续表

| Phân loại | Bên bán | Bên mua |
|---|---|---|
| Trách nhiệm chính<br>主要责任 | | 4. Thuê tàu, đặt chỗ và thông báo cho bên bán<br>5. Mua bảo hiểm |
| Phân chia chi phí rủi ro<br>风险费用划分 | Chịu mọi chi phí và rủi ro cho đến khi hàng hóa được xếp lên tàu tại cảng xếp hàng | Chịu mọi chi phí và rủi ro sau khi hàng hóa được xếp lên tàu tại cảng xếp hàng |

① Vấn đề kết nối tàu và hàng hóa 船货衔接问题

Theo điều kiện FOB, người mua có trách nhiệm thuê tàu và đặt chỗ, đồng thời thông báo cho người bán tên tàu và ngày đến, người bán có trách nhiệm xếp hàng hóa lên tàu do người mua chỉ định trong thời gian quy định và tại cảng xếp hàng.

**Bảng 6-3 Trách nhiệm của hai bên mua và bán**

| Trách nhiệm bên bán | Trách nhiệm bên mua |
|---|---|
| Nếu tàu của người mua đến đúng lịch trình, nhưng hàng của người bán không đến đúng giờ, thì người bán phải chịu cưới khống và tiền phạt dôi nhật phát sinh | Người bán giao hàng đúng hẹn, hàng hóa cập cảng, tàu của người mua không có mặt. Phí lưu kho do người mua chịu |

② Những vấn đề cần lưu ý khi sử dụng thuật ngữ FOB 使用 FOB 术语时应注意的问题

- Điểm giao hàng: trên tàu tại cảng gửi hàng.
- Điểm phân chia rủi ro: cảng xếp hàng xếp hàng lên tàu là ranh giới.
- Điểm phân chia phí: cảng xếp hàng xếp hàng lên tàu là ranh giới.

**Bảng 6-4 Trách nhiệm về chi phí vận chuyển (FOB có thêm điều kiện phụ)**

| FOB có thêm điều kiện phụ | Tên gọi tiếng Việt và tiếng Trung | Ý nghĩa |
|---|---|---|
| FOB Liner Terms | FOB tàu chợ<br>FOB 班轮条件 | Có nghĩa là người mua chịu cước phí vận chuyển và phí xếp hàng lên tàu |
| FOB Under Tackle | FOB dưới cần cẩu<br>FOB 吊钩下交货 | Có nghĩa là người bán chỉ có trách nhiệm giao hàng đến chỗ cẩu hàng lên tàu do người mua chỉ định, người mua chịu mọi chi phí liên quan đến việc xếp hang |
| FOBS (FOB Stowed) | FOB xếp hàng<br>FOB 包括理舱 | Có nghĩa là người bán có trách nhiệm xếp hàng vào khoang tàu và trả chi phí bao gồm cả phí xếp hàng |

续表

| FOB có thêm điều kiện phụ | Tên gọi tiếng Việt và tiếng Trung | Ý nghĩa |
|---|---|---|
| FOBT (FOB Trimmed) | FOB sang hàng<br>FOB 包括平舱 | Có nghĩa là người bán chịu trách nhiệm xếp hàng vào khoang và thanh toán chi phí xếp hàng bao gồm cả phí sang hàng |
| FOBST (FOB Stowed and Trimmed) | FOB xếp và sang hàng<br>FOB 包括理舱、平舱 | Có nghĩa là người bán chịu trách nhiệm xếp hàng hóa lên tàu và thanh toán chi phí xếp và sang hàng |

Kết nối hàng hóa tàu và thông báo xếp hàng

Các cách hiểu khác nhau về FOB ở Mỹ

Cách hiểu ở Mỹ là: Điểm giao hàng của FOB là trên bất kỳ phương tiện vận tải nào. Do đó, nếu giao dịch với Mỹ và ký hợp đồng theo điều khoản FOB trong "Hiệp định Thương mại đối ngoại tại Mỹ" thì phải thêm từ "Vessel" (Tàu) vào sau FOB, tức là FOB VESSEL Niu-Yoóc có nghĩa là giao hàng trên tàu.

**(2) CFR—Chi phí cộng với cước phí (CFR—Cost and Freight) 成本加运费**

CFR có nghĩa là người bán chịu trách nhiệm thuê tàu hoặc đặt chỗ, xếp hàng hóa lên tàu đến cảng đích được chỉ định trong ngày hoặc thời hạn giao hàng quy định trong hợp đồng, chịu mọi chi phí và rủi ro cho đến khi hàng hóa được xếp lên tàu. Người bán trả phí vận chuyển.

Thuật ngữ này chỉ áp dụng cho vận tải đường biển và vận tải đường thủy nội địa.

**Bảng 6-5 Nghĩa vụ của hai bên mua và bán**

| Phân loại | Bên bán | Bên mua |
|---|---|---|
| Trách nhiệm thông thường<br>常规责任 | 1. Gửi hàng và thông báo bên bán<br>2. Làm thủ tục xuất khẩu<br>3. Cung cấp chứng từ vận chuyển | 1. Nhận hàng và thanh toán<br>2. Làm thủ tục nhập khẩu<br>3. Tiếp nhận chứng từ vận chuyển |
| Trách nhiệm chính<br>主要责任 | 4. Thuê tàu đặt khoang và thông báo cho bên mua | 4. Mua bảo hiểm |
| Phân chia chi phí rủi ro<br>风险费用划分 | Chịu mọi chi phí và rủi ro cho đến khi hàng hóa được xếp lên tàu tại cảng xếp hàng | Chịu mọi chi phí và rủi ro sau khi hàng hóa đến cảng xếp hàng |

① Các vấn đề cần lưu ý khi sử dụng các điều khoản CFR 使用 CFR 术语时应注意的问题

♦ Điểm giao hàng: trên tàu tại cảng xếp hàng.

♦ Điểm phân chia rủi ro: Hàng hóa tại cảng xếp hàng được xếp lên tàu làm ranh giới.

♦ Phân chia chi phí (không bao gồm cước phí): Cảng xếp hàng là ranh giới của lô hàng.

② Các vấn đề về thông báo thuê tàu, đặt chỗ và xếp hàng 租船订舱及装船通知的问题

Theo điều kiện CFR, người bán sẽ giao hàng xuất khẩu vào thời gian quy định trong hợp đồng và chịu trách nhiệm thuê tàu hoặc đặt chỗ. CFR là trách nhiệm của người mua khi mua bảo hiểm, do đó, người bán nên thông báo gửi hàng cho người mua một cách kịp thời để người mua có thể xử lý các vấn đề liên quan đến bảo hiểm một cách kịp thời.

**Bảng 6-6** **Vấn đề về chi phí dỡ hàng (CFR có thêm điều kiện phụ)**

| CFR có thêm điều kiện phụ | Tên gọi tiếng Việt và tiếng Trung | Ý nghĩa |
|---|---|---|
| CFR Liner Terms | CFR tàu chợ<br>CFR 班轮条件 | Có nghĩa là người bán chịu cước vận chuyển và không trả phí xếp hàng lên tàu |
| FOB EX Ship's Hold | CFR giao hàng dưới khoang tàu<br>CFR 舱底交货 | Có nghĩa là người mua chịu chi phí nâng hàng từ dưới khoang cho đến khi nó được dỡ xuống cầu cảng |
| CFR Ex Tackle | CFR giao hàng dưới cần cẩu<br>CFR 吊钩下交货 | Có nghĩa là người bán chịu chi phí nâng hàng từ khoang tàu lên cần cẩu ở mạn tàu, và người mua chịu phí dỡ hàng và phí bến |
| CFR Landed | CFR dỡ hàng lên bờ<br>CFR 卸到岸上 | Có nghĩa là người bán chịu chi phí dỡ hàng lên bờ của cảng đích, bao gồm phí dỡ hàng và phí bến |

**(3) CIF—Chi phí, Bảo hiểm và cước phí (CIF—Cost, Insurance and Freight) 成本、保险加运费**

CIF có nghĩa là người bán chịu trách nhiệm thuê tàu hoặc đặt chỗ, xếp hàng hóa lên tàu đến cảng đích được chỉ định trong thời hạn vận chuyển quy định trong hợp đồng, thanh toán mọi chi phí và rủi ro cho đến khi hàng hóa được xếp lên tàu. Thanh toán cước phí và làm thủ tục bảo hiểm, đóng phí bảo hiểm. Thuật ngữ này chỉ áp dụng cho vận tải viễn dương và vận tải đường thủy nội địa.

**Bảng 6-7** **Nghĩa vụ của hai bên mua và bán**

| Phân loại | Bên bán | Bên mua |
|---|---|---|
| Trách nhiệm thông thường<br>常规责任 | 1. Gửi hàng và thông báo bên bán<br>2. Làm thủ tục xuất khẩu<br>3. Cung cấp chứng từ vận chuyển | 1. Nhận hàng và thanh toán<br>2. Làm thủ tục nhập khẩu<br>3. Tiếp nhận chứng từ vận chuyển |
| Trách nhiệm chính<br>主要责任 | 4. Thuê tàu đặt chỗ và thông báo cho bên mua<br>5. Mua bảo hiểm | |
| Phân chia chi phí rủi ro<br>风险费用划分 | Chịu mọi chi phí và rủi ro cho đến khi hàng hóa được xếp lên tàu tại cảng xếp hàng | Chịu mọi chi phí và rủi ro sau khi hàng hóa đến cảng xếp hàng |

Những vấn đề cần lưu ý khi sử dụng thuật ngữ CIF

① Đây là một "hợp đồng vận chuyển"

♦ Điểm giao hàng: Lên tàu tại cảng xếp hàng.

♦ Điểm phân chia rủi ro: Hàng hóa tại cảng xếp hàng được xếp lên tàu làm ranh giới.

♦ Phân chia chi phí (không bao gồm cước phí): Cảng xếp hàng là ranh giới của lô hàng.

② Giao hàng mang tính tượng trưng, mua và bán theo chứng từ

③ Các vấn đề về thông báo thuê tàu

Đặt chỗ và vận chuyển theo điều kiện của CIF, người bán phải vận chuyển hàng xuất khẩu theo đúng thời gian quy định trong hợp đồng và chịu trách nhiệm thuê tàu hoặc đặt chỗ. Người bán có thể đưa ra thông báo vận chuyển cho người mua sau khi giao hàng.

④ Người bán làm thủ tục bảo hiểm

⑤ Vấn đề chi phí dỡ hàng (CIF có thêm điều kiện phụ)

Giống như CFR có thêm điều kiện phụ

**Bảng 6-8 Bảng tổng hợp những điểm giống và khác nhau giữa FOB, CFR và CIF**

<table>
<tr><td>Điểm giống nhau</td><td colspan="6">1. Phương thức giao hàng giống nhau: giao hàng mang tính tượng trưng, tức là người bán giao hàng theo chứng từ, người mua thanh toán theo chứng từ<br>2. Cách thức vận chuyển giống nhau: cả hai đều thích hợp cho việc vận chuyển đường thủy<br>3. Địa điểm giao hàng giống nhau: đều tại cảng xếp hàng ở nước xuất khẩu<br>4. Điểm chuyển giao rủi ro giống nhau: đến trên tàu tại cảng xếp hàng<br>5. Nghĩa vụ về thủ tục thông quan hàng xuất khẩu là như nhau: đều là nghĩa vụ của người bán</td></tr>
<tr><td rowspan="3">Điểm khác nhau</td><td colspan="2">Trách nhiệm/Chi phí Vận chuyển</td><td colspan="2">Xử lý bảo hiểm/phí</td><td colspan="2">Liệu người bán có thông báo cho người mua kịp thời sau khi giao hàng hay không</td></tr>
<tr><td>FOB</td><td>Bên mua</td><td>FOB<br>CFR</td><td>Bên mua</td><td>FOB<br>CFR</td><td>Thông báo kịp thời</td></tr>
<tr><td>CFR<br>CIF</td><td>Bên bán</td><td>CIF</td><td>Bên bán</td><td>CIF</td><td>Hai bên thỏa thuận</td></tr>
</table>

### 2. Ba điều khoản thương mại để giao hàng cho người vận chuyển 货交承运人的三种贸易术语

**(1) FCA—Giao cho người vận chuyển (FCA—Free Carrier) 货交承运人**

FCA có nghĩa là người bán hoàn thành việc giao hàng miễn là người bán giao hàng cho người vận chuyển do người mua chỉ định tại địa điểm chỉ định và làm thủ tục thông quan xuất khẩu. Sau thời hạn FCA, nên bổ sung địa điểm giao hàng do hai bên thỏa thuận, chẳng hạn như: FCA Bắc Kinh.

Áp dụng cho bất kỳ phương thức vận chuyển nào.

**Bảng 6-9 Nghĩa vụ của hai bên mua và bán**

| Phân loại | Bên bán | Bên mua |
|---|---|---|
| Trách nhiệm thông thường<br>常规责任 | 1. Gửi hàng và thông báo bên bán<br>2. Làm thủ tục xuất khẩu<br>3. Cung cấp chứng từ vận chuyển | 1. Nhận hàng và thanh toán<br>2. Làm thủ tụ nhập khẩu<br>3. Tiếp nhận chứng từ vận chuyển |

续表

| Phân loại | Bên bán | Bên mua |
|---|---|---|
| Trách nhiệm chính<br>主要责任 | | 4. Sắp xếp vận chuyển và thông báo cho người bán<br>5. Mua bảo hiểm |
| Phân chia chi phí rủi ro<br>风险费用划分 | Chịu mọi chi phí và rủi ro trước khi giao hàng cho người vận chuyển | Chịu mọi chi phí và rủi ro sau khi giao hàng cho bên vận chuyển |

**(2) CPT—Cước phí trả tới (CPT—Carriage Paid to) 运费付至**

CPT có nghĩa là người bán giao hàng cho người chuyên chở và thanh toán cước phí đến địa điểm đã chỉ định.

**Bảng 6-10 Nghĩa vụ của hai bên mua và bán**

| Phân loại | Bên bán | Bên mua |
|---|---|---|
| Trách nhiệm thông thường<br>常规责任 | 1. Gửi hàng<br>2. Làm thủ tục xuất khẩu<br>3. Cung cấp chứng từ vận chuyển | 1. Nhận hàng và thanh toán<br>2. Làm thủ tụ nhập khẩu<br>3. Tiếp nhận chứng từ vận chuyển |
| Trách nhiệm chính<br>主要责任 | 4. Sắp xếp vận chuyển và thông báo cho bên mua | 4. Mua bảo hiểm |
| Phân chia chi phí rủi ro<br>风险费用划分 | Chịu mọi chi phí và rủi ro trước khi giao hàng cho người vận chuyển | Chịu mọi chi phí và rủi ro sau khi giao hàng cho bên vận chuyển |

**(3) CIP—Cước phí và bảo hiểm trả tới (CIP—Carriage, Insurance Paid to) 运费、保险费付至**

CIP có nghĩa là người bán ngoài việc phải có các nghĩa vụ như điều khoản CPT, còn phải làm thủ tục bảo hiểm hàng hóa và đóng phí bảo hiểm cho người mua.

**Bảng 6-11 Nghĩa vụ của hai bên mua và bán**

| Phân loại | Bên bán | Bên mua |
|---|---|---|
| Trách nhiệm thông thường<br>常规责任 | 1. Gửi hàng<br>2. Làm thủ tục xuất khẩu<br>3.Cung cấp chứng từ vận chuyển | 1. Nhận hàng và thanh toán<br>2. Làm thủ tụ nhập khẩu<br>3. Tiếp nhận chứng từ vận chuyển |
| Trách nhiệm chính<br>主要责任 | 4. Sắp xếp vận chuyển và thông báo cho bên mua<br>5. Mua bảo hiểm | |
| Phân chia chi phí rủi ro<br>风险费用划分 | Chịu mọi chi phí và rủi ro trước khi giao hàng cho người vận chuyển | Chịu mọi chi phí và rủi ro sau khi giao hàng cho bên vận chuyển |

### 3. Điểm giống và khác nhau của sáu điều khoản thương mại chính 六种主要贸易术语的异同

**Bảng 6-12 Điểm giống và khác nhau của sáu điều khoản thương mại chính**

| | | | |
|---|---|---|---|
| Điểm giống nhau | Cả hai bộ điều khoản đều là giao hàng mang tính tượng trưng và các nguyên tắc cơ bản về phân chia trách nhiệm và cấu thành giá giữa người mua và người bán là giống nhau. | | |
| Điểm khác nhau | | FOB、CFR、CIF | FCA、CPT、CIP |
| | 1. Các phương thức vận chuyển áp dụng khác nhau | Chỉ dành cho vận tải đường biển và đường thủy nội địa | Áp dụng cho bất kỳ phương thức vận chuyển nào |
| | 2. Địa điểm giao hàng và ranh giới rủi ro và chi phí khác nhau | Địa điểm giao hàng là cảng xếp hàng ở nước xuất khẩu, ranh giới phân chia rủi ro và chi phí là trên tàu tại cảng xếp hàng | Địa điểm giao hàng tùy thuộc vào các phương thức vận tải khác nhau và các thỏa thuận khác nhau, rủi ro và chi phí phát sinh tại thời điểm người bán giao hàng cho người vận chuyển |
| | 3. Chi phí xếp dỡ khác nhau | Được xác định theo sự thay đổi của các điều khoản giá hoặc các điều khoản cụ thể của hợp đồng | Chi phí bốc xếp do bên thanh toán cước chịu |
| | 4. Chứng từ vận chuyển khác nhau | Người bán thường cung cấp vận đơn đường biển | Các chứng từ vận tải do người bán nộp thay đổi theo phương thức vận tải, ví dụ như vận đơn đường sắt, vận đơn hàng không, chứng từ vận tải đa phương thức quốc tế, v.v. |
| | 5. Chi phí vận chuyển khác nhau | Cước chủ yếu là cước vận chuyển đường biển từ cảng xếp hàng đến cảng đích | Bao gồm từ địa điểm được chỉ định của nước xuất khẩu đến địa điểm được chỉ định của nước nhập khẩu, trong đó có thể thực hiện một số phương thức vận tải khác nhau |
| | 6. Nội dung bảo hiểm khác nhau | Chủ yếu đề cập tới bảo hiểm vận chuyển hàng hóa đường biển | Để cập tới hàng hóa dưới nhiều phương thức vận tải khác nhau |

## PHẦN III CÁC ĐIỀU KHOẢN THƯƠNG MẠI KHÁC
## 第三节 其他贸易术语

### 1. Giao hàng tại nhà máy (EXW) 工厂交货

EXW (Ex Works) có nghĩa là khi người bán giao hàng cho người mua tại địa điểm của mình hoặc các địa điểm được chỉ định khác (như nhà máy hoặc kho hàng) thì việc giao hàng đã hoàn thành và người bán không phải làm thủ tục thông quan xuất khẩu hoặc xếp hàng lên bất kỳ phương tiện vận chuyển nào. Điều khoản này là điều khoản ít rủi ro nhất, trách nhiệm pháp lý và chi phí do người bán chịu.

### 2. Giao hàng tại cảng xếp hàng (FAS) 装运港船边交货

FAS (Free Alongside Ship) có nghĩa là người bán giao hàng đến mạn tàu do người mua điều động tại cảng gửi hàng được chỉ định trong thời hạn quy định, thì hoàn thành việc giao hàng. Ranh giới phân chia rủi ro và chi phí mà người mua và người bán chịu là mạn tàu. Người bán chịu trách nhiệm về thủ tục xuất khẩu và chịu phí thông quan xuất khẩu.

Điều khoản này chỉ áp dụng cho vận tải đường biển và đường thủy nội địa.

### 3. Giao hàng tại điểm đích (DAP) 目的地交货

DAP (Delivered at Place) có nghĩa là sau khi người bán đã giao hàng hóa đến địa điểm do người mua chỉ định bằng phương tiện vận tải, hàng hóa được xếp trên phương tiện vận tải (không dỡ hàng) và bàn giao cho người mua xử lý, tức là việc giao hàng đã hoàn thành. Người bán sẽ chịu mọi rủi ro và chi phí (không bao gồm chi phí dỡ hàng và làm thủ tục hải quan nhập khẩu) để đưa hàng hóa đến địa điểm đã chỉ định.

Điều khoản này áp dụng cho bất kỳ phương thức vận chuyển nào.

### 4. Giao hàng tại nơi dỡ hàng (DPU) 卸货地交货

DPU (Delivered at Place Unloaded) có nghĩa là người bán hoàn thành việc giao hàng sau khi dỡ hàng tại điểm đến được chỉ định. Người bán sẽ chịu mọi rủi ro và chi phí (không bao gồm chi phí dỡ hàng và làm thủ tục hải quan nhập khẩu) để đưa hàng hóa đến địa điểm đã chỉ định.

Điều khoản này áp dụng cho bất kỳ phương thức vận chuyển nào.

### 5. Giao hàng sau thuế (DDP) 完税后交货

DDP (Delivered Duty Paid) nghĩa là người bán hoàn thành thủ tục thông quan nhập khẩu tại địa điểm chỉ định, thực sự giao hàng cho người mua, tức là đã hoàn thành việc giao hàng. Người bán phải chịu mọi rủi ro và chi phí vận chuyển hàng hoá đến địa điểm của nước nhập khẩu, đồng thời lo liệu mọi thủ tục và chi phí thông quan hàng hoá xuất khẩu, nhập khẩu. Điều khoản này là điều khoản chịu rủi ro, trách nhiệm pháp lý và chi phí lớn nhất đối với người bán.

Điều khoản DDP áp dụng cho bất kỳ phương thức vận chuyển nào.

**Bảng 6-13 Tóm tắt 11 điều khoản thương mại trong Quy tắc chung năm 2020**

| Điều khoản | Địa điểm giao hàng, phân chia rủi ro | Vận chuyển | Bảo hiểm | Thông quan | Phương thức vận chuyển | Tính chất giao hàng |
|---|---|---|---|---|---|---|
| EXW | Giao hàng cho bên mua tại nhà máy 工厂货交买方 | Bên mua | Bên mua | Bên mua | Tất cả | Thực tế |
| FCA | Giao hàng cho bên vận chuyển 货交承运人 | Bên mua | Bên mua | Khác biệt | Tất cả | Mang tính tượng trưng |
| FAS | Giao hàng tại mạn tàu ở cảng xếp hàng 装运港船边 | Bên mua | Bên mua | | Đường thủy | Mang tính tượng trưng |

续表

<table>
<tr><th>Điều khoản</th><th>Địa điểm giao hàng, phân chia rủi ro</th><th>Vận chuyển</th><th>Bảo hiểm</th><th>Thông quan</th><th>Phương thức vận chuyển</th><th>Tính chất giao hàng</th></tr>
<tr><td>FOB</td><td>Giao hàng trên tàu ở cảng xếp hàng<br>装运港船上</td><td>Bên mua</td><td>Bên mua</td><td rowspan="7">Khác biệt</td><td>Đường thủy</td><td>Mang tính tượng trưng</td></tr>
<tr><td>CFR</td><td>Giao hàng trên tàu ở cảng xếp hàng<br>装运港船上</td><td>Bên bán</td><td>Bên mua</td><td>Đường thủy</td><td>Mang tính tượng trưng</td></tr>
<tr><td>CIF</td><td>Giao hàng trên tàu ở cảng xếp hàng<br>装运港船上</td><td>Bên bán</td><td>Bên bán</td><td>Đường thủy</td><td>Mang tính tượng trưng</td></tr>
<tr><td>CPT</td><td>Giao hàng cho bên vận chuyển<br>货交承运人</td><td>Bên bán</td><td>Bên mua</td><td>Tất cả</td><td>Mang tính tượng trưng</td></tr>
<tr><td>CIP</td><td>Giao hàng cho bên vận chuyển<br>货交承运人</td><td>Bên bán</td><td>Bên bán</td><td>Tất cả</td><td>Mang tính tượng trưng</td></tr>
<tr><td>DAP</td><td>Giao hàng tại điểm đến<br>目的地交货</td><td>Bên bán</td><td>Bên bán</td><td>Tất cả</td><td>Thực tế</td></tr>
<tr><td>DPU</td><td>Giao hàng tại điểm dỡ hàng<br>卸货地交货</td><td>Bên bán</td><td>Bên bán</td><td>Tất cả</td><td>Thực tế</td></tr>
<tr><td>DDP</td><td>Giao hàng sau thuế<br>完税后交货</td><td>Bên bán</td><td>Bên bán</td><td>Bên bán</td><td>Tất cả</td><td>Thực tế</td></tr>
</table>

### 6. Những vấn đề cần lưu ý khi sử dụng các điều khoản thương mại 使用贸易术语应注意点问题

Khi lựa chọn các điều khoản thương mại, cần xem xét các yếu tố sau:

(1) Phương thức vận chuyển được sử dụng và nguồn hàng cần được xem xét.

(2) Xem xét các yếu tố thay đổi giá cước.

(3) Cân nhắc những rủi ro trong quá trình vận chuyển.

(4) Xem xét khó khăn trong giải quyết thủ tục thông quan xuất nhập khẩu.

## TỪ MỚI

cảng đích 目的港

cảng xếp hàng 装运港

dỡ hàng 卸货

điều khoản thương mại 贸易条款

giao hàng thực tế 实际交货

giao hàng mang tính tượng trưng 象征性交货

ký kết hợp đồng 签订合同，签约

phương thức vận chuyển 运输方式
ranh giới 分界线
rủi ro 风险
sản phẩm thô 初级产品
thành giá giao dịch 成交价格
thông lệ 惯例
thông quan 清关
thông lệ thương mại quốc tế 国际贸易惯例
thuật ngữ thương mại 贸易术语
thuê tàu đặt khoang 租船定舱
vận tải biển 海洋运输
vận tải đường thủy nội địa 内河运输
vận tải viễn dương 远洋运输

## BÀI TẬP

### I. Giải thích các thuật ngữ

1. điều khoản thương mại 贸易术语
2. FOB 装运港船上交货
3. FCA 货交承运人
4. CIF 成本、保险加运费
5. EXW 工厂交货

### II. Chọn đáp án

1. Theo quy định của "Quy tắc chung năm 2000", hai bên đã thỏa thuận mua bán với điều khoản thương mại FOB ranh giới phân chia rủi ro giữa người mua và người bán là (　　).

A. đến người chuyên chở　　B. lên tàu tại cảng xếp hàng
C. sau khi dỡ hàng tại cảng đến　　D. tại cảng xếp hàng

2. Giao hàng tượng trưng có nghĩa là nghĩa vụ giao hàng của Bên bán là (　　).

A. không giao hàng　　B. cả chứng từ và giao hàng thực tế
C. giao hàng theo chứng từ　　D. giao hàng thực tế

3. Điều khoản giá nào sau đây quy định rằng người mua phải thực hiện nghĩa vụ làm thủ tục xuất khẩu? (　　)

A. FOB.　　B. CIF.　　C. CFR.　　D. EXW.

4. Trong các điều khoản thương mại CIP và CPT, các bên chịu trách nhiệm thuê tàu và đặt chỗ là (　　).

A. bên bán/bên bán　　B. bên bán/bên mua
C. bên mua/bên mua　　D. bên mua/bên bán

5. Đối với các chi phí do người bán chịu, các thuật ngữ sau đây được sắp xếp theo thứ tự chính xác là (　　).

A. FOB＞CFR＞CIF　　B. FOB＞CIF＞CFR

C. CIF＞FOB＞CFR　　D. CIF＞CFR＞FOB

6. Nếu người bán không muốn chịu chi phí dỡ hàng trong CFR, bạn có thể chọn (　　).

A. CFR tàu chợ
CFR 班轮条件（CFR liner terms）

B. CFR dỡ hàng lên bờ
CFR 卸到岸上（CFR landed）

C. CFR giao hàng dưới cần cẩu
CFR 吊钩下交货（CFR ex tackle）

D. CFR giao hàng dưới khoang tàu
CFR 舱底交货（CFR ex ship…hold）

7. Trong thương mại quốc tế, thuật ngữ đặc biệt được sử dụng để thể hiện sự phân chia rủi ro, trách nhiệm và chi phí của cả hai bên, cũng như thành phần của hàng hóa được gọi là (　　).

A. tập quán thương mại　　B. điều khoản thương mại

C. khái niệm nghĩa đen　　D. chữ viết tắt nước ngoài

8. Tập quán thương mại quốc tế giải thích cụ thể thuật ngữ CIF là (　　).

A. quy tắc Warsaw-Oxford

B. định ngoại ngoại thương Hoa Kỳ

C. quy tắc chung về giải thích các thuật ngữ thương mại quốc tế

D. công ước về hợp đồng mua bán hàng hóa quốc tế

9. Điều khoản giao dịch mà Bên bán có trách nhiệm lớn nhất trong Quy tắc chung năm 2020 là (　　).

A. EXW　　B. CIF

C. DPU　　D. DDP

10. Theo cách giải thích của "Quy tắc chung năm 2000", ranh giới phân chia rủi ro giữa người mua và người bán theo các điều kiện FAS là (　　).

A. mạn tàu tại cảng xếp hàng

B. trên tàu tại cảng xếp hàng

C. mạn tàu ở cảng đến

D. trên tàu ở cảng đến

### Ⅲ. Trả lời các câu hỏi

1. Tác dụng của điều khoản thương mại là gì?

2. Mô tả ngắn gọn đặc điểm của "Quy tắc chung về Thông lệ giải thích các thuật ngữ thương mại quốc tế 2020".

3. Cần lưu ý điều gì khi sử dụng điều khoản FOB?

4. Sự khác biệt giữa DAP và DPU là gì?

5. Những yếu tố nào cần xem xét khi lựa chọn các điều khoản thương mại?

## 知识拓展

### 国际贸易术语对买卖合同的影响

**1. 由当事人自愿选定买卖合同中的贸易术语**

在国际贸易中，交易双方采用何种贸易术语成交，应在买卖合同中具体订明，由于有关贸易术语的国际贸易惯例是建立在当事人“意思自治”的基础上，具有任意法的性质，故当事人选用何种贸易术语及其所采用的术语受何种惯例管辖，完全可以根据自愿的原则来确定。

**2. 贸易术语一般确定买卖合同的性质**

贸易术语是确定买卖合同性质的一个重要因素，一般地说，采用何种贸易术语成交，则买卖合同的性质也相应可以确定。

**3. 贸易术语并不是决定买卖合同性质唯一的因素**

贸易术语虽确定买卖合同和性质，但它并不是决定合同性质的唯一的因素，决定买卖合同性质的还有其他因素，例如，交易双方约定使用 CIF 术语，但同时也约定：“以货物到达目的港作为支付货款的前提条件。”

按此条件签订的合同，就不是装运合同，而应当是到达合同。因为，在这里，支付条件是确定合同性质的决定因素。由此可见，确定买卖合同的性质，不能单纯看采用何种贸易术语，还应看买卖合同中的其他条件是如何规定的。

**4. 避免贸易术语与买卖合同的其他条件相矛盾**

为了容易明确买卖合同的性质和分清买卖合同双方的义务，以免引起争议，交易双方选用的贸易术语应与买卖合同的性质相吻合。也就是说，买卖双方应根据交货等成交条件选用相应的贸易术语，防止出现贸易术语与买卖合同的其他条件不吻合，甚至相互矛盾的情况，尤其是选用 C 组术语成交时，在涉及增加卖方义务的规定时，更应审慎从事，以免出现与贸易术语含义相矛盾的内容。

**5. 根据国际贸易术语解释通则规定，仅适用于买卖合同中的贸易术语，而绝不适用于运输合同中的术语（有时它们是同样类似的词表示），尤其不适用于各种租船合同中的贸易术语。**

由于租船合同的术语对于装卸时间和装卸费用的限定更为严格，故交易双方应在买卖合同中特别条款尽可能就这些问题作出明确规定。也就是说，交易双方签订买卖合同的同时，应尽可能考虑运输合同的要求，以便为随后订立的合同打下良好的基础，从而有利于买卖合同的履行。但另一方面，运输合同是为履行买卖合同而签订的，因此，负责安排运输的买方或卖方在商订运输合同时，务必以买卖合同为依据，使运输合同与买卖合同相互衔接，保证买卖合同的顺利履行。

资料来源：百度文库.国际贸易术语与买卖合同的关系［EB/OL］. http://wenku.baidu.com/view/225e6a7e8e9951e79b892730.html?_wkts_=1691566736757.

# CHƯƠNG VII VẬN CHUYỂN HÀNG HÓA QUỐC TẾ
# 第七章 国际货物运输

## Mục tiêu kiến thức 知识目标

1. **Hiểu được các hình thức vận chuyển hàng hóa quốc tế chính, quen thuộc với kiến thức liên quan đến vận tải đường biển, nắm vững các tiêu chí tính toán chi phí vận chuyển hàng hóa tàu biển**
   了解国际货物运输的主要形式，熟悉海洋运输的相关知识，掌握班轮运费计算的标准
2. **Tìm hiểu về chứng từ vận chuyển và các điều khoản vận chuyển trong hợp đồng, đặc biệt là các điều khoản vận chuyển theo lô và trung chuyển**
   了解运输单据以及合同装运条款，特别是分批装运和转运条款

Trong thương mại quốc tế, việc chuyển giao hàng hóa từ người bán cho người mua chỉ có thể đạt được thông qua vận chuyển, có thể thấy rằng vận tải hàng hóa quốc tế là một liên kết quan trọng không thể thiếu trong thương mại hàng hóa quốc tế, với sự phát triển của xã hội loài người, sản xuất và trao đổi hàng hóa giữa các ban ngành, khu vực và quốc gia ngày càng thường xuyên, do đó làm cho khối lượng vận chuyển tăng lên, ngành công nghiệp vận tải phát triển nhanh chóng. Vận tải hàng hóa quốc tế có nhiều phương thức, tùy thuộc vào các công cụ được sử dụng, vận tải hàng hóa quốc tế chủ yếu có thể được chia thành: vận tải đường thủy, vận tải đường sắt, vận tải đường bộ, vận tải đường hàng không, vận tải đường ống và vận tải đa phương thức quốc tế.

## PHẦN I PHƯƠNG THỨC VẬN CHUYỂN HÀNG HÓA
## 第一节 货物运输方式

### Dẫn nhập vào bài 课前导入

Một lô hàng từ Trung Quốc đến một cảng nước ngoài, tiêu chuẩn vận chuyển hàng hóa là W/M tổng cộng 150 hộp, tổng trọng lượng 30 kg mỗi hộp, thể tích mỗi thùng là 50×34×21 cm, tỷ lệ phí vận chuyển cơ bản là $50 mỗi tấn vận chuyển, tỷ lệ phụ phí nhiên liệu đặc biệt là 5%, tỷ lệ phí tắc nghẽn cảng 10%, thử tính toán 150 hộp phải trả bao nhiêu chi phí vận chuyển?

## Kiến thức chuyên sâu 知识精讲

### 1. Vận tải đường thủy 水路运输

Vận tải đường thủy là một phương thức vận tải nước với phương tiện vận tải chính là tàu, với cơ sở vận tải cảng hoặc trạm cảng và pham vi hoạt động vận tải là vùng biển bao gồm biển, sông và hồ. Hiện nay phổ biến nhất là hai phương thức vận tải đường biển và vận tải đường thủy nội địa.

**(1) Vận tải đường biển 海洋运输**

① Khái niệm và đặc điểm của vận tải đường biển 海洋运输的概念和特点

Vận tải đường biển chiếm hơn 80% tổng khối lượng vận tải hàng hóa quốc tế, đề cập đến việc sử dụng tàu để vận chuyển hàng hóa giữa các cảng ở các quốc gia và khu vực khác nhau thông qua các tuyến đường biển, vận tải đường biển có khả năng mạnh mẽ, khối lượng vận chuyển lớn, và chi phí vận chuyển tương đối thấp, nhưng nhược điểm là vận tải đường biển là phương thức vận tải chậm nhất trong các phương tiện vận tải khác nhau và bị ảnh hưởng bởi điều kiện tự nhiên tương đối lớn.

② Phân loại vận tải đường biển 海洋运输的分类

a. Vận tải tàu chợ 班轮运输

Khái niệm về vận tải tàu chợ:

Liner Transport còn được gọi là vận tải tàu chợ. Có nghĩa là người gửi hàng giao một số lượng hàng hóa nhất định cho công ty tàu biển là người vận chuyển, công ty tàu biển theo tuyến đường cố định, dọc theo tuyến đường neo đậu cảng cố định, theo thời gian tàu cố định, vận chuyển hàng hóa hàng hải quốc tế được thực hiện với chi phí vận chuyển cố định. Đa số để vận chuyển hàng hóa khối lượng thấp, giá trị hàng hóa cao và cảng bàn giao sớm là một trong những phương pháp được sử dụng rộng rãi nhất trong vận chuyển hàng hóa bằng đường biển.

Đặc điểm của vận tải tàu chợ: Có thể tóm tắt là "bốn quy định, một chịu trách nhiệm". Đó là, tuyến đường, cảng neo đậu, thời gian tàu, tỷ lệ vận chuyển cố định, người vận chuyển chịu trách nhiệm xếp dỡ. Cụ thể được thể hiện trong bốn lĩnh vực:

Với đặc điểm "bốn cố định", đó là tuyến đường cố định, cảng cố định, thời gian cố định và tỷ lệ tương đối cố định. Đây là đặc điểm cơ bản nhất của vận tải tàu chợ.

Giá cước vận chuyển tàu bao gồm chi phí xếp dỡ, tức là hàng hóa do người vận chuyển chịu trách nhiệm vận chuyển và xếp dỡ, hai bên không tính tiền phạt dôi nhật và tiền thưởng xếp dỡ nhanh, cũng không quy định thời gian xếp dỡ.

Thời gian mà người vận chuyển chịu trách nhiệm về hàng hóa bắt đầu từ khi hàng hóa được bốc lên tàu và đến khi hàng hóa được dỡ xuống, tức là "mạn tàu đến mạn tàu" hoặc "cẩu đến cẩu".

Quyền, nghĩa vụ và miễn trừ trách nhiệm của cả hai bên vận chuyển dựa trên vận đơn được kí và được điều chỉnh bởi các công ước quốc tế thống nhất.

Chi phí vận chuyển tàu

Chi phí vận chuyển tàu là một khoản phí mà các công ty tàu chợ tính cho chủ hàng để vận chuyển hàng hóa. Chi phí vận chuyển hàng rời khác nhau tùy thuộc vào vận chuyển hàng rời hay container, và chi phí vận chuyển hàng rời bao gồm chi phí vận tải đường biển từ cảng xếp hàng đến cảng đích và phí bốc dỡ hàng hóa. Chi phí vận chuyển tàu được tính theo quy định của bảng giá tàu. Các công ty tàu hoặc công đoàn tàu khác nhau có bảng giá vận chuyển tàu khác nhau. Chi phí vận chuyển bằng tàu thường bao gồm cả phí vận chuyển cơ bản và phụ phí.

Chi phí vận chuyển cơ bản của tàu. Chi phí vận chuyển cơ bản là giá vận chuyển được quy định bởi các công ty tàu cho hàng hóa thông thường giữa các cảng cơ bản trên tuyến đường, đó là một phần chính cấu thành cước vận chuyển toàn bộ hành trình. Tùy thuộc vào hàng hóa, chi phí vận chuyển cơ bản được tính toán cụ thể như bảng sau:

**Bảng 7-1 Tiêu chuẩn tính toán phí vận chuyển cơ bản**

| Tiêu chuẩn tính toán | Phương pháp thể hiện | Ý nghĩa | Phạm vi áp dụng |
|---|---|---|---|
| Phương pháp trọng lượng | W | Thu nhập theo tổng trọng lượng của hàng hóa, tức là tấn trọng lượng (weight ton), thường được đo bằng mỗi tấn | Vật liệu xây dựng, khoáng sản, kim loại nặng, v.v. |
| Phương pháp thể tích | M | Được tính theo khối lượng và khối lượng của hàng hóa, tức là tấn kích thước (measurement ton), thường được đo bằng mỗi mét khối | Cửa hàng bách hóa hàng ngày, dệt may, đồ nội thất, v.v. |
| Phương pháp thu theo giá cả | A. V/ad. val. | Thu theo giá của hàng hóa, tức là từ giá cước vận chuyển, thường theo giá FOB của hàng hóa tính phí vận chuyển 3%～5% | Vàng, bạc, đá quý, dược liệu có giá trị, v.v. |
| Phương pháp lựa chọn | W/M | Chọn loại chi phí vận chuyển cao hơn theo tổng trọng lượng hoặc khối lượng của hàng hóa | Có sự không chắc chắn về hàng hóa |
| Phương pháp tổng hợp | W/M plus A. V | Theo tổng trọng lượng hàng hóa hoặc khối lượng cao hơn của một loại phí vận chuyển sau đó thêm một tỷ lệ phần trăm nhất định của chi phí vận chuyển theo giá | Một số mặt hàng đặc biệt |
| Phương pháp theo số lượng | Per unit | Theo số lượng hàng hóa, thường chỉ đối với bao bì cố định, số lượng trong bao bì, trọng lượng và khối lượng cũng là hàng hóa cố định, theo mỗi hộp, mỗi kiện và số tiền vận chuyển cụ thể khác | Xe cộ, vật thể hoạt động |
| Phương pháp thỏa thuận | Open rate | Thu phí vận chuyển theo giá tạm thời đã thỏa thuận giữa hai bên, giá cước vận chuyển chung thấp hơn | Vận chuyển ngũ cốc, đậu, quặng, than đá và các sản phẩm nông nghiệp và phụ phẩm khác và khoáng sản |

Phụ phí tàu (Chi phí vận chuyển bổ sung cho tàu).

Chi phí vận chuyển bổ sung là chi phí cộng với chi phí vận chuyển cơ bản đối với một số hàng hóa cần được xử lý đặc biệt hoặc do sự cố đột ngột hoặc thay đổi hoàn cảnh khách quan. Phụ phí thừa cân (Heavy Lift Additional), phụ phí siêu dài (Long Length Additional), phụ phí đi thẳng (Direct Additional), phụ phí đi vòng (Deviation Surcharge), phụ phí quá cảnh (Transshipment Surcharge), phí tắc nghẽn cảng (Port Congestion Surcharge), phụ phí nhiên liệu (Bunker Adjustment Factor, BAF), phụ phí biến động tỷ giá ngoại tệ (Currency Adjustment Factor, CAF) v.v.

Tính toán chi phí vận chuyển tàu. Chi phí vận chuyển tàu bao gồm chi phí vận chuyển cơ bản và các chi phí vận chuyển bổ sung. Công thức tính toán là:

Vận chuyển tàu chợ = số lượng hàng hóa×chi phí vận chuyển cơ bản× (1+tỷ lệ phụ phí tổng hợp)

b. Vận tải thuê tàu 租船运输

Vận tải thuê tàu có nghĩa là chủ tàu và người thuê tàu sao khi thương lượng cho thuê tàu trần hoặc cho thuê định hạn hoặc theo chyến cho người thuê tàu và sắp xếp vận chuyển hàng hóa theo hợp đồng thuê tàu. Đặc điểm của nó là: việc sắp xếp hoạt động của vận tải thuê tàu phụ thuộc vào hợp đồng, do đó không có tuyến đường cố định, không có lịch trình tàu; thuê tàu để vận chuyển hàng hóa số lượng lớn.

Trong kinh doanh vận tải đường biển quốc tế, tùy thuộc vào phương thức hoạt động của tàu, vận tải thuê tàu có thể được chia thành thuê tàu theo lịch trình, thuê tàu định hạn và thuê tàu trần.

♦ Thuê tàu chuyến (Voyage Chartering) 定程租船

Có nghĩa là người thuê tàu thuê tàu cho chủ tàu thuê để vận chuyển hàng hóa theo hành trình được quy định trong hợp đồng thuê tàu. Là một phương pháp thuê tàu dựa trên hành trình.

Hãng tàu phải hoàn thành nhiệm vụ vận chuyển hàng hóa theo hành trình được quy định trong hợp đồng thuê tàu và chịu trách nhiệm quản lý hoạt động của tàu và các chi phí khác nhau trong chuyến đi.

♦ Thuê tàu định hạn (Time Chartering) 定期租船

Là một cách thuê tàu để vận chuyển trong một khoảng thời gian nhất định.

Hãng tàu phải cung cấp tàu phù hợp trong thời gian thuê theo hợp đồng và chịu các chi phí liên quan để duy trì chuyến đi phù hợp.

♦ Thuê tàu trần (Bare Boat Chartering) 光船租船

Có nghĩa là chủ sở hữu tàu chuyển quyền sử dụng tàu cho người thuê tàu trong một khoảng thời gian nhất định, người thuê tàu phải chịu trách nhiệm về vận hành và điều hành tàu.

**(2) Vận tải đường thủy nội địa (Inland Water Transportation) 内河运输**

Vận tải đường thủy nội địa là một phương thức vận tải sử dụng tàu để vận chuyển hàng hóa và hành khách thông qua các tuyến đường thủy tự nhiên hoặc nhân tạo như sông nội địa. Nó là một phần không thể thiếu của vận tải đường thủy, là liên kết nội địa và ven biển, và cũng là một phương thức kết nối giữa các khu vực biên giới và các con sông biên giới của các nước láng giềng, đóng một vai trò phụ trợ quan trọng trong giao thông vận tải hiện đại. Nó tồn tại sớm ở miền Nam Trung Quốc, chủ yếu được sử dụng để vận chuyển hàng hóa “muối”, “trà” và “lụa”. Vận tải đường thủy nội địa ngoài có những nhược điểm tốc độ chậm, tính kịp thời không mạnh, thì có ưu thế là tốn đầu tư ít hơn, công suất lớn, chi phí thấp, tiêu thụ năng lượng thấp.

### 2. Vận tải đường sắt 铁路运输

Vận tải đường sắt là phương thức vận tải chính sau vận đường tải biển, chiếm một vị trí khá quan trọng trong vận tải hàng hóa quốc tế, đặc biệt là trong thương mại giữa các nước không giáp biển, vai trò của vận tải đường sắt thậm chí còn quan trọng hơn. Vận tải đường sắt có những ưu điểm như khối lượng vận tải lớn, an toàn và đáng tin cậy, tốc độ vận chuyển nhanh hơn, chi phí vận chuyển thấp, độ chính xác và tính liên tục mạnh mẽ, không dễ bị ảnh hưởng bởi điều kiện khí hậu, nhược điểm là bị hạn chế hơn bởi việc đặt đường sắt. Vận tải đường sắt thương mại đối ngoại của Trung Quốc chủ yếu bao gồm vận tải đường sắt quốc tế và vận tải đường sắt đến Đặc khu hành chính Hồng Kông và Ma Cao.

**(1) Vận tải hàng hóa đường sắt liên vận quốc tế** 国际铁路货物联运

Đường sắt liên vận quốc tế, người gửi hàng được ký gửi bởi nhà ga khởi hành, sử dụng một vận đơn đường sắt, phía đường sắt theo vận đơn vận chuyển hàng hóa đến nhà ga cuối cùng để bàn giao cho người nhận hàng. Khi bàn giao hàng hóa từ đường sắt của một nước sang đường sắt nước khác, không cần người nhận và người gửi tham gia, các nước Á-Âu thực hiện nghĩa vụ vận tải đường sắt quốc tế theo điều ước quốc tế.

**(2) Vận tải đường sắt đến Hồng Kông và Ma Cao** 对港澳地区的铁路运输

Vận tải đường sắt đến Hồng Kông và Ma Cao được thực hiện theo vận tải nội địa, nhưng khác với vận tải nội địa thông thường. Hàng hóa được vận chuyển từ Đại lục đến Thâm Quyến quá cảnh và xếp dỡ giao hàng ở Hồng Kông, được vận chuyển dụng hai vận đơn liên vận, “biên lai vận chuyển hàng hóa” do công ty vận tải nước ngoài kí. Sau khi tuyến đường sắt trung chuyển do chạy thẳng Bắc Kinh-Cửu Long và Thượng Hải và Hồng Kông được thông xe, giao thông từ Đại lục đến Hồng Kông nhanh hơn do Đặc khu hành chính Hồng Kông là cảng tự do. Hàng hóa ra vào giữa Đại lục và Hồng Kông phải làm thủ tục hải quan xuất nhập khẩu. Vận tải đường sắt đến khu vực Ma Cao là vận chuyển hàng hóa đến ga phía nam Quảng Châu trước khi chuyển tàu đến Ma Cao.

### 3. Vận tải đường hàng không 航空运输

Vận tải đường hàng không là một phương thức vận chuyển bằng máy bay trực thăng, các máy bay thương mại khác để vận chuyển người, hàng hóa và bưu kiện. Với đặc điểm nhanh chóng và cơ động, nó là một phương tiện quan trọng để vận chuyển hành khách hiện nay, đặc biệt là không thể thiếu trong việc vận chuyển hàng hóa có giá trị, hàng hóa tươi sống và máy móc tinh vi trong thương mại quốc tế.

Vận tải đường hàng không có những ưu điểm như tốc độ vận chuyển nhanh, an toàn cao, ít hư hỏng hàng hóa, tiết kiệm chi phí đóng gói, phí bảo hiểm và phí lưu trữ và không bị hạn chế bởi điều kiện mặt đất, trong khi nhược điểm chính là chi phí vận chuyển cao và dễ bị ảnh hưởng bởi điều kiện thời tiết. Có bốn phương thức vận tải đường hàng không chính.

**(1) Vận tải đường hàng không theo lịch trình (Scheduled Airline) 航班运输**

Vận tải đường hàng không theo lịch trình (Scheduled Airline) đề cập đến máy bay có thời gian khởi hành, tuyến đường và nhà ga dừng cố định.

Thông thường là máy bay hỗn hợp hành khách và hàng hóa, công suất khoang hàng hóa nhỏ hơn, giá vận chuyển đắt hơn, nhưng do thời gian cố định, có lợi cho khách hàng sắp xếp hàng hóa tươi sống hoặc vận chuyển hàng hóa khẩn cấp.

**(2) Vận tải thuê bao (Chartered Carrier Transport) 包机运输**

Vận chuyển thuê bao có nghĩa là các hãng hàng không thuê toàn bộ máy bay cho một hoặc nhiều người thuê bao (người thuê bao đề cập đến người gửi hàng hoặc công ty giao nhận vận tải đường hàng không) theo các điều khoản và mức giá đã thỏa thuận, vận chuyển hàng hóa từ một hoặc nhiều nhà ga hàng không đến một điểm đến được chỉ định.

Vận chuyển thuê bao phù hợp cho vận chuyển hàng hóa số lượng lớn, với giá thấp hơn so với chuyến bay, nhưng thời gian vận chuyển dài hơn so với chuyến bay.

**(3) Ký gửi tập trung (Consolidation Transport) 集中托运**

Ký gửi tập trung có nghĩa là người gửi hàng tập trung thành một lô hàng được vận chuyển riêng lẻ thành một lô hàng, ký gửi lô hàng cho hãng hàng không, sử dụng một tờ vận đơn hàng không để vận chuyển tập trung đến cùng một điểm đến, các đại lý được chỉ định bởi người gửi hàng nhận hàng tập trung tại điểm đến, sau đó phân bổ cho mỗi người nhận hàng thực tế theo vận đơn hàng không do người gửi hàng tập trung ký phát, và cũng là phương thức vận chuyển phổ biến nhất được thực hiện trong vận chuyển hàng hóa bằng đường hàng không, là một trong những hoạt động kinh doanh chính của giao nhận vận tải đường hàng không.

**(4) Vận tải dịch vụ Air Express (Air Express Service Transport) 航空急件服务运输**

Vận tải dịch vụ Air Express là phương thức vận chuyển hàng không nhanh nhất hiện nay. Nó khác với gửi thư hàng không thông thường và vận chuyển bằng đường hàng không, nhưng được thực hiện bởi một tổ chức hoạt động chuyên dụng làm việc với các hãng hàng không để thiết lập một người gửi hàng với tốc độ nhanh nhất giữa người gửi hàng, sân bay và người nhận hàng.

Đặc biệt thuận lợi cho việc vận chuyển thuốc, thiết bị y tế, vật có giá trị, bản vẽ, mẫu hàng hóa, tài liệu, v.v., còn được gọi là "dịch vụ chuyển phát nhanh tận nơi".

### 4. Vận tải đường bộ 公路运输

Vận tải hàng hóa đường bộ quốc tế đề cập đến việc sử dụng một phương tiện vận tải nhất định di chuyển, dọc theo đường quốc lộ qua hai hoặc nhiều quốc gia hoặc khu vực, đóng một vai trò quan trọng trong việc kết nối. Vận tải đường bộ có khả năng lưu thông mạnh mẽ, thời gian cơ động cao, có ưu điểm là chạy thẳng nhưng khối lượng vận chuyển nhỏ, dễ bị ảnh hưởng bởi điều kiện thời tiết và những hạn chế khác. Đặc điểm của vận tải đường bộ thích hợp nhất cho vận tải đường ngắn. Nó có thể kết nối hai hoặc nhiều phương thức vận tải, kết hợp vận tải, để thực hiện dịch vụ vận chuyển hàng hóa xuất nhập khẩu "cửa đến cửa".

**5. Vận tải đường ống 管道运输**

Vận tải đường ống là một phương thức vận chuyển chất lỏng và khí đốt trên một khoảng cách dài là một phương tiện vận tải, một phương thức vận chuyển đặc biệt để vận chuyển dầu, than đá và các sản phẩm hóa chất từ nơi sản xuất đến thị trường và là một bộ phận cấu thành đặc biệt của vận tải tuyến chính trong mạng lưới vận tải thống nhất. Vận tải đường ống không chỉ khối lượng vận chuyển lớn, liên tục, nhanh chóng, kinh tế, an toàn, đáng tin cậy, ổn định, mà còn đầu tư ít hơn, chiếm ít đất, chi phí thấp, và có thể tự động kiểm soát. Ngoài việc được sử dụng rộng rãi trong vận chuyển đường dài dầu mỏ và khí đốt tự nhiên còn có thể vận chuyển, quặng, than đá, vật liệu xây dựng, hóa chất và lương thực. Vận tải đường ống có thể loại bỏ các liên kết quá cảnh của vận tải đường thủy hoặc đường bộ, rút ngắn chu kỳ vận chuyển, giảm chi phí vận chuyển và nâng cao hiệu suất vận chuyển.

**6. Vận tải Container 集装箱运输**

Vận tải Container là phưng thức vật tải kiểu mới, hiệu suất cao và lợi ích cao, sử dụng các Container lớn làm phương tiện vận tải để tập hợp hàng hóa thành các đơn vị liên hợp, sử dụng máy móc xếp dỡ quy mô lớn và các phương tiện quy mô lớn để bốc dỡ, xếp dỡ và hoàn thành nhiệm vụ vận tải trong lĩnh vực lưu thông hiện đại, thực hiện "cửa đến cửa" tốt hơn. Được sử dụng rộng rãi trong vận tải đường biển và đường bộ, đặc biệt thích hợp cho vận tải đa phương thức quốc tế và vận tải cầu lục địa.

**7. Vận tải cầu lục địa 大陆桥运输**

Vận tải cầu lục địa đề cập đến việc sử dụng hệ thống giao thông đường sắt (đường bộ) xuyên lục địa như một cây cầu trung gian để kết nối đại dương ở cả hai đầu lục địa. Nói một cách đơn giản, hai bên là vận tải đường biển, ở giữa là vận tải đường bộ, đại lục kết nối biển với nhau, hình thành vận đường biển-đường bộ, và đại lục đóng vai trò "cầu", vì vậy nó được gọi là "cầu cạn". Và phần vận tải đường bộ trong vận tải đường biển-đất liền được gọi là "vận tải cầu lục địa". Hiện nay, thế giới có hai cây cầu lục địa chính, cụ thể là Cầu lục địa Bắc Mỹ và Cầu lục địa Á-Âu.

**8. Vận tải đa phương thức quốc tế 国际多式联运**

Vận tải đa phương thức quốc tế, viết tắt là liên vận đa phương thức, được xuất hiện và phát triển trên cơ sở vận tải Container, có nghĩa là các nhà khai thác vận tải đa phương thức vận chuyển hàng hóa từ địa điểm tiếp quản trong lãnh thổ của một quốc gia đến địa điểm giao hàng được chỉ định trên lãnh thổ của một quốc gia khác theo hợp đồng vận tải đa phương thức quốc tế. Vận tải đa phương thức quốc tế thích hợp cho nhiều phương thức vận tải đường thủy, đường bộ, đường sắt và đường hàng không. Trong thương mại quốc tế, vì 85% đến 90% hàng hóa được vận chyển bằng đường biển, nên vận tải đường biển chiếm vị trí chủ đạo trong vận tải đa phương thức quốc tế.

# PHẦN II ĐIỀU KHOẢN VẬN CHUYỂN
# 第二节 装运条款

## Dẫn nhập vào bài 课前导入

Một công ty ở Bắc Kinh xuất khẩu 1.000 tấn đậu nành, nước ngoài chứng nhận quy định: Không được phép chia lô vận chuyển. Kết quả là, trong thời hạn quy định, chúng tôi ở Đại Liên và Thanh Đảo mỗi nơi vận chuyển 500 tấn trên cùng một chuyến đi trên cùng một tàu, vận đơn cũng ghi rõ các cảng bốc hàng khác nhau và ngày bốc xếp khác nhau, thử hỏi: cách làm của chúng tôi có vi phạm hợp đồng không? Ngân hàng có thanh toán không?

## Kiến thức chuyên sâu 知识精讲

### 1. Thời gian giao hàng lên bờ (Thời gian bốc hàng lên bờ) 装运期

**(1) Khái niệm về thời giao hàng lên bờ (Thời gian bốc hàng lên bờ) 装运期的概念**

Thời gian giao hàng lên bờ (Thời gian bốc hàng lên bờ) là thời gian người bán bốc hàng hóa mà họ bán lên phương tiện vận chuyển hoặc giao cho người vận chuyển tại địa điểm vận chuyển đã thỏa thuận. Nó và thời gian giao hàng là hai khái niệm khác nhau, thời gian giao hàng đề cập đến thời gian người bán giao hàng cho người mua tại địa điểm giao hàng đã thỏa thuận. Trong việc ký kết hợp đồng giữa người mua và người bán để áp dụng FOB, CIF, CFR hoặc giao hàng tượng trưng, người bán ở nơi vận chuyển và vào thời gian vận chuyển đã thỏa thuận bốc hàng hóa lên phương tiện vận tải hoặc giao cho người vận chuyển giám sát, hoàn thành nghĩa vụ giao hàng thì được coi là thực hiện giao hàng, thời gian giao hàng và thời gian vận chuyển tương đương. Khi người mua và người bán ký hợp đồng bằng các thuật ngữ DAP, DPU, DDP v.v. Thời gian dỡ hàng từ tàu lên bờ được thực hiện trước thời gian giao hàng và cả hai đều được tách ra hoàn toàn.

**(2) Phương pháp quy định 规定方法**

① Xác định rõ thời gian vận chuyển cụ thể: Chẳng hạn như lô hàng được vận chuyển vào tháng 7 (Shipment During July), tức là hàng hóa có thể được vận chuyển bất cứ ngày nào trong khoảng thời gian từ ngày 1 tháng 7 đến ngày 31 tháng 7 (Shipment Not Later Than July 31st), thời gian vận chuyển không muộn hơn ngày 31 tháng 7; lô hàng có thể được vận chuyển bất cứ ngày nào từ ngày 1 tháng 1 đến ngày 31 tháng 3 (Shipment During Jan/Feb/March1/2/3).

② Quy định vận chuyển vài ngày sau khi nhận được thư tín dụng: Chẳng hạn như vận chuyển trong vòng 30 ngày kể từ ngày nhận được thư tín dụng (Shipment Within 30 Days After Receipt of L/C), để tránh người mua không mở thẻ đúng hạn, cũng quy định, người mua phải mở thư tín dụng cho người bán các điều khoản hạn chế không muộn hơn ngày tháng. Phương pháp quy định này có cả hai để thúc đẩy giao dịch, có lợi cho phía người bán, nhưng cũng như bất lợi cho người bán. Bởi vì thời gian vận chuyển được xác định dựa trên điều kiện tiên quyết của việc mở L/C của người mua, nếu giá thị trường giảm sau khi ký hợp đồng, người mua có xu hướng trì hoãn hoặc thậm chí từ chối mở L/C để người bán không thể sắp xếp sản xuất và vận chuyển kịp thời, làm cho việc thực hiện hợp đồng bị động.

③ Thuật ngữ vận chuyển quy định gần đây: Thời hạn cụ thể không được quy định, nhưng chỉ được thể hiện bằng các thuật ngữ giao hàng gần đây sau đây: vận chuyển ngay lập tức (Immediate Shipment), vận chuyển nhanh chóng (Prompt Shipment), vận chuyển càng sớm càng tốt (Shipment as Soon as Possible), lô hàng đã chuẩn bị (Ready Shipment). Do các quốc gia, khu vực, ngành nghề giải thích các từ ngữ này khác nhau, để tránh sự hiểu lầm, gây nhầm lẫn nên hết sức thận trọng trong việc áp dụng các phương pháp quy định như vậy.

**(3) Những điều cần lưu ý khi quy định thời gian giao hàng lên bờ (Thời gian bốc hàng lên bờ)** 规定装运时间的注意事项

① Cần xem xét tình hình thực tế của nguồn hàng và nguồn tàu 应考虑货源和船源的实际情况

Trong trường hợp của người bán, trước tiên hãy xem xét tình hình nguồn hàng, trong trường hợp chưa tìm được nguồn hàng, không thể dễ dàng xác định thời gian vận chuyển hoặc thời gian giao hàng, có thể xuất hiện tình huống tàu đến hàng không đến, có tàu không có hàng hóa. Trong trường hợp người bán chịu trách nhiệm thuê tàu để đặt khoang, nếu không biết rõ nguồn gốc của tàu sẽ được giao dịch một cách mù quáng, có thể xuất hiện tình huống hàng hóa đến tàu không đến hoặc không thể đặt khoang, có hàng không có tàu, do đó không thể thực hiện hợp đồng đúng tiến độ.

② Thời gian vận chuyển phải thích hợp 装运期的时间要适度

Thời gian vận chuyển hoặc thời gian giao hàng phải tùy thuộc vào đặc tính của hàng hóa và thực tế thuê tàu đặt khoang. Thời gian bốc xếp quá ngắn sẽ gây khó khăn cho việc sắp xếp hàng hóa trên tàu. Nếu hợp đồng quy định tháng giao hàng, tháng bốc xếp hoặc giao hàng, thì dễ xảy ra tình trạng thuê tạm thời không đủ chỗ, hoặc giao hàng không kịp mà không có hàng nào có thể xếp được, thời gian vận chuyển hoặc thời gian giao hàng sẽ không thực hiện được. Tuy nhiên, thời gian vận chuyển quá dài cũng không thích hợp, đặc biệt là trong điều kiện sử dụng "nhận được thư tín dụng trong vòng bao nhiêu ngày", nếu thời gian vận chuyển quá dài, chắc chắn sẽ chiếm giữ vốn của người mua, tăng chi phí lãi vay của họ, ảnh hưởng đến vòng quay vốn của họ, điều này sẽ không chỉ ảnh hưởng đến động lực đặt hàng của người mua, mà còn ảnh hưởng đến giá bán của người bán.

③ Cần chú ý đến sự kết nối giữa thời gian vận chuyển hoặc thời gian giao hàng và ngày mở giấy L/C 应注意装运期或交货期同开证日期之间的衔接

Khi thanh toán bằng thư tín dụng, thời gian vận chuyển và thời gian giao hàng và ngày mở có liên quan đến nhau, vì vậy khi quy định thời gian vận chuyển, cũng nên xem xét liệu các quy định của ngày mở thư tín dụng có rõ ràng và hợp lý để đảm bảo lô hàng đúng hạn hay không, nên thời gian vận chuyển và ngày khai báo được liên kết với nhau.

### 2. Cảng xếp hàng và cảng đích 装运港和目的港

**(1) Khái niệm cảng xếp hàng và cảng đích 装运港和目的港的概念**

Cảng xếp hàng là cảng bắt đầu xếp hàng. Cảng đích là cảng dỡ hàng cuối cùng. Trong các hợp đồng xuất nhập khẩu đường biển, thường xác định rõ cảng xếp hàng và cảng đích.

**(2) Phương pháp quy định cảng xếp hàng và cảng đích 装运港和目的港的规定方法**

Cảng xếp hàng và cảng đích do hai bên giao dịch thoả thuận, phương pháp quy định như sau:

① Nói chung, chỉ có một cảng xếp hàng và một cảng đích được quy định và tên cảng được liệt kê.

② Trong điều kiện giao dịch hàng hóa, nếu thích hợp, hai hoặc nhiều cảng xếp hàng và điểm đến có thể được quy định và tên cảng được liệt kê riêng biệt.

③ Phương pháp quy định lựa chọn cảng, trong đó một trong hai cảng trở lên có thể được tùy chọn và có thể chỉ định cảng chính trong một khu vực hàng hải là cảng xếp hàng hoặc cảng đích.

**(3) Quy định những điều cần lưu ý về cảng xếp hàng và cảng đích 规定装运港和目的港的注意事项**

① Các chi tiết cụ thể và điều kiện xếp dỡ của cảng phải được xem xét, chẳng hạn như có các tuyến đường tàu chuyến chạy thẳng, hạ tầng cảng và điều kiện xếp dỡ, chi phí vận chuyển và phụ phí (ví dụ: phụ phí lựa chọn cảng v.v.).

② Các quy định về cảng cần được làm rõ và cụ thể. Không sử dụng các quy định chung như European Main Ports, EMP, v.v. Bởi vì không có cách giải thích quốc tế thống nhất về điều này, hơn nữa khoảng cách giữa các cảng khác nhau, điều kiện cảng và chi phí vận chuyển cũng có thể khác nhau đáng kể, nên cố gắng tránh áp dụng phương pháp quy định này.

③ Khi quy định cảng xếp hàng và cảng dỡ hàng, có vấn đề trùng tên hay không, có rất nhiều cảng biển trùng tên trên toàn thế giới, chẳng hạn như Úc và Canada đều có cảng Sydney, Lebanon và Libya đều có cảng Tripoli, để ngăn chặn sự sai lệch trong việc bàn giao hàng hóa, trong hợp đồng xuất nhập khẩu, ngoài tên cảng được liệt kê ra, cũng nên ghi rõ tên của quốc gia và khu vực mà có cảng đó.

### 3. Vận chuyển theo lô và chuyển tàu 分批装运和转船

**(1) Vận chuyển theo lô 分批装运**

Vận chuyển theo lô là việc vận chuyển theo lô hàng hóa. Nhưng một đơn hàng hóa được giao dịch vào thời điểm và địa điểm khác nhau bốc lên cùng một tàu, cùng một chuyến chia lô chuyển tàu, ngay cả khi ký vận đơn nội dung khác nhau, cũng không thể được tính là vận chuyển theo lô, bởi vì đơn hàng hóa được giao này đến cảng đích cùng một lúc. Giao dịch hàng hóa do khối lượng giao dịch lớn, thường áp dụng phương thức vận chuyển theo lô.

**(2) Chuyển tàu 中转船运**

Chuyển tàu còn được gọi là trung chuyển hàng, có nghĩa là trong quá trình vận chuyển hàng hóa theo hợp đồng từ nơi vận chuyển đến đích, cần phải chuyển đổi phương tiện vận tải giữa chừng. Nếu hàng hóa được bán không có tàu trực tiếp đến cảng đích hoặc thời gian tàu không cố định hoặc khoảng thời gian giữa các chuyến tàu quá dài, để tạo điều kiện thuận lợi cho việc vận chuyển, người bán thường yêu cầu thêm các điều khoản cho phép chuyển tàu vào hợp đồng.

Theo "Quy ước thống nhất tín dụng theo đơn"quy định: "Việc chuyển tàu có thể được cho phép trừ khi thư tín dụng có quy định ngược lại". Để làm rõ trách nhiệm và tạo điều kiện thuận lợi cho việc sắp xếp vận chuyển, trong hợp đồng mua bán phải xác định xem người mua và người bán có đồng ý chuyển tàu hay không, phương pháp trung chuyển và khấu trừ chi phí.

Các điều khoản vận chuyển theo lô và chuyển tàu trong hợp đồng xuất nhập khẩu thường được thực hiện kết hợp với thời gian vận chuyển. Ví dụ: vận chuyển tháng 1/tháng 2/tháng 3, cho phép chia lô và chuyển tàu (Shipment During Jan./Feb./Mar with Partial Shipment and Transshipment to be Allowed).

### 4. Thông báo vận chuyển 装运通知

Thông báo vận chuyển là một yếu tố quan trọng không thể thiếu trong điều khoản vận chuyển. Bất kể là giao dịch theo thuật ngữ thương mại nào, cả hai bên giao dịch đều phải có nghĩa vụ thông báo cho nhau. Mục đích của điều khoản này xác định rõ trách nhiệm của người mua và người bán, thúc đẩy sự hợp tác lẫn nhau, làm tốt công tác kết nối hàng hóa tàu bến, và tạo điều kiện thuận lợi cho việc làm thủ tục bảo hiểm hàng hóa.

### 5. Thời gian xếp dỡ, tỷ lệ xếp dỡ, phí chậm trễ và phí cấp tốc 装卸时间、装卸率、滞期和速遣费

#### (1) Thời gian xếp dỡ 装卸时间

Thời gian xếp dỡ là thời gian được phép hoàn thành nhiệm vụ xếp dỡ, thường được thể hiện bằng số ngày hoặc số giờ. Các quy định về thời gian xếp dỡ thường được bao gồm trong các loại sau:

① Tính theo ngày liên tiếp 按连续日计算

Ngày liên tiếp là thời gian 24 giờ liên tục, tức là số ngày theo lịch.

Khi thời gian dỡ hàng được thể hiện bằng "ngày" hoặc "ngày liên tục", thời gian xếp dỡ được tính là thời gian xếp dỡ từ khi bắt đầu xếp dỡ cho đến khi kết thúc xếp dỡ.

Ngay cả khi thời gian thực sự không thể thực hiện công việc xếp dỡ (ví dụ: ngày mưa và tuyết, chủ nhật hoặc ngày lễ thường xuyên, v.v.) được tính là thời gian xếp dỡ.

② Tích lũy 24 giờ ngày làm việc thời tiết tốt 累计 24 小时好天气工作日

Điều này có nghĩa là trong trường hợp thời tiết thích hợp cho công việc xếp dỡ bình thường, tất cả đều sử dụng hoạt động thực tế của cảng tích lũy 24 giờ làm việc.

Quy định này có lợi cho người thuê tàu, nhưng không tốt cho chủ tàu.

③ Thời tiết tốt (ngày nắng) trong 24 giờ liên tiếp 连续 24 小时好天气（晴天）工作日

Điều này có nghĩa là trong trường hợp thời tiết tốt, thích hợp để xếp dỡ, ngày và đêm hoạt động liên tục 24 giờ tính toán một ngày làm việc.

Ngay cả khi thời gian làm việc theo quy định của cảng là 8 giờ mỗi ngày, 16 giờ còn lại theo phương pháp này cũng nên tính thời gian xếp dỡ theo quy định, nhưng nếu thời tiết xấu ở giữa có vài giờ không thể hoạt động, nó sẽ được khấu trừ.

Bởi vì các quốc gia có thói quen và quy định cảng biển khác nhau, cũng cần có quy định cụ thể về việc tính ngày chủ nhật và ngày lễ hay không, như quy định bổ sung sau ngày làm việc: chủ nhật, ngoại lệ đối với ngày lễ, hoặc quy định không "dùng thì không tính, dùng thì phải tính", hoặc không được tính, tức là sử dụng cũng không được tính.

**(2) Tỷ lệ xếp dỡ** 装卸率

Tỷ lệ xếp dỡ là số lượng hàng hóa được xếp dỡ hàng ngày. Tỷ lệ xếp dỡ cao hay thấp, liên quan đến thời gian xếp dỡ và mức giá cước. Tỷ lệ xếp dỡ được xác định quá thấp, mặc dù có thể hoàn thành nhiệm vụ xếp dỡ trước thời hạn, nhận được tiền thưởng xếp dỡ nhanh của hãng tàu, nhưng chi phí vận chuyển sẽ tăng lên do thời gian tàu ở cảng quá dài, khiến người thuê mất nhiều tiền. Đặt quá cao, không thể hoàn thành nhiệm vụ xếp dỡ đúng thời hạn, sẽ bị nộp tiền phạt dôi nhật. Do đó, tỷ lệ xếp dỡ phải được xác định phù hợp với đặc điểm hàng hóa và tình hình thực tế của cảng.

**(3) Tiền phạt dôi nhật và tiền thưởng xếp dở nhanh** 滞期费和速遣费

Trong quá trình thuê tàu theo hành trình vận chuyển hàng hóa dùng cho sản xuất công nông nghiệp, để đẩy nhanh quá trình quay vòng của tàu, bên cho thuê tàu thúc giục người thuê tàu xếp dỡ càng sớm càng tốt. Thông thường trong hợp đồng thuê tàu có những điều khoản mang tính chất thưởng phạt, cụ thể là, điều khoản dôi nhật và xếp dở nhanh. Theo quy định này, nếu hãng tàu không hoàn thành nhiệm vụ xếp dỡ theo thời gian bốc dỡ đã thỏa thuận, dẫn đến thời gian cập cảng của tàu bị kéo dài, thì tổn thất trong thời gian trì hoãn phải được bồi thường cho hãng tàu với số tiền mỗi ngày theo thoả thuận, khoản bồi thường hoặc tiền phạt này được gọi là tiền phạt dôi nhật (Demurrage). Ngược lại, nếu bên thuê tàu hoàn thành nhiệm vụ xếp dỡ trước thời hạn đã thỏa thuận, giúp hãng tàu tiết kiệm chi phí tại cảng, hãng tàu sẽ sử dụng một phần lợi ích thu được thưởng cho bên thuê tàu, được gọi là tiền thưởng xếp dở nhanh (Dispatch), thường bằng một nửa tiền phạt dôi nhật.

**(4) Những điều cần lưu ý** 注意事项

① Thỏa thuận về thời gian xếp dỡ phải rõ ràng và hợp lý 装卸时间的约定应明确合理

Thỏa thuận rõ ràng và hợp lý thời gian xếp dỡ, có lợi cho việc tính toán và thanh toán tiền phạt dôi nhật và trợ cấp nhanh chóng, hiện nay được áp dụng rộng rãi trên toàn thế giới và tương đối công bằng và hợp lý là tính toán thời gian xếp dỡ thời tiết tốt 24 giờ liên tục theo ngày làm việc. Khi áp dụng phương pháp quy định như vậy, nên quy định rõ ràng và cụ thể về việc liệu các ngày lễ theo luật định ở cảng xếp dỡ có được tính toán hay không, tính toán như thế nào, cũng như thời gian bắt đầu và kết thúc xếp dỡ.

② Tỷ lệ xếp dỡ đã thỏa thuận phải thực tế 约定装卸率应实事求是

Tiền phạt dôi nhật và tiền thưởng xếp dở nhanh có liên quan chặt chẽ đến tỷ lệ xếp dỡ đã thỏa thuận. Tỷ lệ xếp dỡ là số lượng hàng hóa xếp dỡ hàng ngày, thường được xác định theo tốc độ xếp dỡ bình thường của cảng xếp dỡ. Nếu tỷ lệ xếp dỡ được quy định quá cao, không hoàn thành nhiệm vụ xếp dỡ, người thuê tàu phải chịu tổn thất tiền phạt dôi nhật; ngược lại, tỷ lệ xếp dỡ quá thấp, mặc dù có thể hoàn thành nhiệm vụ xếp dỡ trước thời hạn, có thể nhận được tiền thưởng xếp dỡ nhanh từ hãng tàu, nhưng bên tàu sẽ vì tỷ lệ xếp dỡ thấp ảnh hưởng đến tốc độ quay vòng của tàu để tăng tiền thuê tàu, ngược lại sẽ khiến người thuê tàu lợi bất cập hại. Do đó, khi thỏa thuận tỷ lệ xếp dỡ trong hợp đồng mua bán, cần chú ý tuân thủ nguyên tắc thực sự cầu thị.

## PHẦN III CHỨNG TỪ VẬN TẢI
## 第三节 运输单据

### Dẫn nhập vào bài 课前导入

Một lô hàng tổng cộng 200 thùng, được vận chuyển từ Thượng Hải đến New York, hãng tàu đã gửi chứng từ vận tải cho tàu đã tải. Tuy nhiên, hàng hóa đến cảng đích, người nhận hàng phát hiện ra các trường hợp sau: 1. giao thiếu 10 thùng; 2. 10 thùng bao bì bị hư hỏng nghiêm trọng, hàng hóa bên trong bị mất 30%; 3. 25 thùng bao bì bên ngoài còn nguyên vẹn, hàng hóa bên trong thiếu hụt. Thử hỏi: Trong ba trường hợp trên, những trường hợp nào thuộc về trách nhiệm của hãng tàu hoặc người gửi hàng? Tại sao?

### Kiến thức chuyên sâu 知识精讲

Chứng từ vận tải là một nội dung không thể thiếu trong các điều khoản của hợp đồng và là một bằng chứng quan trọng để bàn giao hàng hóa, giải quyết yêu cầu bồi thường và thanh toán tiền hàng cho ngân hàng hoặc thực hiện thanh toán L/C. Trong vận tải hàng hóa quốc tế, các chứng từ vận tải bao gồm vận đơn đường biển, vận đơn đường sắt, vận đơn hàng không, biên lai bưu kiện và vận đơn liên vận.

#### 1. Vận đơn đường biển 海运提单

**(1) Ý nghĩa, bản chất và vai trò** 含义、性质与作用

Vận đơn vận tải đường biển (Ocean Bill of Lading B/L) gọi tắt là vận đơn, là chứng từ bằng văn bản mà hãng tàu hoặc bên vận chuyển kí cho người gửi hàng sau khi nhận được hàng hóa, chứng minh rằng cả hai bên đã ký hợp đồng vận chuyển để đảm bảo vận chuyển hàng hóa đến cảng đích được chỉ định và giao cho người nhận hàng. Bản chất và vai trò của nó chủ yếu được phản ánh trong ba khía cạnh sau:

① Biên lai hàng hóa: Vận đơn là biên lai hàng hóa (Receipt for the Goods) do người vận chuyển hoặc đại lý của hãng vận chuyển ký để chứng minh rằng người vận chuyển đã nhận được hoặc tiếp quản hàng hóa được liệt kê trong vận đơn.

② Chứng từ quyền sở hữu vật chất: Vận đơn vận tải đường biển là chứng từ về quyền sở hữu hàng hóa và có hiệu lực pháp lý về giấy chứng nhận quyền sở hữu vật chất. Chủ vận đơn có thể yêu cầu người vận chuyển giao hàng bằng vận đơn, trong khi hãng tàu hoặc đại lý của nó cũng phải giao hàng cho người giữ đơn theo nội dung được liệt kê trong vận đơn, sở hữu vận đơn cũng có nghĩa là sở hữu hàng hóa. Do đó, vận đơn vận tải đường biển có thể được chuyển nhượng bằng xác nhận để thực hiện việc chuyển nhượng quyền sở hữu hàng hóa.

③ Giấy chứng nhận hợp đồng vận chuyển: Bởi vì hợp đồng vận chuyển được thỏa thuận trước khi xếp hàng, và vận đơn được kí sau khi xếp hàng, do đó, vận đơn không phải là hợp đồng vận chuyển, mà chỉ là bằng chứng về hợp đồng vận chuyển. Tuy nhiên, các quyền và nghĩa vụ của cả người vận chuyển và người gửi hàng đều được nêu trong vận đơn, do đó vận đơn là cơ sở và chứng từ để xử lý các quyền và nghĩa vụ của cả hai bên.

**(2) Nội dung cơ bản của vận đơn vận tải đường biển 海运提单的基本内容**

Nội dung cơ bản của vận đơn đường biển thường bao gồm các mục được ghi lại ở mặt trước của vận đơn và các điều khoản vận chuyển được in ở mặt sau.

① Nội dung mặt trước của vận đơn 提单正面内容

Nội dung được ghi chép ở mặt trước trong vận đơn được điền vào bởi người gửi hàng và người vận chuyển (hoặc đại lý của họ), thường bao gồm:

**Nội dung được điền do người gửi hàng**

♦ Người gửi hàng (Shipper)

♦ Người nhận hàng (Consignee)

♦ Người được thông báo (Notify Party)

♦ Cảng xếp hàng (Port of Loading)

♦ Cảng đích (Destination)

♦ Tên tàu và chuyến đi (Vessels Name and Noyage No.)

♦ Tên và số lượng lô hàng (Description of Goods & Amp; Number of Packages)

♦ Trọng lượng và khối lượng (Weight & Amp; Measurement)

**Nội dung được điền do người vận chuyển**

♦ Chi phí vận chuyển trả trước hoặc thanh toán (Freight Prepaid or Freight Collect)

♦ Số lượng phần của vận đơn gốc (Number of Original B/L)

♦ Con dấu của người vận chuyển hoặc đại lý của hãng vận chuyển (Name & Amp; Signature of the Carrier)

♦ Địa điểm và ngày ký phát vận đơn (Place & Amp; Place and Date of Issue)

② Nội dung ở mặt sau của vận đơn 提单背面内容

Các điều khoản vận chuyển được in ở mặt sau của vận đơn là cơ sở chính để xác định quyền và nghĩa vụ giữa người gửi hàng và người vận chuyển và giữa người vận chuyển và người nhận và chủ vận đơn. Các điều khoản vận chuyển này ban đầu được quy định do hãng tàu, và sau đó ngày càng có nhiều điều khoản miễn trừ trách nhiệm do hãng tàu quy định, có lợi cho hãng tàu, nhưng không đảm bao được lợi ích của bên gửi hàng, và giảm vai trò của vận đơn như là bằng chứng về quyền tài sản, trong trường hợp này, các ngân hàng không muốn thanh toán tiền bằng chứng từ vận đơn, các công ty bảo hiểm cũng không muốn bảo hiểm đường biển, đã làm ảnh hưởng đến sự phát triển của thương mại quốc tế và vận tải đường biển. Để giảm bớt mâu thuẫn giữa hãng tàu và bên giữ hàng và thúc đẩy sự phát triển của thương mại quốc tế và vận tải đường biển, một số công ước quốc tế về vận đơn đã lần lượt được ký trên thế giới, thống nhất nội dung ở mặt sau của vận đơn, các công ước quốc tế bao gồm:

♦ Năm 1924, các quốc gia vận chuyển lớn ở châu Âu và Hoa Kỳ đã ký Hiệp ước quốc tế về một số quy tắc pháp lý của vận đơn thống nhất (International Convention of Certain Rules Law Relating to Bill of Lading), viết tắt là Quy tắc Hague (Hague Rules).

1924 年，欧美各主要航运国签署的《关于统一提单的若干法律规则的国际公约》，简称《海牙规则》。

♦ *Nghị định thư Brussels*, được ký kết năm 1968, viết tắt là *Quy tắc Vis by Rules* (Vis by Rules).

1968 年签署的《布鲁塞尔议定书》，简称《维斯比规则》

♦ *Công ước Liên Hiệp Quốc về vận chuyển hàng hóa bằng đường biển* được ký kết bởi 78 quốc gia tại Hamburg năm 1978 (United Nations Convention on the Carrier of Goods by Sea, 1978), viết tắt là *Quy tắc Hamburg* (Hamburg Rules, HBR).

1978 年，78 个国家在汉堡签署的《联合国海上货物运输公约》，简称《汉堡规则》。

(3) Các loại vận đơn vận chuyển bằng đường biển 海运提单的种类

① Phân chia theo hàng hóa đã được xếp lên tàu hay chưa 按货物是否已装船划分

Tùy theo hàng có bốc xếp hay không thì có thể chia thành vận đơn đã bốc xếp và vận đơn dự phòng.

♦ Vận đơn đã xếp hàng (On Board or Shipped B/L) có nghĩa là vận đơn được kí cho người gửi hàng vận chuyển hoặc đại lý được ủy quyền của họ. Vận đơn phải có chữ viết chỉ ra rằng hàng hóa đã được xếp lên một con tàu và ngày xếp, và thông tin chung phải có chữ ký của thuyền trưởng hoặc đại lý của họ. Theo quy định của Thông lệ thống nhất giữa vận đơn và thư tín dụng, nếu thư tín dụng yêu cầu dùng vận đơn vận chuyển đường biển làm chứng từ vận chuyển, ngân hàng sẽ chấp nhận vận đơn đã xếp hàng lên tàu.

♦ Vận đơn nhận hàng để xếp (Received for Shipment B/L), còn được gọi là vận đơn chờ vận chuyển, đề cập đến vận đơn do người vận chuyển cấp cho người gửi hàng trong khi nhận được hàng hóa vận chuyển đang chờ vận chuyển. Các nhà nhập khẩu thường miễn cưỡng chấp nhận vận đơn này, vì vậy vận đơn này ít được sử dụng trong thương mại quốc tế. Tuy nhiên, khi hàng hóa thực sự được xếp lên tàu, vận đơn vận chuyển có thể ghi chú thành vận đơn đã xếp hàng. Phương pháp là đóng dấu "On board" trên vận đơn vận chuyển, ghi rõ tên tàu và ngày bốc xếp và có chữ ký của công ty tàu biển.

② Phân chia theo vận đơn có ghi chú xấu hay không 按提单上有无不良批注划分

Theo tình trạng bề ngoài của hàng hóa được ghi trên vận đơn, có thể được phân loại là vận đơn hoàn hảo và vận đơn không hoàn hảo.

♦ Vận đơn hoàn hảo (Clean B/L), có nghĩa là hàng hóa "có bề ngoài bao bì tốt" khi bốc hàng lên tàu, người vận chuyển ghi chú bất kỳ vận đơn nào tổn thất hàng hóa, hoặc đóng gói kém, số lượng, trọng lượng và khối lượng hoặc các ghi chú khác sẽ cản trở việc thanh toán. Theo quy định của Thông lệ thống nhất giữa vận đơn với thư tín dụng, nếu thư tín dụng yêu cầu vận đơn vận chuyển bằng đường biển làm chứng từ vận chuyển, ngân hàng sẽ chấp nhận vận đơn hoàn hảo.

♦ Vận đơn không hoàn hảo (Unclean B/L), có nghĩa là vận đơn của người vận chuyển đã ghi chú vào vận đơn với tình trạng bề mặt hàng hóa hư hỏng hoặc khiếm khuyết, v.v, vận đơn không hoàn hảo ngoại trừ các yêu cầu trên thư tín dụng được quy định rõ ràng, ngân hàng vì lợi ích an toàn của chính họ nói chung từ chối chấp nhận.

③ Phân chia theo tên người nhận hàng trên vận đơn 按提单收货人抬头划分

Sự khác biệt giữa người nhận hàng theo vận đơn có thể được chia thành vận đơn đích danh, vận đơn vô danh và vận đơn theo lệnh.

♦ Vận đơn đích danh (Straight B/L) có nghĩa là vận đơn được gửi đến người nhận hàng được chỉ định. Tên của người nhận được điền cụ thể trong cột người nhận hàng trên vận đơn như vậy chỉ có thể được nhận bởi người được chỉ định đó và do đó không thể được chuyển giao lưu thông, còn được gọi là vận đơn không thể chuyển nhượng (Non-Negotiable B/L). Hiếm khi được sử dụng trong kinh doanh thương mại quốc tế, thường chỉ được sử dụng khi vận chuyển hàng hóa có giá trị và triển lãm.

♦ Vận đơn vô danh (Bearer B/L) có nghĩa là vận đơn không điền tên người nhận hàng trong cột người nhận hàng trên vận đơn và ghi rõ từ "chủ sở hữu vận đơn" (Bearer) hoặc để trống cột này và không điền vào vận đơn tên của bất kỳ ai. Vận đơn này không yêu cầu bất kỳ thủ tục xác nhận nào để chuyển nhượng hoặc lấy hàng hóa, cực kỳ dễ dàng. Ai giữ vận đơn thì có thể nhận hàng, người vận chuyển giao hàng chỉ theo chứng từ, không theo người. Do rủi ro cao của vận đơn này, nó hiếm khi được sử dụng trong thương mại quốc tế.

♦ Vận đơn theo lệnh (Order B/L), có nghĩa là chỉ điền vào "theo lệnh" (To Order) hoặc "theo lệnh ai đó" (To Order of...） trong cột người nhận vận đơn hàng hóa theo dòng chữ. Vận đơn này có thể được chuyển nhượng bằng cách chứng thực (Endorsement) và do đó được sử dụng rộng rãi trong thương mại quốc tế. Có hai cách để chứng thực: một là ký hậu trống, tức là chỉ có chữ ký của người chứng thực ở mặt sau vận đơn, không ghi rõ tên của người cấp chứng thực; thứ hai, ghi tên và ký hậu, đề cập đến ngoài chữ ký và con dấu của người chứng thực, còn nêu rõ tên của người được chứng thực. Vận đơn ghi rõ "chỉ định bất kỳ", trước khi người bán (chứng thực) chỉ định người nhận hàng, quyền sở hữu hàng hóa vẫn thuộc về bên bán, chẳng hạn như sau khi người bán chuyển nhượng bằng cách chứng thực, chủ sở hữu có quyền nhận hàng, vận đơn như vậy cũng có thể được gọi là vận đơn vô danh. Hiện nay trong kinh doanh xuất nhập khẩu của Trung Quốc, hầu hết sử dụng loại "theo lệnh" và vận đơn đã được ký hậu, thường được gọi là "vận đơn không khi tên, chỉ chứng thực".

Vận đơn vô danh và vận đơn theo lệnh có thể được lưu hành và do đó có thể chuyển nhượng (Negotiable B/L).

④ Phân chia theo phương thức vận chuyển 按运输方式划分

Theo phương thức vận chuyển có thể được chia thành vận đơn đi thẳng, vận đơn chuyển tải và vận đơn liên vận.

♦ Vận đơn đi thẳng (Direct B/L) là vận đơn do người vận chuyển ký phát cho người gửi hàng đối với hàng hóa được vận chuyển trực tiếp từ cảng xếp hàng đến cảng đích. Nếu hợp đồng và thư tín dụng quy định không được phép chuyển tàu, người gửi hàng phải có được vận đơn đi thẳng để chuyển tiền cho ngân hàng.

♦ Vận đơn chuyển tải (Transshipment B/L) có nghĩa là vận đơn ký phát nhưng tàu tải từ cảng xếp hàng không đi thẳng đến đích mà phải chuyển tàu khác tại một cảng khác trong hành trình. Vận đơn chuyển tải được ký phát bởi người vận chuyển đầu tiên, trên vận đơn phải ghi rõ từ "chuyển tải" hoặc "chuyển tàu tại cảng xx".

♦ Vận đơn liên vận (Through B/L) được sử dụng cho vận tải liên vận đường biển và đường bộ, liên vận đường biển và đường thủy. Nó là một vận đơn do người vận chuyển đầu tiên hoặc đại lý của họ ký phát để vận chuyển từ nơi bắt đầu vận chuyển hàng hóa đến điểm đến cuối cùng của hàng hóa, bao gồm cả vận đơn vận chuyển cả hành trình. Sau khi hàng hóa đến cảng trung chuyển, người vận chuyển trước đó hoặc đại lý của họ sẽ chuyển giao hàng hóa cho người vận chuyển tiếp theo hoặc đại lý của họ tiếp tục vận chuyển hàng hóa đến đích. Vận đơn liên vận, mặc dù bao gồm vận chuyển toàn bộ hành trình, nhưng thường chứa một điều khoản miễn trừ trách nhiệm, tức là người vận chuyển ký phát vận đơn thường chỉ chịu trách nhiệm về tổn thất hàng hóa phát sinh từ hành trình vận chuyển đầu tiên và không chịu trách nhiệm về tổn thất phát sinh sau khi dỡ hàng từ phương tiện vận tải đầu tiên và xếp lên phương tiện vận tải thứ hai.

⑤ Phân chia theo phương thức hoạt động của tàu 按船舶营运方式划分

Theo phương thức hoạt động của tàu chuyến có thể được chia thành vận đơn tàu chuyến và vận đơn thuê tàu.

♦ Vận đơn tàu chuyến (Liner B/L) là vận đơn được kí phát cho người gửi hàng sau khi vận chuyển hàng hóa bởi công ty tàu chuyến.

♦ Vận đơn thuê tàu (Charter Party B/L) là vận đơn do người vận chuyển ký phát theo hợp đồng thuê tàu. Loại vận đơn này thường được ghi chú bằng dòng chữ "Lập theo hợp đồng thuê tàu xx", vì vậy vận đơn này bị ràng buộc bởi các điều khoản của hợp đồng thuê tàu. Các ngân hàng thường miễn cưỡng chấp nhận vận đơn như vậy, trừ khi ngân hàng ký phát L/C ủy quyền nhận vận đơn thuê tàu, ngân hàng chiết khấu đồng ý chấp nhận và yêu cầu nhà xuất khẩu cung cấp bản sao hợp đồng thuê tàu để tiện tìm hiểu toàn bộ nội dung của vận đơn và hợp đồng thuê tàu.

⑥ Phân chia theo sự phức tạp của nội dung vận đơn 按提单内容的繁简划分

Theo mức độ phúc tạp của nội dung vận đơn có thể chia thành vận đơn chi tiết và vận đơn rút gọn.

♦ Vận đơn chi tiết (Long Form B/L), còn được gọi là vận đơn phức tạp, đề cập đến vận đơn có các điều khoản chi tiết về quyền và nghĩa vụ của người vận chuyển và người gửi hàng ở mặt sau của vận đơn.

♦ Vận đơn rút gọn (Short Form B/L), còn được gọi là vận đơn đơn giản, vận đơn chỉ có nội dung ở mặt trước, mặt sau để trống (Blank Back B/L), đề cập đến vận đơn mà ở mặt sau lược bỏ các điều khoản vận chuyển hàng hóa rườm rà. Vận đơn chỉ liệt kê các vấn đề phải được ghi lại tích cực, loại vận đơn này thường được liệt kê trong "việc tiếp nhận, bảo quản, vận chuyển hàng hóa, tất cả đều được xử lý theo các điều khoản trên vận đơn đầy đủ của công ty".

⑦ Phân chia theo hiệu quả sử dụng vận đơn 按提单使用有效性划分

Theo hiệu quả sử dụng vận đơn có thể chia thành vận đơn gốc và vận đơn bản sao.

♦ Vận đơn gốc (Original B/L) có nghĩa là vận đơn có chữ ký và đóng dấu của người vận chuyển, thuyền trưởng hoặc đại lý của hãng vận chuyển và ghi rõ ngày kí phát. Vận đơn này, cả về mặt pháp lý và thương mại, được công nhận là chứng từ hợp lệ, và vận đơn phải được nêu rõ bằng chữ "Original" để phân biệt với vận đơn bản sao.

♦ Vận đơn bản sao (Copy B/L) có nghĩa là vận đơn không có chữ ký của người vận chuyển hoặc đại lý của hãng vận chuyển, chỉ dành cho mục đích tham khảo. Vận đơn thường được đánh dấu bằng các từ "bản sao" (Copy) hoặc "không thể chuyển nhượng" (Non-Negotiable).

⑧ Các loại khác 其他种类

♦ Vận đơn container (Container B/L) có nghĩa là vận đơn do người vận chuyển ký phát cho người gửi hàng được vận chuyển bằng container. Nó cũng có thể được thêm vào vận đơn vận tải đường biển thông thường bằng cách thay đổi từ "vận chuyển container" (Containerized) thành vận đơn container.

♦ Vận đơn hàng trên boong (On Deck B/L), đề cập đến vận đơn được ký phát khi hàng hóa được xếp trên boong tàu, vì vậy còn được gọi là vận đơn hàng hóa boong tàu, vận đơn phải ghi rõ từ "on deck" trên vận đơn. Vì hàng hóa được xếp lên boong tàu có nhiều rủi ro hơn trong khoang (dễ bị lật úp biển người), người gửi hàng thường làm thủ tục bảo hiểm boong tàu với công ty bảo hiểm.

♦ Vận đơn đến chậm (State B/L), còn được gọi là vận đơn cũ, đề cập đến vận đơn không được nhắc nhở bởi ngân hàng trong một khoảng thời gian hợp lý sau khi ký phát (Reasonable Time). Ở đây được chia thành hai trường hợp: thứ nhất, người bán nộp vận đơn cho ngân hàng vượt quá ngày ký phát vận đơn 21 ngày sau đó, theo thông lệ, nếu thư tín dụng không có quy định đặc biệt, ngân hàng có quyền từ chối nhận vận đơn đến chậm này; thứ hai là trong trường hợp vận đơn vận tải đường biển thường xuyên muộn hơn thời gian hàng hóa đến cảng đích, vì vậy trong hợp đồng thương mại giữa các nước ngoài khơi, thường có các điều khoản "vận đơn đến chậm có thể chấp nhận được" (State B/L Is Acceptable).

♦ Vận đơn vay trước (Advanced B/L) có nghĩa là hàng hóa chưa được bốc lên tàu hoặc đang được bốc xếp khi người vận chuyển ký phát vận đơn.

♦ Vận đơn ngược (Antedated B/L) có nghĩa là vận đơn được ký phát sớm hơn ngày đóng tàu thực tế sau khi vận đơn được gửi theo yêu cầu của người gửi hàng.

**2. Vận đơn đường sắt 铁路运单**

Vận đơn đường sắt là một hợp đồng vận tải được ký kết giữa đường sắt và chủ hàng. Vận tải đường sắt được chia thành vận tải đường sắt quốc tế và vận tải đường sắt nội địa. Trước đây sử dụng vận đơn liên vận đường sắt quốc tế, sau này sử dụng vận đơn đường sắt nội địa. Vận đơn liên vận đường sắt quốc tế được gửi từ nhà ga khởi hành cùng với hàng hóa đến nhà ga và bàn giao cho người nhận hàng, không chỉ là chứng từ do vận chuyển hàng hóa đường sắt ký phát, mà còn là cơ sở để đường sắt giao hàng, xác nhận chi phí vận chuyển và xử lý yêu cầu bồi thường và yêu cầu bồi thường. Bản sao vận đơn liên vận đường sắt quốc tế, được trả lại cho người nhận sau khi đóng dấu ngày vận chuyển được đóng dấu vào đường sắt, là một trong những tài liệu chính mà người bán căn cứ để thanh toán cho ngân hàng.

**3. Vận đơn hàng không 航空运单**

Vận đơn hàng không là biên lai cho hàng hóa vận chuyển do hãng hàng không phát hành. Đây cũng là hợp đồng vận chuyển được ký kết giữa người vận chuyển và người gửi hàng, có thể được sử dụng làm cơ sở cho việc chấp nhận chi phí vận chuyển của người vận chuyển. Nhưng nó không phải là một chứng từ đại diện cho quyền sở hữu hàng hóa và do đó không thể được chuyển nhượng và thế chấp thông qua chứng thực. Người nhận nhận hàng không phải bằng vận đơn hàng không mà bằng thông báo nhận hàng của hãng hàng không.

**4. Biên lai bưu kiện 邮包收据**

Biên lai bưu kiện là chứng từ được ký phát bởi bưu điện sau khi nhận được bưu kiện của người gửi. Nó cũng là người nhận để trích xuất thư bằng chứng, nhưng nó không phải là một tài liệu chứng từ, khi bưu kiện bị hư hỏng hoặc bị mất, nó có thể được sử dụng làm cơ sở cho yêu cầu bồi thường và yêu cầu bồi thường.

**5. Hóa đơn liên vận đa phương thức 多式联运单据**

Hóa đơn liên vận đa phương thức là tài liệu chứng minh rằng hợp đồng vận tải đa phương thức và chứng minh rằng các nhà khai thác vận tải đa phương thức tiếp quản hàng hóa và chịu trách nhiệm giao hàng theo các điều khoản của hợp đồng, được sử dụng khi vận chuyển hàng hóa kết hợp bằng nhiều phương thức vận tải. Mặc dù tài liệu này có điểm tương đồng với vận đơn đường biển, nhưng có sự khác biệt lớn về bản chất, chủ yếu được thể hiện:

Vận đơn vận tải liên vận hạn chế vận tải đường biển khô và các phương thức vận tải khác bao gồm vận tải chung, chẳng hạn như vận tải đường biển và đường sông, trong khi các tài liệu vận tải đa phương thức được sử dụng rộng rãi hơn vận đơn vận tải liên vận, nó có thể được sử dụng cho vận tải đường biển và các phương thức vận tải khác, cũng có thể được sử dụng để không bao gồm vận tải đường biển khác.

## TỪ MỚI

cảng xếp hàng 装运港
cảng đích 目的港
chuyển tải 转运
công ước quốc tế 国际公约
dịch vụ vận tải Air Empress 航空急件
hãng hàng không theo lịch trình 班机
khối lượng vận chuyển 载运量
ký gửi tập trung 集中托运
người vận chuyển 承运人
phí vận chuyển 运费
tàu chợ 班轮
tiền thưởng xếp dở nhanh 速遣费
thời gian xếp dỡ 装卸时间
thời gian xếp hàng lên tàu 装运期
thông báo vận chuyển 装运通知
tỷ lệ xếp dỡ 装卸率
vận đơn 提单
vận tải đa phương thức quốc tế 国际多式联运
vận tải đường ống 管道运输
vận tải thuê bao 包机

## BÀI TẬP

### I. Giải thích các thuật ngữ

1. thông báo vận chuyển 装运通知
2. tiền phạt dôi nhật 滞期费
3. vận chuyển theo lô 分批装运
4. vận đơn đường biển 海运提单
5. vận tải Container 集装箱运输

### II. Chọn đáp án

1. Phương thức vận tải chính trong thương mại quốc tế là (　　).

A. vận tải đường hàng không　　B. vận tải đường sắt
C. vận tải đường biển　　D. vận tải đường bộ

2. Đặc điểm của tàu chuyến là (　　).

A. chuyến đường cố định, cảng cố định, thời gian cố định và tỷ lệ phí vận chuyển tương đối ổn định

B. hàng hóa do người vận chuyển chịu trách nhiệm và xếp dỡ, không tính phí trì hoãn và phí chuyển phát nhanh

C. hàng hóa được vận chuyển loại đa dạng hơn và số lượng linh hoạt hơn

D. quyền, nghĩa vụ và miễn trừ trách nhiệm của cả hai bên dựa trên các quy định có liên quan của vận đơn do công ty đóng tàu ban hành

3. Theo trên vận đơn có ghi rõ tình trạng bề ngoài của hàng hóa có ghi không tốt có thể được phân loại là ( ).

A. vận đơn hoàn hảo (Clean B/L) B. vận đơn chuyển tải (Transshipment B/L)

B. vận đơn liên vận (Through B/L) D. vận đơn không hoàn hảo (Unclean B/L)

4. Vận tải thuê tàu trong thương mại quốc tế bao gồm ( ).

A. thuê tàu theo lịch trình (Voyage Chartering)

B. thuê tàu định hạn (Time Chartering)

C. vận chuyển bằng tàu chợ (Liner Transport)

D. thuê tàu trần (Bare Boat Chartering)

5. Ngày ký phát vận đơn tàu là ( ).

A. ngày hàng hóa bắt đầu xếp hàng lên bờ

B. ngày hàng hóa bắt đầu vận chuyển

C. ngày hàng hóa được xếp xong lên tàu

D. ngày vận chuyển hàng hóa đến cảng đích

6. Vận đơn được chứng thực để chuyển nhượng là ( ).

A. vận đơn theo lệnh B. vận đơn vô danh

C. vận đơn đích danh D. vận đơn hoàn hảo

7. Trách nhiệm của người vận chuyển trong việc ký phát vận đơn vận tải đa phương thức là ( ).

A. chỉ chịu trách nhiệm về việc vận chuyển hành trình đầu tiên

B. phải chịu trách nhiệm về việc vận chuyển toàn bộ hành trình

C. không chịu trách nhiệm về vận tải

D. chỉ chịu trách nhiệm về việc vận chuyển hành trình cuối cùng

8. Ngày hết hạn của thư tín dụng là ngày 31 tháng 12, thời gian vận chuyển chậm nhất là ngày 16 tháng 12, ngày thanh toán chậm nhất là 15 ngày sau khi xuất chứng từ vận chuyển, thời gian mà người xuất khẩu chuẩn bị hàng hóa để sắp xếp vận chuyển là ngày 10 tháng 12, sau đó người xuất khẩu phải nộp đơn cho ngân hàng chậm nhất là ( ).

A. ngày 16 tháng 12 B. ngày 25 tháng 12

C. ngày 28 tháng 12 D. ngày 31 tháng 12

9. Thuê tàu vận chuyển bao gồm ( ).

A. thuê tàu định hạn B. vận tải Container

C. vận chuyển tàu chợ D. thuê tàu theo lịch trình

10. Bản chất và vai trò của vận đơn đường biển là? (    )

A. Nó là biểu hiện duy nhất của vận tải đường biển.

B. Nó là biên lai hàng hóa do người vận chuyển hoặc đại lý của hãng vận chuyển ký phát.

C. Nó là chứng từ về quyền sở hữu hàng hóa.

D. Nó là bằng chứng về các quyền và nghĩa vụ của cả người vận chuyển và người gửi hàng.

**Ⅲ. Trả lời các câu hỏi**

1. Vận tải tàu chợ là gì? Các đặc điểm của vận tải tàu chợ là gì?

2. Vận chuyển theo lô là gì? Chuyển tàu có nghĩa là gì? Quy ước thống nhất tín dụng theo đơn quy định như thế nào về vấn đề vận chuyển theo lô và vận chuyển chuyển tàu?

3. Tóm tắt ngắn gọn các loại vận đơn chính.

4. Phân tích thời gian vận chuyển và giao hàng.

5. Một công ty xuất nhập khẩu của Trung Quốc và công ty A nước ngoài đã ký được một hợp đồng xuất khẩu, thư tín dụng quy định "số lượng 12.000 tấn, lô hàng vận chuyển theo lô từ tháng 1 đến tháng 6, tải hàng 2.000 tấn mỗi tháng". Người bán đóng gói 2.000 tấn mỗi tháng trong tháng 1-3 và ngân hàng đã thanh toán hết. Lô hàng thứ tư dự kiến sẽ được vận chuyển để xuất khẩu vào ngày 18 tháng 4, nhưng do tắc nghẽn cảng, lô hàng này đã bị trì hoãn cho đến ngày 3 tháng 5. Khi người nhận hàng từ chối thanh toán cho ngân hàng nộp vận đơn bốc xếp vào ngày 3 tháng 5.

Câu hỏi: Ngân hàng có quyền từ chối thanh toán trong những trường hợp này không? Tại sao?

## 知识拓展

### 中老铁路

我国通往东南亚的国际铁路联运线是中老昆万铁路（China/Kunming-Laos/Vientiane Railway），即"中老国际铁路通道"，简称"中老铁路（China-Laos Railway）"，是一条连接中国云南省昆明市与老挝万象市的电气化铁路。2021 年 12 月 3 日，中老昆万铁路全线通车运营。进一步推动了我国与东南亚各国的经贸往来，也促进了我国西南地区的经济发展。

中老铁路开通后，极大地提升了两国之间的跨境运输能力与服务质量。中老铁路货运全程最快仅需 30 小时，运输成本下降至原来的 40%至 50%。铁路开通 10 个月以来，累计运输货物 851 万吨，其中跨境货物 154 万吨，货运品类从开通初期的化肥、橡胶等 100 余种，拓展至电子、光伏、通信、汽车、果蔬、鲜花等 2 000 余种，仓储物流、冷链运输等新业态加速发展，跨境货物承运能力进一步提升。目前，中国已有 21 个省（区、市）开行了中老铁路跨境货物列车，货物运输覆盖老、泰、缅、马、柬、新等 10 多个"一带一路"沿线国家。中老铁路是泛亚铁路中线的重要组成部分，该铁路通过老挝将中国与泰、马、新联通，促进"国际陆海贸易新通道"与澜湄合作对接，让中国西部大市场与中南半岛市场相连，为中国—东盟经贸关系注入新动能。中老铁路承运国际货物的品牌列车“澜湄快线”，提升了中国与东盟国家间的国际联运效率，从开通初期日均 1 对发展到现在的每天 5 至 6 对。中老铁路的成功经验有助于推进泛亚铁路剩余路段，包括中线剩余路段及西线中缅铁路、东线中越柬泰铁路的建设。此外，除了作为泛亚铁路的一部分，中老铁路还可以向北与中欧班列多个物流集散中心相连接，打造“中老铁路+中欧班列”国际运输模式，未来拓展空间广阔。

资料来源：百度百科. 中老昆万铁路［EB/OL］. https://baike.baidu.com/item/%E4%B8%AD%E8%80%81%E6%98%86%E4%B8%87%E9%93%81%E8%B7%AF/59245951.

# CHƯƠNG VIII BẢO HIỂM VẬN CHUYỂN HÀNG HÓA QUỐC TẾ
# 第八章 国际货物运输保险

## Mục tiêu kiến thức 知识目标

1. **Hiểu được tầm quan trọng của bảo hiểm vận tải thương mại quốc tế, rủi ro và tổn thất của vận tải đường biển**
   了解国际贸易运输保险的重要性及海上运输风险与损失
2. **Nắm vững các loại hình bảo hiểm cơ bản của Công ty Bảo hiểm Nhân dân Trung Quốc**
   掌握中国人民保险公司的基本险别
3. **Nắm vững các nội dung về bảo hiểm vận tải đường biển, bảo hiểm vận tải đường bộ, bảo hiểm vận tải đường hàng không, v.v.**
   掌握海上运输保险、陆上运输保险、航空运输保险等内容
4. **Tìm hiểu về các điều khoản bảo hiểm hàng hóa của Hiệp hội bảo hiểm Luân Đôn**
   了解英国伦敦协会货物保险条款
5. **Nắm vững các thông lệ cơ bản về bảo hiểm hàng hóa xuất nhập khẩu của Trung Quốc**
   掌握我国进出口货物保险的基本做法

Trong quá trình vận chuyển hàng hóa quốc tế, có thể gặp phải các loại rủi ro khác nhau, để chuyển dịch rủi ro, chủ hàng thường phải mua bảo hiểm vận chuyển hàng hóa. Đối với các vấn đề liên quan đến bảo hiểm vận chuyển hàng hóa, các bên giao dịch phải đàm phán thỏa thuận và nêu rõ trong hợp đồng mua bán để tạo điều kiện cho các bên liên quan làm thủ tục bảo hiểm vận chuyển hàng hóa và đối phó với các khiếu nại bảo hiểm có thể phát sinh sau đó. Để thiết lập các điều khoản bảo hiểm trong hợp đồng xuất nhập khẩu và xử lý đúng các vấn đề liên quan đến bảo hiểm vận chuyển hàng hóa xuất nhập khẩu, tất cả những người tham gia vào thương mại quốc tế phải có kiến thức cơ bản về bảo hiểm vận chuyển hàng hóa quốc tế.

## Dẫn nhập vào bài 课前导入

Một công ty Trung Quốc xuất khẩu một lô hàng hóa sang một quốc gia ở Trung Đông theo điều kiện CIF, và được bảo hiểmW. P. A kèm theo bảo hiểm mất cắp, mất trộm và không giao hàng (TPND). Nhưng trên đường vận chuyển, con tàu bị giam giữ vì Chiến tranh vùng Vịnh. Sau đó, nhà nhập khẩu đã yêu cầu công ty bảo hiểm ta bồi thường vì không nhận được hàng. Công ty bảo hiểm ta cho rằng việc đó không thuộc phạm vi trách nhiệm bảo hiểm và sẽ không được bồi thường. Công ty bảo hiểm làm như vậy có hợp lý không? Trường hợp này phải xử lý như thế nào?

### Kiến thức chuyên sâu 知识精讲

Bảo hiểm vận chuyển hàng hóa quốc tế (Cargo Transportation Insurance): người được bảo hiểm (bên mua hoặc bên bán) phải mua bảo hiểm vận chuyển từ công ty bảo hiểm (công ty bảo hiểm) và thanh toán phí bảo hiểm và nhận chứng từ bảo hiểm theo số tiền bảo hiểm, loại bảo hiểm và tỷ lệ bảo hiểm quy định trong hợp đồng hoặc thư tín dụng trước khi hàng được vận chuyển; Trong trường hợp hàng hóa được bảo hiểm bị tổn thất do thiên tai, tai nạn hoặc các yếu tố bên ngoài khác gây ra trong quá trình vận chuyển, công ty bảo hiểm phải chịu tổn thất trong phạm vi bảo hiểm và bồi thường cho người được bảo hiểm hoặc chủ sở hữu chứng từ theo số tiền bảo hiểm và mức độ thiệt hại, quy định số tiền bảo hiểm và mức thiệt hại đã quy định.

Mục đích bảo hiểm có thể được tóm tắt như sau: phân tán rủi ro, ngăn ngừa tổn thất, bồi thường thiệt hại.

## PHẦN I PHẠM VI BẢO HIỂM HÀNG HÓA VẬN TẢI ĐƯỜNG BIỂN

## 第一节 海洋运输货物保险保障的范围

Bảo hiểm hàng hóa vận tải đường biển bao gồm các rủi ro tổn thất và chi phí trên biển.

### 1. Rủi ro trên biển (Nguyên nhân tổn thất) 海上风险（损失的原因）

**(1) Rủi ro thông thường trên biển 一般海上风险**

**Thiên tai**

Là những thảm họa do sức mạnh của các hiện tượng thiên nhiên gây ra không thể thay đổi bằng ý chí của con người.

Thảm họa bất khả kháng của con người

♦ Thời tiết khắc nghiệt

♦ Sét đánh

♦ Lũ lụt

♦ Động đất

♦ Sóng thần

**Tai nạn bất ngờ**

Là tai nạn xảy ra do nguyên nhân ngẫu nhiên và bất ngờ.

Nó chỉ liên quan đến phương tiện vận tải.

♦ Mắc cạn

♦ Chạm vào rặng san hô

♦ Chìm

♦ Va chạm

♦ Cháy

♦ Mất tích

♦ Nổ

**(2) Rủi ro bên ngoài** 外来风险

**Rủi ro thông thường bên ngoài**

Là tổn thất do rủi ro bởi các nguyên nhân chung bên ngoài gây ra.

♦ Trộm cướp

♦ Người vận chuyển giao thiếu hàng

♦ Thiệt hại do bị móc

♦ Do mưa

♦ Thiếu số lượng

♦ Do đổ vỡ

♦ Nhiễm mùi

♦ Hư hỏng bao bì

**Rủi ro bên ngoài đặc biệt**

Là rủi ro và tổn thất do các chính sách quốc gia, nghị định, mệnh lệnh hành chính, quân sự và các lý do khác.

♦ Chiến tranh

♦ Bãi công

♦ Từ chối

♦ Không giao hàng

**2. Tổn thất trên biển** 海上损失

Tổn thất trên biển được chia thành tổn thất toàn bộ và tổn thất một phận theo mức độ hư hỏng của hàng hóa.

**(1) Tổn thất toàn bộ** 全损

Tổn thất toàn bộ là tổn thất toàn bộ lô hàng hoặc các lô hàng không thể phân chia được trong quá trình vận chuyển và tổn thất toàn bộ có thể được chia thành tổn thất toàn bộ thực tế và tổn thất toàn bộ ước tính.

① Tổn thất toàn bộ thực tế

Tổn thất toàn bộ thực tế có nghĩa là tất cả hàng hóa được bảo hiểm bị mất mát hoặc giảm chất lượng trong quá trình vận chuyển, hoặc tất cả hàng hóa không thuộc sở hữu của chủ sở hữu ban đầu.

**Các tình huống chủ yếu gây ra tổn thất toàn bộ thực tế**

Hạng mục hàng (vật) trong bảo hiểm bị mất hoàn toàn, chẳng hạn như tàu chìm hoặc cháy.

Quyền sở hữu của hạng mục hàng (vật) trong bảo hiểm bị mất hoàn toàn, chẳng hạn như tàu bị cướp biển cướp bóc, hàng hóa bị cướp hết.

Hạng mục hàng (vật) trong bảo hiểm bị thay đổi chất lượng và mất đi giá trị sử dụng ban đầu, chẳng hạn như thực phẩm bị hư hỏng.

Tàu mất tích đến một khoảng thời gian nhất định. Nếu theo thông lệ quốc tế mà nửa năm vẫn không có tin tức gì sau khi con tàu mất tích, theo các quy định liên quan thì coi như con tàu và hàng hóa trên tàu đã bị mất tích hoàn toàn.

Trong trường hợp hàng hóa được bảo hiểm bị tổn thất thực tế, người được bảo hiểm có thể nhận được bồi thường toàn bộ tổn thất từ công ty bảo hiểm theo số tiền bảo hiểm.

② Tổn thất toàn bộ ước tính

Có nghĩa là sau khi hàng hóa bị hư hỏng trong quá trình vận chuyển, Tổn thất toàn bộ thực tế đã không thể tránh khỏi hoặc mặc dù hàng hóa chưa bị mất hoàn toàn nhưng chi phí cần thiết cho các việc như cứu hộ, phân loại, sửa chữa, tiếp tục vận chuyển đến nơi nhận và khôi phục quyền sở hữu v.v, một hoặc nhiều trong số đó sẽ vượt quá giá trị được bảo hiểm hoặc giá trị của hàng hóa nguyên vẹn tại điểm đến.

**Các tình huống chủ yếu gây ra tổn thất toàn bộ ước tính**

Tổn thất toàn bộ thực tế của hạng mục hàng (vật) trong bảo hiểm đã không thể tránh khỏi, hoặc chi phí cần thiết cho các hoạt động cứu hộ sẽ vượt qua giá trí hạng mục hàng (vật) sau khi cứu hộ.

Sau khi hạng mục hàng (vật) trong bảo hiểm xảy ra tại nạn, người được bảo hiểm mất quyền sở hữu của hạng mục hàng (vật) trong bảo hiểm,nhưng chi phí cần thiết để khôi phục quyền sở hữu sẽ vượt qua giá trí hạng mục hàng (vật) trong bảo hiểm sau khi khôi phục quyền sở hữu.

Sau khi hạng mục hàng (vật) trong bảo hiểm bị hư hỏng, chi phí phân loại và tiếp tục vận chuyển đến điểm đến vượt quá giá trị của hàng hoá tại điểm đến.

Sau khi hạng mục hàng (vật) trong bảo hiểm bị hư hỏng, chi phí sửa chữa vượt quá giá trị sửa chữa của hàng hóa.

Sau khi gây ra tổn thất toàn bộ ước tính, có hai cách xử lý: một là bồi thường tổn thất từng phần, hai là yêu cầu công ty bảo hiểm bồi thường toàn bộ tổn thất thông qua thủ tục"ủy thác chi trả".

**(2) Tổn thất một phần ước tính** 部分损失

Có nghĩa là tổn thất của hàng hóa được bảo hiểm không đến mức tổn thất toàn bộ. Theo tính chất của tổn thất hàng hóa, tổn thất một phần được chia làm tổn thất chung và tổn thất riêng.

① Tổn thất chung

Tổn thất chung còn được gọi là tổn thất trên biển, có nghĩa là trong quá trình vận chuyển hàng hóa gặp phải thiên tai và tai nạn, đe dọa sự an toàn chung của tàu, hàng hóa và các khía cạnh khác, để đảm bảo an toàn chung và loại bỏ các mối nguy hiểm, hãng tàu có trách nhiệm chịu chi phí đặc biệt.

Tổn thất chung mà xảy ra trong vận tải quốc tế hiện đang được xử lý theo *Quy tắc York-Antwerp* (York-Antwerp Rules). Tổn thất chung sẽ được chia theo tỷ lệ giữa bên gửi hàng, hãng tàu và bên nhận vận chuyển hàng hóa.

**Bốn yếu tố của tổn thất chung do biển**

- Phải có nguy cơ gây nguy hiểm cho an toàn chung của tàu và hàng hóa.
- Các biện pháp được thực hiện phải có ý thức và hợp lý.
- Tổn thất và chi phí phải có tính chất đặc biệt.
- Hoạt động cứu hộ tổn thất chung do biển phải có hiệu quả.

② Tổn thất riêng

Là tổn thất chỉ gay ra thiệt hại cho một phần hàng hóa được bảo hiểm do tai nạn, không liên quan đến các chủ hàng và chủ tàu, tổn thất riêng chỉ liên quan đến từng quyền lợi rieng biệt.

**Bảng 8-1 Sự khác biệt giữa Cộng đồng tổn thất chung do biển và tổn thất riêng từ vận chuyển đường biển**

| Nội dung so sách | Tổn thất riêng | Tổn thất chung |
|---|---|---|
| Nguyên nhân gây tổn thất | Rủi ro được bảo hiểm trực tiếp gây tổn thất cho tàu và hàng hóa | Bị gây ra một cách cố ý và hợp lí nhằm mục đích giảm rủi ro |
| Người chịu trách nhiệm về tổn thất | Người bị tổn thất tự chịu trách nhiệm | Các bên phân bổ theo tỷ lệ dựa trên lượng hàng được giải cứu |
| Nội dung tổn thất | Hạng mục hàng (vật) trong bảo hiểm | Ngoài đối tượng được bảo hiểm ra còn bao gồm chi phí đặc biệt |

### 3. Chi phí trên biển 海上费用

**(1) Chi phí cứu nạn 施救费用**

Chi phí mà người được bảo hiểm và đại lý của họ trả để giải cứu hàng hóa và ngăn chặn tổn thất tiếp tục mở rộng. **Do người bảo hiểm thanh toán.**

**(2) Chi phí cứu trợ 救助费用**

Các chi phí như thù lao, chi phí cứu trợ v.v. nên giao cho người thứ ba thực hiện các biện pháp để giải cứu thành công. **Do người bảo hiểm thanh toán.**

**(3) Các chi phí khác 其他费用**

Các chi phí để ngăn ngừa hoặc giảm thiểu thiệt hại cho hàng hoá khi tàu gặp rủi ro hàng hải trên đường đi, hàng hoá phải được kiểm tra, khảo sát, công chứng và điều chỉnh hàng hoá tại cảng trung chuyển hoặc cảng lánh nạn như phí dỡ hàng, lưu kho và vận chuyển hàng hoá, cũng như các chi phí bổ sung phát sinh từ việc kiểm tra, điều tra, công chứng, tính toán và bán đấu giá hàng hóa bị hư hỏng, v.v., người bảo hiểm chịu trách nhiệm bồi thường.

## PHẦN II  ĐIỀU KHOẢN BẢO HIỂM HÀNG HÓA VẬN TẢI ĐƯỜNG BIỂN CỦA TRUNG QUỐC

## 第二节 中国海洋运输货物保险条款

Theo *Điều khoản Bảo hiểm Trung Quốc* (CIC), bảo hiểm hàng hóa vận tải đường biển của Trung Quốc được chia thành bảo hiểm cơ bản và bảo hiểm bổ sung tùy theo việc nó có thể được bảo hiểm riêng hay không. Bảo hiểm cơ bản có thể mua riêng, và bảo hiểm bổ sung không thể mua riêng.

### 1. Bảo hiểm cơ bản 基本险

**(1) Điều khoản không bảo hiểm tổn thất riêng (FPA, Free From Particular Average) 平安险**

Phạm vị bảo hiểm (Không bảo hiểm tổn thất riêng)

- Tổn thất toàn bộ do thiên tai và tai nạn bất ngờ ngoài biển
- Tổn thất toàn bộ hoặc một phận do tai nạn bất ngờ
- Tổn thất một phận do thiên tai gây ra, trước hoặc sau khi lại gặp sự cố ngoài ý muốn
- Mất nguyên một hoặc nhiều kiện hàng trong khi xếp, chuyển tải hoặc dỡ hàng, có thể yêu cầu công ty bảo hiểm bồi thường
- Chi phí đóng góp tổn thất chung
- Chi phí cứu hộ
- Chi phí xếp dỡ tại cảng lánh nạn
- Hợp đồng vận tải có "Điều khoản va nhau cùng có lỗi", theo quy định này sẽ được bên gửi hàng hoàn trả tổn thất của hãng tàu

**(2) Điều khoản bảo hiểm tổn thất riêng (WPA, WA, With Particular Average) 水渍险**

Phạm vi trách nhiệm bảo hiểm vết nước, ngoại trừ bao gồm tất cả các trách nhiệm của bảo hiểm tổn thất riêng (FPA), cũng chịu trách nhiệm bảo hiểm tổn thất một phận gây ra cho hàng hóa do thời tiết khắc nghiệt, sấm sét, sóng thần, động đất và lũ lụt.

**(3) Điều khoản bảo hiểm tất cả rủi ro (All Risks) 一切险**

Điều khoản bảo hiểm tấc cả rủi ro, người bảo hiểm chịu trách nhiệm bồi thường khi hàng hóa bị mất mát hay hư hỏng do thiên tai hoặc tai nạn bất ngờ ngoài biển hay nguyên nhân khách quan bên ngoài gây ra.

**(4) Điều khoản loại trừ trách nhiệm pháp lý đối với công ty bảo hiểm** 保险公司的除外责任

Đối với ba loại bảo hiểm cơ bản trong bảo hiểm vận tải đường biển

- Thiệt hại do hành vi cố ý hoặc sơ suất của người được bảo hiểm gây ra
- Tổn thất phát sinh do trách nhiệm của người gửi hàng
- Trước khi được bảo hiểm, hàng hóa được bảo hiểm đã tồn tại thiệt hại do chất lượng kém hoặc thiếu hụt số lượng gây ra
- Tổn thất và chi phí phát sinh từ tổn thất tự nhiên, kém chất lượng, đặc tính và giá thị trường giảm, chậm trễ vận chuyển của hàng hóa được bảo hiểm
- Các trách nhiệm và loại trừ quy định trong điều khoản bảo hiểm chiến tranh và đình công trong vận tải đường biển và bảo hiểm đình công của công ty bảo hiểm

**(5) Thời điểm bắt đầu và kết thúc bảo hiểm** 保险责任起讫

Thời điểm bắt đầu và kết thúc bảo hiểm là thời điểm bắt đầu và kết thúc trách nhiệm bảo hiểm. Trong bảo hiểm vận tải đường biển, việc bắt đầu và kết thúc trách nhiệm bảo hiểm chủ yếu theo điều khoản "kho đến kho" (Warehouse to Warehouse Clause), nghĩa là, trách nhiệm bảo hiểm có hiệu lực từ khi hàng hóa được bảo hiểm rời khỏi kho hoặc địa điểm lưu trữ xuất xứ đã được ghi trong hợp đồng bảo hiểm, bao gồm vận tải đường biển, đường bộ, nội địa và sà lan trong vận tải bình thường, cho đến khi hàng hóa đến kho đích hoặc nơi lưu trữ của điểm đến.

Nếu chưa đến được kho hoặc nơi lưu trữ nêu trên, thì tính từ ngày hàng hoá được bảo hiểm dỡ xuống tàu biển tại cảng dỡ hàng cuối cùng cho đến khi hết 60 ngày. Nếu hàng hóa cần trung chuyển trong vòng 60 ngày thì sẽ chấm dứt hiệu lực khi hàng bắt đầu vận tải.

**(6) Thời hạn yêu cầu bồi thường** 索赔期限

Khi hàng hóa được bảo hiểm bị tổn thất trong phạm vi bảo hiểm, thời hạn yêu cầu bồi thường bảo hiểm không quá hai năm, kể từ khi hàng hoá được bảo hiểm được dỡ hết xuống tàu biển tại cảng dỡ hàng cuối cùng.

### 2. Bảo hiểm bổ sung 附加险

Trong nghiệp vụ bảo hiểm hàng hải, ngoài các loại bảo hiểm cơ bản, các nhà xuất nhập khẩu cũng có thể chọn bảo hiểm bổ sung thích hợp với đặc điểm và nhu cầu thực tế của hàng hóa. Bảo hiểm bổ sung không thể được bảo hiểm riêng lẻ mà chỉ có thể được bảo hiểm kèm theo bảo hiểm cơ bản khác.

Bảo hiểm bổ sung bao gồm bảo hiểm bổ sung thông thường và bảo hiểm bổ sung đặc biệt.

**(1) Bảo hiểm bổ sung thông thường** 一般附加险

Bảo hiểm mọi rủi ro đã bao gồm bảo hiểm bổ sung thông thường, nếu đã có bảo hiểm mọi rủi ro thì không cần bảo hiểm bổ sung nữa. Bảo hiểm bổ sung thông thường bao gồm 11 loại:

Bảng 8-2 Bảo hiểm bổ sung thông thường

| | |
|---|---|
| 1 | Bảo hiểm rủi ro mất cắp, mất trộm và không giao hàng (Thief, Piferage and Non Delivery—TPND Risks) 偷窃提货不着险 |
| 2 | Bảo hiểm thiệt hại do nước mưa và/hoặc nước ngọt (Fresh Water and Rain Damage) 淡水雨淋险 |
| 3 | Bảo hiểm rò rỉ nước (Leakage) 渗漏险 |
| 4 | Bảo hiểm thiếu hụt (Shortage) 短量险 |
| 5 | Bảo hiểm thiệt hại móc (Hook Damage) 钩损险 |
| 6 | Bảo hiểm rủi ro ô nhiễm (Intermixture and Contamination) 混杂玷污险 |
| 7 | Bảo hiểm rủi ro đổ vỡ (Clash and Breakage) 碰损破碎险 |
| 8 | Bảo hiểm thiệt hại rỉ sét (Rust) 锈损险 |
| 9 | Bảo hiểm rủi ro nhiễm mùi (Taint of Odour) 串味险 |
| 10 | Bảo hiểm thiệt hại do nóng và ẩm ướt (Damage Caused by Heating and Sweating) 受潮受热险 |
| 11 | Bảo hiểm rủi ro rách bao bì (Breakage of Packing) 包装破裂险 |

**(2) Bảo hiểm bổ sung đặc biệt 特殊附加险**

Điều này đề cập đến rủi ro mất mát do những lý do đặc biệt. Bảo hiểm này cũng giống như bảo hiểm bổ sung thông thường, không thể bảo hiểm riêng lẻ mà phải kèm theo bảo hiểm cơ bản. Nó chủ yếu bao gồm bảo hiểm rủi ro chiến tranh và rủi ro đình công:

① Bảo hiểm rủi ro chiến tranh (War Risks) 战争险

Bảo hiểm này chịu trách nhiệm cho các tổn thất trực tiếp do chiến tranh, các hành vi tương tự như chiến tranh, xung đột vũ trang và cướp biển gây ra, nhưng không chịu trách nhiệm đối với các tổn thất gián tiếp.

② Bảo hiểm rủi ro đình công (Risk of Strike, Riots and Civil Commotions: SRCC) 罢工险

Bảo hiểm này chịu trách nhiệm bồi thường thiệt hại trực tiếp cho hàng hóa do đình công, công nhân bị buộc phải ngừng lao động hoặc những người tham gia đình công, bạo loạn, đấu tranh của người dân, hoặc thiệt hại trực tiếp gây ra bởi hành vi cố ý của bất kỳ người nào, cũng như tổn thất thông thường gây ra bởi các hành vi nêu trên. Không chịu trách nhiệm về thiệt hại gián tiếp, chẳng hạn như thiếu hụt lao động hoặc không thể sử dụng sức lao động, dẫn đến hàng hóa tại bến tàu bị hư hỏng do mưa và nắng, thiệt hại do máy đông lạnh gián đoạn tại không có nhiên liệu.

**(3) Các bảo hiểm bổ sung khác 其他附加险**

Ngoài các bảo hiểm bổ sung chung và bảo hiểm bổ sung đặc biệt được nêu trên, trong các điều khoản CIC còn có 6 loại bảo hiểm bổ sung khác:

**Bảng 8-3 Có sáu loại bảo hiểm điều khoản bổ sung khác của CIC**

| | |
|---|---|
| 1 | Bảo hiểm không giao hàng (Failure to Deliver)<br>交货不到险 |
| 2 | Bảo hiểm thuế nhập khẩu (Import Duty) 进口关税险 |
| 3 | Bảo hiểm trên boong (On Deck) 舱面险 |
| 4 | Bảo hiểm từ chối nhận hàng (Rejection) 拒收险 |
| 5 | Bảo hiểm nấm mốc (Aflatoxin) 黄曲霉素险 |
| 6 | Bảo hiểm cháy kho đối với xuất khẩu hàng hóa sang Hồng Kông (bao gồm Cửu Long) hoặc Macao (Fire Risks Extension Clause, F. R. E. C.)<br>出口货物到香港（包括九龙在内）或澳门存仓火险 |

Sáu loại bảo hiểm trên bắt buộc phải mua kèm với bảo hiểm cơ bản mới được đảm bảo. Trách nhiệm pháp lý của bảo hiểm bổ sung cũng áp dụng *Điều khoản kho đến kho*, tức là trách nhiệm bảo hiểm của công ty bảo hiểm là chấm dứt từ kho nơi khởi hành đến kho đích.

### 3. Nghĩa vụ của người được bảo hiểm 被保险人的义务

Người được bảo hiểm có trách nhiệm xử lý các vấn đề liên quan theo quy định sau đây, nếu không thực hiện các nghĩa vụ theo quy định mà lợi ích của công ty bảo hiểm bị ảnh hưởng, thì công ty bảo hiểm có quyền từ chối bồi thường các tổn thất có liên quan.

**(1) Nhận hàng kịp thời 及时提货**

Khi hàng hoá được bảo hiểm đến điểm đến ghi trong đơn bảo hiểm, người được bảo hiểm phải đến lấy hàng kịp thời, khi phát hiện hàng hoá được bảo hiểm có tổn thất thì nên lập tức xin phép đơn vị đại lý, giám định ghi trong hợp đồng bảo hiểm tiến hành kiểm nghiệm. Nếu hàng hoá được bảo hiểm bị thiếu hoặc có dấu hiệu hư hỏng rõ ràng thì phải yêu cầu ngay người vận chuyển, người được uỷ thác hoặc các cơ quan hữu quan cấp giấy chứng nhận hàng hoá bị hư hỏng. Nếu việc mất mát hàng hóa là do trách nhiệm của người vận chuyển, người được uỷ thác hoặc các bên liên quan khác thì phải yêu cầu bồi thường bằng văn bản và nếu cần sẽ được gia hạn chứng nhận.

**(2) Thực hiện các biện pháp cứu hộ hợp lý 采取合理的施救措施**

Đối với hàng hóa gặp phải rủi ro trong phạm vi trách nhiệm bảo hiểm, nên thực hiện các biện pháp cứu hộ hợp lý kịp thời để ngăn chặn hoặc giảm tổn thất hàng hóa.

**(3) Cung cấp giấy tờ yêu cầu bồi thường** 提供索赔单证

Khi yêu cầu bồi thường, người được bảo hiểm phải cung cấp các giấy tờ sau: đơn bảo hiểm gốc, vận đơn, hóa đơn, danh sách đóng gói, bảng kê, giấy chứng nhận thiệt hại và chênh lệch, biên bản giám định và danh sách yêu cầu bồi thường. Trong trường hợp trách nhiệm của bên thứ ba cũng phải cung cấp thư điện tử và các giấy tờ hoặc tài liệu cần thiết khác để đòi bồi thường từ bên chịu trách nhiệm.

**(4) Duy trì hiệu lực của chính sách bảo hiểm** 维护保险单的效力

Trong trường hợp thay đổi hành trình hoặc phát hiện hàng hóa, tên tàu hoặc hành trình có trong hợp đồng bảo hiểm bị thiếu hoặc sai sót, người được bảo hiểm phải thông báo ngay cho công ty bảo hiểm và trả thêm phí bảo hiểm nếu cần, để bảo hiểm tiếp tục có hiệu lực.

**(5) Sau khi biết được trách nhiệm thực tế của các điều khoản "Trách nhiệm tàu đâm va nhau" trong hợp đồng vận tải, nên kịp thời thông báo cho công ty bảo hiểm** 在获悉有关运输契约中"船舶互撞责任"条款的实际责任后，应及时通知保险人

**4. Các điều khoản vận chuyển đặc biệt khác** 其他专门运输条款

**(1) Điều khoản bảo hiểm hàng hóa đông lạnh vận chuyển đường biển** 海洋运输冷藏货物保险条款

Loại bảo hiểm này là điều khoản bảo hiểm tiêu chuẩn được thiết kế đặc biệt theo đặc điểm của hàng hóa cần ướp lạnh, chủ yếu dành cho một số hàng hóa tươi sống cần vận chuyển đông lạnh như thủy sản, thịt, rau, trái cây, v.v, được chia thành Bảo hiểm rủi ro đông lạnh (Risks for Frozen Products) và Bảo hiểm mọi rủi ro đông lạnh (All Risks for Frozen Products), cả hai đều có thể được bảo hiểm riêng.

**(2) Điều khoản bảo hiểm vận chuyển đường biển đối với dầu trẩu hàng rời** 海洋运输散装桐油保险条款

Bảo hiểm này được thiết lập đặc biệt theo đặc điểm của dầu trẩu dễ bị ô nhiễm biến chất, có thể được bảo hiểm riêng.

**(3) Bảo hiểm lợi ích của người bán** 卖方利益险

Bảo hiểm này được thiết lập để bảo vệ người bán khỏi tổn thất trong trường hợp người bán không mua bảo hiểm vận chuyển cơ bản mà hàng hoá trong quá trình vận chuyển gặp tai nạn, bên mua không thanh toán đơn hàng. Đây là bảo hiểm độc lập có thể mua riêng.

## PHẦN III ĐIỀU KHOẢN BẢO HIỂM HÀNG HÓA BẰNG CÁC PHƯƠNG THỨC VẬN CHUYỂN KHÁC Ở TRUNG QUỐC

## 第三节 中国其他运输方式的货物保险条款

Trong nghiệp vụ bảo hiểm quốc tế, ngoài hàng hóa vận tải đường biển cần có bảo hiểm ra, vận tải đường bộ, đường hàng không, vận tải bưu kiện cũng cần có bảo hiểm. Hoạt động kinh doanh bảo hiểm hàng hóa bằng các phương thức vận chuyển này đều bắt nguồn từ bảo hiểm vận tải đường biển, từ nguyên tắc cơ bản đến xây dựng điều khoản bảo hiểm, đều tương tự với bảo hiểm vận tải đường biển. Chúng cũng bao gồm bảo hiểm cơ bản và bảo hiểm bổ sung.

### 1. Bảo hiểm hàng hóa vận tải đường bộ 陆上运输货物保险

Một loại bảo hiểm cho hàng hóa vận chuyển bằng đường bộ. Chủ thể trách nhiệm bảo hiểm được coi là tàu hỏa và ô tô; việc bắt đầu và kết thúc trách nhiệm bảo hiểm cũng theo Điều khoản kho đến kho; loại trừ trách nhiệm bảo hiểm hàng hóa vận chuyển bằng đường bộ giống với loại trừ trách nhiệm bảo hiểm vận chuyển hàng hóa trên biển.

**(1) Bảo hiểm hàng hóa vận tải đường bộ cơ bản** 陆上运输货物基本险

① Bảo hiểm vận tải đường bộ

Tương tự như *Điều khoản WAP* trong lĩnh vực bảo hiểm hàng hải, tức là công ty bảo hiểm chịu trách nhiệm bồi thường cho hàng hóa được bảo hiểm bị tổn thất toàn bộ hoặc tổn thất một phần trong quá trình vận chuyển như các thiên tai bão, sét, lũ lụt, động đất, v.v, hoặc phương tiện vận tải va chạm, lật, trật bánh, hoặc mắc cạn, va vào đá ngầm, chìm đắm, va chạm, hoặc do đường hầm sụp đổ, vách đá, hỏa hoạn v.v. Ngoài ra, công ty bảo hiểm cũng có trách nhiệm trả các chi phí hợp lý để thực hiện các biện pháp cứu hộ, ngăn ngừa hoặc giảm bớt thiệt hại cho hàng hoá thuộc các trường hợp ghi trong điều khoản, nhưng chi phí này không quá chi phí bảo hiểm của lô hàng được hộ cứu.

② Bảo hiểm mọi rủi do vận tải đường bộ

Tương tự như Điều khoản bảo hiểm mọi rủi ro trong lĩnh vực bản hiểm hàng hải, tức là công ty bảo hiểm chịu trách nhiệm bồi thường vận tải đường bộ đã nêu trên, ngoài ra cũng chịu tổn thất toàn bộ hay một phận trong quá trình vận chuyển do nguyên nhân khách quan bên ngoài gây ra.

**(2) Bảo hiểm hàng đông lạnh vận tải đường bộ** 陆上运输冷藏货物险

Bảo hiểm hàng đông lạnh vận tải đường bộ là một loại bảo hiểm đặc biệt, có thể mua riêng. Nó bảo hiểm những mất mát và hư hỏng do thiên tai, tai nạn gây ra cho hàng hóa đông lạnh trong quá trình vận chuyển bằng phương tiện có thiết bị ướp lạnh. Thời hạn yêu cầu bồi thường được tính từ thời điểm hàng hóa được bảo hiểm được dỡ hết khỏi phương tiện tại điểm đến cuối cùng và tối đa không quá 2 năm.

**(3) Bảo hiểm rủi ro chiến tranh vận tải đường bộ** 陆上运输货物战争险

Bảo hiểm do chiến tranh vận tải đường bộ là một loại bảo hiểm bổ sung của bảo hiểm hàng hóa vận tải đường bộ, chỉ có thể mua kèm theo bảo hiểm vận tải đường bộ và bảo hiểm mọi rủi do vận tải đường bộ. Loại bảo hiểm này, hiện nay chỉ dành riêng cho vận chuyển bằng tàu hỏa, nếu như vận chuyển bằng xe ô tô thì không được mua.

Việc bắt đầu và kết thúc trách nhiệm bảo hiểm tương tự như bảo hiểm rủi ro chiến tranh, lấy thời điểm hàng hóa được đặt trên phương tiện vận chuyển làm thời hạn.

**2. Bảo hiểm hàng hóa vận tải đường hàng không 航空运输货物保险**

Chủ thể trách nhiệm bảo hiểm hàng hóa vận tải đường hàng không là máy bay. Các loại bảo hiểm hàng hóa vận tải đường hàng không cơ bản gồm có: bảo hiểm vận tải đường hàng không (tương tự như bảo hiểm WAP) và bảo hiểm mọi rủi ro hàng không; việc bắt đầu và kết thúc trách nhiệm bảo hiểm cũng theo *Điều khoản kho đến kho*; loại trừ trách nhiệm bảo hiểm gần giống với loại trừ trách nhiệm bảo hiểm vận chuyển hàng hóa bằng đường biển.

**(1) Bảo hiểm hàng hóa vận tải đường hàng không cơ bản 航空运输基本险**

① Bảo hiểm hàng hóa vận tải đường hàng không

Phạm vị bảo hiểm tương tự như *Điều khoản WAP* trong lĩnh vực bảo hiểm hàng hải.

② Bảo hiểm mọi rủi do vận tải hàng không

Tương tự như Điều khoản bảo hiểm mọi rủi ro trong lĩnh vực bảo hiểm hàng hải, tức là công ty bảo hiểm chịu trách nhiệm bồi thường đã nêu trên, ngoài ra cũng chịu tổn thất toàn bộ hay một phận trong quá trình do nguyên nhân khách quan bên ngoài gây ra cận chuyển.

**(2) Bảo hiểm bổ sung đặc biệt vận tải đường hàng không 航空运输货物特殊附加险**

① Bảo hiểm rủi ro chiến tranh vận tải đường hàng không

② Bảo hiểm rủi ro đình công vận tải đường hàng không

**(3) Bảo hiểm vận tải bưu kiện 邮包运输货物保险**

Bởi vì việc vận chuyển bưu kiện có thể được thực hiện bằng đường biển, đường bộ và đường hàng không, nên bảo hiểm vận tải bưu kiện cơ bản được chia thành hai loại là bảo hiểm bưu kiện và mọi rủi ro vận tải bưu kiện, bảo hiểm bổ sung là bảo hiểm rủi ro chiến tranh vận tải bưu kiện.

Bảo hiểm rủi ro chiến tranh vận tải bưu kiện là một loại bảo hiểm bổ sung, Hàng hóa được bảo hiểm trên cơ sở bảo hiểm vận tải bưu kiện hoặc bảo hiểm mọi rủi ro vận chuyển bưu kiện, nếu cần thiết, sau khi đã thương lượng và thoả thuận với công ty bảo hiểm mới có thể được mua.

## PHẦN IV ĐIỀU KHOẢN BẢO HIỂM HÀNG HÓA ĐƯỜNG BIỂN CỦA HIỆP HỘI BẢO HIỂM LUÂN ĐÔN

## 第四节 伦敦保险协会海洋运输货物保险条款

"Điều khoản bảo hiểm hàng hóa" (Institute Cargo Clause, ICC) mà do Hiệp hội Bảo hiểm Luân Đôn đặt ra có sự ảnh hưởng rộng rãi đối với các nước trên thế giới.

**1. Các loại điều khoản hàng hóa của Hiệp hội 协会货物条款的种类**

- Điều khoản A: ICC(A)
- Điều khoản B: ICC(B)

- Điều khoản C: ICC(C)
- Điều khoản bảo hiểm chiến tranh
- Điều khoản bảo hiểm đình công
- Điều khoản bảo hiểm thiệt hại độc hại

Ngoại trừ bảo hiểm thiệt hại độc hại, 5 loại điều khoản khác có thể được bảo hiểm riêng.

**2. So sánh Điều khoản A, Điều khoản B, Điều khoản C**

**协会货物条款 (A)、协会货物条款 (B)、协会货物条款 (C) 比较**

**Bảng 8-4 So sánh Điều khoản A, Điều khoản B, Điều khoản C**

| Phạm vi trách nhiệm | A | B | C |
|---|---|---|---|
| 1. Cháy, nổ 火灾、爆炸 | √ | √ | √ |
| 2. Tàu, sà lan bị va vào đá ngầm, mắc cạn, chìm, lật úp<br>船舶、驳船的触礁、搁浅、沉没、倾覆 | √ | √ | √ |
| 3. Các phương tiện vận tải đường bộ lật đổ hoặc trật bánh<br>陆上运输工具的倾覆或出轨 | √ | √ | √ |
| 4. Tàu, sà lan hoặc phương tiện vận tải va chạm với bất kỳ vật thể bên ngoài nào ngoại trừ nước<br>船舶、驳船或运输工具同除水以外的任何外界物体碰撞 | √ | √ | √ |
| 5. Dỡ hàng tại cảng tị nạn 在避难港卸货 | √ | √ | √ |
| 6. Động đất, núi lửa phun trào hoặc sấm sét 地震、火山爆发或雷电 | √ | √ | × |
| 7. Tổn thất thiệt hại chung 共同海损牺牲 | √ | √ | √ |
| 8. Sóng đánh rơi xuống biển 浪击落海 | √ | √ | × |
| 9. Ném hàng 抛货 | √ | √ | √ |
| 10. Nước biển, nước hồ hoặc nước sông tràn vào tàu, sà lan, phương tiện vận tải, container, tàu biển hoặc nơi lưu trữ<br>海水、湖水或河水进入船舶、驳船、运输工具、集装箱、海运箱或储存处所 | √ | √ | × |
| 11. Hàng hóa rơi xuống biển trong khi tàu hoặc sà lan được xếp dỡ, gây tổn thất toàn bộ cho bất kỳ lô hàng nào<br>货物在船舶或驳船装卸时落海、造成任何整件的全损 | √ | √ | × |
| 12. Chi phí và tổn thất phát sinh do bất kỳ người nào khác ngoài người được bảo hiểm (thuyền trưởng, thuyền viên) cố ý vi phạm pháp luật<br>由于被保险人以外的任何其他人（船长、船员）故意违法行为造成的费用和损失 | √ | × | × |
| 11. Cướp biển 海盗行为 | √ | × | × |
| 12. Tất cả các rủi ro nằm ngoài phạm vi "rủi ro loại trừ" sau đây<br>下列"除外责任"范围以外的一切风险 | √ | × | × |

续表

| Rủi ro loại trừ | A | B | C |
|---|---|---|---|
| 1. Tổn thất và chi phí phát sinh từ hành vi cố ý của người được bảo hiểm<br>被保险人的故意违法行为所造成的损失和费用 | × | × | × |
| 2. Rò rỉ tự nhiên, tổn thất tự nhiên về trọng lượng và dung lượng hoặc mài mòn tự nhiên<br>自然渗漏、重量和容量的自然损耗或自然磨损 | × | × | × |
| 3. Tổn thất hoặc chi phí phát sinh do việc đóng gói hoặc chuẩn bị không tốt<br>包装或准备不足或不当造成的损失或费用 | × | × | × |
| 4. Tổn thất hoặc chi phí phát sinh từ các khiếm khuyết hoặc đặc điểm nội tại của đối tượng bảo hiểm<br>保险标的的内在缺陷或特性造成的损失或费用 | × | × | × |
| 5. Tổn thất hoặc chi phí trực tiếp do sự chậm trễ<br>直接由于延迟引起的损失或费用 | × | × | × |
| 6. Tổn thất và chi phí phát sinh từ việc phá sản hoặc không trả nợ của chủ tàu, người quản lý, người thuê tàu hoặc nhà điều hành<br>由于船舶所有人、经理人、租船人或经营人破产或不履行债务所造成的损失和费用 | × | × | × |
| 7. Tổn thất hoặc chi phí phát sinh từ việc sử dụng bất kỳ vũ khí nguyên tử và phân hạch hạt nhân nào<br>由于使用任何原子武器和核裂变造成的损失或费用 | × | × | × |
| 8. Tàu không đủ khả năng đi biển, hàng hóa không phù hợp với tàu, phương tiện vận tải, container, v.v.<br>船舶不适航，船舶、装运工具、集装箱等不适货 | × | × | × |
| 9. Bảo biểm chiến tranh 战争险 | × | × | × |
| 10. Bảo hiểm đình công 罢工险 | × | × | × |

√ Là chịu trách nhiệm bảo hiểm　　×Là rủi ro loại trừ và không chịu trách nhiệm bảo hiểm

### 3. Thời hạn bảo hiểm 保险期限

Áp dụng *Điều khoản kho đến kho*, nhưng các quy định tỉ mỉ hơn Trung Quốc.

Thời hạn bảo hiểm chiến tranh hàng hóa bằng đường biển: "Chỉ cho rủi ro trên mặt nước hoặc rủi ro trên phương tiện vận tải".

### 4. Rủi ro bảo hiểm và loại trừ của các loại bảo hiểm hàng hóa 协会货物保险险别的承保风险与除外责任

**(1) Rủi ro bảo hiểm và rủi ro loại trừ của bảo hiểm ICC (A)**

**ICC (A)** 险的承保风险与除外责任

Tương tự như bảo hiểm tất cả rủi ro của Trung Quốc, việc áp dụng phương pháp quy định "Tất cả các rủi ro loại trừ".

**(2) Rủi ro bảo hiểm và rủi ro loại trừ của bảo hiểm ICC (B)**

**ICC (B)** 险的承保风险与除外责任

Tương tự như điều khoản bảo hiểm WPA của Trung Quốc, áp dụng phương pháp liệt kê các "rủi ro loại trừ".

**(3) Rủi ro bảo hiểm và rủi ro loại trừ của bảo hiểm ICC (C)**

**ICC (C) 险的承保风险与除外责任**

Tương tự như điều khoản FPA của Trung Quốc, chỉ bảo hiểm "Rủi ro tai nạn nghiêm trọng".

## PHẦN V THỰC HÀNH BẢO HIỂM VẬN TẢI HÀNG HÓA QUỐC TẾ

## 第五节 国际货物运输保险实务

Trong nghiệp vụ bảo hiểm vận tải hàng hóa xuất nhập khẩu, thường có các việc liên quan đến người được bảo hiểm: xác định loại hình bảo hiểm được bảo hiểm, xác định số tiền bảo hiểm, làm thủ tục bảo hiểm và nộp phí bảo hiểm, nhận đơn bảo hiểm, xử lý yêu cầu bồi thường bảo hiểm khi hàng hóa bị hư hỏng.

### 1. Mua bảo hiểm 投保

**(1) Lựa chọn bảo hiểm 投保险别的选择**

① Xem xét tính chất và đặc điểm của hàng hóa

② Xem xét bao bì của hàng hóa

③ Xem xét các tuyến đường vận chuyển và cảng đỗ

④ Xem xét mùa vận chuyển

**(2) Tính toán số tiền bảo hiểm 保险金额计算**

Số tiền bảo hiểm là căn cứ để tính phí bảo hiểm, đồng thời cũng là căn cứ để tính tiền bồi thường sau khi xảy ra tổn thất. Số tiền bảo hiểm được xác định dựa trên giá trị bảo hiểm. Công thức tính số tiền bảo hiểm là:

① Xuất khẩu:Tăng 10% trên giá CIF hoặc CIP

Số tiền bảo hiểm = CIF* (1 + tăng thêm tỷ lệ bảo hiểm)

CIF = CFR/[1 – (1 + tỷ lệ bảo hiểm) * tăng thêm tỷ lệ phí bảo hiểm]

CIF = CFR/(1 – 1,1R)

② Nhập khẩu: thường dựa trên giá CIF, không tăng thêm

Số tiền bảo hiểm = giá CIF

Số tiền bảo hiểm = FOB (1 + giá cước trung bình) /(1 – giá bảo hiểm trung bình)

Số tiền bảo hiểm = CFR/(1 – tỷ lệ bảo hiểm trung bình)

**(3) Viết đơn bảo hiểm và nộp phí bảo hiểm 填制投保单和交付保险费**

Khi hợp đồng xuất khẩu áp dụng điều kiện CIF hoặc CIP, bảo hiểm do bên ta làm thủ tục. Khi doanh nghiệp xuất khẩu làm thủ tục bảo hiểm ở công ty bảo hiểm địa phương, nên dựa vào quy định của hợp đồng mua bán hoặc thư tín dụng, sau khi hàng hóa đã sẵn sàng và thời gian và phương tiện vận chuyển đã được xác định, mới viết đơn bảo hiểm.

Việc người mua bảo hiểm nộp phí bảo hiểm là điều kiện tiên quyết để hợp đồng bảo hiểm có hiệu lực. Tỷ lệ phí bảo hiểm là cơ sở của việc tính toán phí bảo hiểm. Tỷ lệ phí bảo hiểm hàng hóa xuất nhập khẩu của Trung Quốc được các công ty bảo hiểm của Trung Quốc tính toán trên cơ sở tỷ lệ tổn thất hàng hóa và tỷ lệ bồi thường, tham khảo mức tỉ lệ phí bảo hiểm quốc tế, và dựa vào nhu cầu phát triển mậu dịch đối ngoại của Trung Quốc. Phí bảo hiểm được tính theo công thức:

Phí bảo hiểm = số tiền bảo hiểm × tỉ lệ phí bảo hiểm

**(4) Nhận chứng từ bảo hiểm 领取保险单据**

Chứng từ bảo hiểm là bằng chứng của hợp đồng bảo hiểm đã giao kết giữa công ty bảo hiểm và người được bảo hiểm, nó phản ánh quyền lợi và nghĩa vụ giữa hai bên.

Chứng từ bảo hiểm 保险单据

- Đơn bảo hiểm (Insurance Policy) 保险单
  Là một loại giấy chứng nhận chính thức.
- Chứng từ bảo hiểm (Insurance Certificate) 保险凭证
  Là một loại giấy chứng nhận đơn giản.
- Chứng từ liên hợp (Combined Certificate) 联合凭证
- Mở giấy chứng nhận bảo hiểm (Open Certificate) 预约保险单
- Chứng thực (Endorsement) 批单

**(5) Chuyển nhượng đơn bảo hiểm 保险单的转让**

Giống như vận đơn đường biển, đơn bảo hiểm hàng hóa và chứng từ bảo hiểm có thể được chuyển nhượng bằng cách ký hậu mà không cần sự đồng ý của công ty bảo hiểm và không cần thông báo cho công ty bảo hiểm. Chứng từ bảo hiểm có thể chuyển nhượng hợp lệ ngay cả sau khi đối tượng được bảo hiểm bị thiệt hại.

### 2. Yêu cầu bồi thường bảo hiểm 保险索赔

**(1) Thủ tục yêu cầu bồi thường 索赔程序**

Đối với hàng hóa xuất khẩu do Công ty Bảo hiểm Nhân dân Trung Quốc bảo hiểm, nếu phát hiện mất mát hàng hóa sau khi đến địa điểm nước ngoài, người nhận hàng hoặc đại lý của họ thường ủy thác cho một giám định viên được chỉ định để kiểm tra thiệt hại theo quy định của hợp đồng bảo hiểm, lập một biên bản giám định, theo bảo đơn giám định và chứng từ liên quan, bản gốc đơn bảo hiểm, đồng thời sẽ yêu cầu công ty bảo hiểm hoặc đại lý của họ bồi thường cho người nhận hàng nước ngoài.

Sau khi hàng hóa nhập khẩu do Công ty Bảo hiểm Nhân dân Trung Quốc bảo hiểm được vận chuyển đến Trung Quốc, nếu phát hiện có hư hỏng, thiếu hụt, đơn vị nhận hàng tại cảng phải thông báo ngay cho công ty bảo hiểm địa phương. Người nhận hàng tại Đại lục phải thông báo ngay cho công ty bảo hiểm địa phương hoặc Ngân hàng Nhân dân Trung Quốc, tiến hành kiểm tra chung với các ban ngành liên quan và đưa ra báo cáo kiểm tra chung. Thông thường, thời hạn nộp đơn yêu cầu giám định chung không quá 10 ngày trước ngày chấm dứt trách nhiệm bảo hiểm. Người nhận hàng sẽ yêu cầu công ty bảo hiểm tại cảng dỡ hàng bồi thường tùy theo số lượng hoặc mức độ tổn thất được báo cáo bởi cuộc giám định chung hàng hóa bị hư hỏng.

**(2) Nghĩa vụ của người được bảo hiểm khi yêu cầu bồi thường** 被保险人在索赔时应履行的义务

① Sau khi người được bảo hiểm biết được hàng hóa bị tổn thất, người được bảo hiểm phải thông báo ngay cho công ty bảo hiểm và yêu cầu giám định kịp thời.

② Người được bảo hiểm hoặc đại lý của họ phải yêu cầu người vận chuyển và các bên có trách nhiệm khác bồi thường một cách kịp thời và bảo vệ quyền yêu cầu bên thứ ba bồi thường của công ty bảo hiểm.

③ Sau khi hàng hóa bị hư hỏng, người được bảo hiểm phải thực hiện các biện pháp cứu hộ và thu xếp cần thiết để ngăn ngừa tổn thất thêm nữa.

④ Khi yêu cầu bồi thường, người được bảo hiểm phải nộp hợp đồng bảo hiểm, giấy chứng nhận thiệt hại của hàng hóa, biên bản giám định và các tài liệu yêu cầu bồi thường cần thiết khác cho công ty bảo hiểm.

**(3) Tính toán số tiền bồi thường** 赔偿金额的计算

Khi tính toán số tiền bồi thường, nên chú ý bất kể Tỷ lệ phần trăm mức độ tổn thất (Irrespective of Percentage, IOP), hoặc một khoản khấu trừ được chỉ định:

Mức miễn thường có khấu phí (Deductible): Công ty bảo hiểm chỉ bồi thường cho phần vượt quá mức khấu trừ, và sẽ không bao giờ trả cho những tổn thất trong mức miễn thường.

Mức miễn thường không khấu trừ (Franchise): Công ty bảo hiểm sẽ không chi trả cho các tổn thất trong mức miễn thường, nếu tổn thất vượt quá mức miễn thường thì sẽ chi trả cho tất cả các tổn thất.

Công ty Bảo hiểm Nhân dân Trung Quốc (PICC) áp dụng mức miễn thường có khấu trừ.

## TỪ MỚI

bảo hiểm bổ sung 附加险
bảo hiểm cơ bản 基本险
bảo hiểm mọi rủi ro (All Risks) 一切险
bảo hiểm mất cắp, mất trộm 失窃险
cảng lánh nạn 避难港
công ty bảo hiểm 保险人
cứu hộ 施救
cứu nạn 救难
cứu trợ 救助
Điều khoản bảo hiểm tổn thất riêng (WPA, WA) 水渍险

Điều khoản không bảo hiểm tổn thất riêng (FPA) 平安险
điều khoản kho đến kho “仓至仓”条款
đình công 停工、罢工
hợp đồng bảo hiểm 保险单
người được bảo hiểm 被保险人
ngăn ngừa tổn thất 预防损失
quyền sở hữu 所有权
tổn thất 损失
tổn thất chung 共同海损
tổn thất riêng 单独海损

## BÀI TẬP

### I. Giải thích các thuật ngữ

1. tổn thất toàn bộ thực tế 实际全损
2. tổn thất toàn bộ ước tính 推定全损
3. tổn thất chung 共同海损
4. tổn thất riêng 单独海损
5. điều khoản kho đến kho“仓至仓”条款

### II. Chọn đáp án

1. Trong số các rủi ro hàng hải được bảo hiểm, khí hậu khắc nghiệt, động đất thuộc về (　　).

A. thiên tai　　B. tai nạn bất ngờ
C. rủi ro đặc thù bên ngoài　　D. rủi ro thông thường bên ngoài

2. Trong số các rủi ro hàng hải được bảo hiểm bởi công ty bảo hiểm, bị mắc cạn, chạm vào rặng san hô thuộc về (　　).

A. thiên tai　　B. tai nạn bất ngờ
C. rủi ro bên ngoài chung　　D. rủi ro bên ngoài đặc biệt

3. Trong quá trình vận chuyển đường biển, trà hoặc hàng hóa khác trên biển được bảo hiểm đã bị ngấm nước không thể uống được, tổn thất hàng hải này thuộc về (　　).

A. tổn thất toàn bộ thực tế　　B. tổn thất toàn bộ ước tính
C. tổn thất chung　　D. tổn thất riêng

4. Khi tàu bị mắc cạn, chi phí về việc sử dụng tàu kéo để buộc tàu thoát khỏi nguy hiểm thuộc về (　　).

A. tổn thất toàn bộ thực tế　　B. tổn thất toàn bộ ước tính
C. tổn thất chung　　D. tổn thất riêng

5. Trong bảo hiểm hàng hóa quốc tế, theo quy định của *Điều khoản bảo hiểm vận chuyển hàng hóa hàng hải của Trung Quốc,* loại bảo hiểm không thể mua riêng là (　　).

A. bảo hiểm điều khoản FPA
B. bảo hiểm điều khoản WPA
C. bảo hiểm chiến tranh
D. bảo hiểm mọi rủi ro

6. Theo quy định của *Điều khoản bảo hiểm vận chuyển hàng hóa hàng hải của Trung Quốc*, để ngăn chặn hàng hóa bị đánh cắp trong quá trình vận chuyển, có thể mua loại bảo hiểm nào sau đây là thích hợp hơn. (　　)

A. Bảo hiểm điều khoản FPA.

B. Bảo hiểm mọi rủi ro.

C. Bảo hiểm rủi ro mất cắp, mất trộm và không giao hang.

D. Bảo hiểm mọi rủi ro cùng bảo hiểm rủi ro mất cắp, mất trộm và không giao hang.

7. Trong khi tàu chở hàng trên biển đang di chuyển, khoang A bốc cháy, thuyền trưởng ra lệnh cứu hộ bằng nước cho khoang A, sau khi dập lửa, phát hiện khoang A chứa hai lô hàng a và b, trong đó lô a bị thiêu rụi, một phần lô B, bông, bị ngấm nước. Tổn thất hàng hóa lô a thuộc về (　　), tổn thất hàng hóa lô b thuộc về (　　).

A. tổn thất toàn bộ
B. tổn thất chung thiệt hại
C. chi phí tổn thất chung
D. tổn thất riêng

8. Những điều sau đây không nằm trong phạm vi bảo hiểm mọi rủi ro của CIC là (　　).

A. nhiễm mùi
B. nước mưa / nước sông
B. cướp biển
D. rò rỉ

9. Những điều nào sau đây không phải là điều kiện cần thiết mà gây ra tổn thất hàng hải chung. (　　)

A. Sự nguy hiểm đe dọa an toàn chung của tàu, hàng hóa thực sự tồn tại.

B. Hành vi hợp lý có ý thức của con người.

C. Tàu, hàng hóa bị hư hỏng.

D. Tổn thất có tính chất bất thường.

10. Điều khoản "kho đến kho" được sử dụng để làm rõ (　　).

A. thời hạn của trách nhiệm vận chuyển mà do người vận chuyển chịu

B. thời hạn của trách nhiệmbảo hiểm mà do công ty bảo hiểm chịu

C. thời hạn của trách nhiệm bảo đảm chất lượng hàng hóa vận chuyển mà do nhà xuất khẩu chịu

D. thời hạn của trách nhiệm vận chuyển hàng hóa do người nhập khẩu chịu

### III. Trả lời các câu hỏi

1. Phạm vi trách nhiệm của ba loại bảo hiểm cơ bản khác nhau như thế nào?
2. Tổn thất toàn bộ thực tế và tổn thất toàn bộ ước tính là gì? Hãy giải thích bằng ví dụ.
3. Tổn thất chung là gì? Các điều kiện cấu thành tổn thất chung có những gì?
4. Điều khoản "kho đến kho" trong nghiệp vụ bảo hiểm quốc tế có nghĩa gì?
5. Nghĩa vụ của người được bảo hiểm là gì?

## 知识拓展

### 中国和越南的保险公司简介

以经营保险业务为主的经济组织就是保险公司。保险公司的运作是以科学分析和专业知识为基础的综合性经营活动。

**中国的保险公司**

根据伯乐财经网：www.jobbole.com 2023 年 3 月 15 日报道，据银保监会公开的保险机构法人名单显示，截至 2022 年 6 月 30 日，我国共有 237 家保险公司和机构。分别为 13 家保险控股公司、75 家寿险公司、10 家养老保险公司、88 家财险公司、7 家再保险公司、33 家资产管理公司、7 家健康险公司、1 家出口信用保险公司和 3 家互助社。

国有保险公司又称"国有独资保险公司""国营保险公司"，是由国家或政府投资设立的保险经营组织，由政府或其他公共团体所经营，其经营可能以营利为目的作为增加财政收入的手段，组织形式为举办商业保险的保险组织；也可能以政策的实施为宗旨，并无营利的动机，组织形式为举办社会保险的保险组织等。国有保险公司目前是我国保险公司的主要组织形式之一，在我国保险市场上占有重要地位。中国有四家国有保险公司，分别为：中国人寿（保险）集团（1996 年，中国人民保险改制一分为三，即：中保财险、中保人寿、中保再保险）、中国人民保险集团 PICC（成立于 1949 年）、中国太平与中国出口信用保险。

**越南的保险公司**

越南保险业 1996 年以前由国家组建的保越保险公司（Bao Viet）独营。1993 年，越南颁布法令 Decree No.100/CP，开启了越南保险业市场化之路。2000 年，越南颁布《保险法》，该法的建立是越南与欧盟合作的保险项目（EuroTap-Viet）的一项内容，并参考了很多欧洲国家的保险法。2010 年，越南对《保险法》进行了修订。2007 年，越南加入 WTO，保险业全面实施对外开放。经过 20 余年的发展，尤其是加入 WTO 后，越南保险市场迎来了高速增长期，如今越南已经拥有 30 多家保险公司，其中，国有 3 家，股份制 10 家，外国公司 18 家，另有 30 多家外国保险公司在越南开设了办事处，中国平安保险也名列其中。

越南财政部是保险业监管部门。外资进入越南保险市场有四种途径：一是跨境服务；二是在越南设立子公司；三是设立财产险分公司；四是收购越南保险公司股份。

资料来源：中国银行保险报. 越南：保险市场发展潜力巨大［EB/OL］. 2015-12-03. http://xw.cbimc.cn/2015-12/03/content_176958.htm.

# CHƯƠNG IX　THANH TOÁN QUỐC TẾ
# 第九章　国际货款的支付

### Mục tiêu kiến thức 知识目标

1. **Tìm hiểu các công cụ và phương thức cơ bản của thanh toán quốc tế**
   了解国际结算的基本工具和方式
2. **Nắm được định nghĩa, đặc điểm và quy trình của thư tín dụng**
   掌握信用证的定义、特点及流程

Trong việc thanh toán các khoản thanh toán hàng hóa thương mại quốc tế, phần lớn sử dụng thanh toán không dùng tiền mặt và sử dụng thương phiếu thay vì tiền mặt như một phương tiện lưu thông và thanh toán để giải quyết các khoản cho vay và nợ quốc tế, sử dụng thương phiếu để thanh toán cũng cần nhiều phương thức thanh toán khác nhau, bất kể phương thức thanh toán ưu nhược điểm, cho nên người mua và người bán đều phải căn cứ vào nhiều nhân tố khác nhau như kim ngạch giao dịch, chu kỳ giao dịch, loại giao dịch, v.v. để xem xét phương thức thanh toán được áp dụng.

## PHẦN I　CÔNG CỤ THANH TOÁN
## 第一节　支 付 工 具

### Dẫn nhập vào bài 课前导入

Công ty A của Trung Quốc xuất khẩu một lô hàng, phương thức thanh toán là D/P 90 ngày. Sau khi hối phiếu và chứng từ vận chuyển hàng hóa được gửi đến ngân hàng thu ở nước ngoài thông qua ngân hàng nhờ thu, người mua đã thực hiện chấp nhận, nhưng sau khi hàng hóa đến đích, đúng lúc giá cả thị trường tăng, vì vậy người mua đã xuất biên lai nhờ thu cho ngân hàng. Sau khi hàng hóa được bán, người mua phá sản vì lý do khác. Nhưng tại thời điểm này chỉ còn 30 ngày nữa là đến ngày hết hạn hối phiếu (lệnh chuyển tiền), hãy thử phân tích khả năng và cách xử lý của công ty A khi hối phiếu (lệnh chuyển tiền) hết hạn?

## Kiến thức chuyên sâu 知识精讲

### 1. Hối Phiếu 汇票

#### (1) Khái niệm về hối phiếu 汇票的概念

Hối phiếu được kí phát bởi người phát hành và người trả tiền được ủy quyền phải thanh toán vô điều kiện cho người thụ hưởng hoặc người giữ phiếu khi thấy phiếu hoặc vào ngày được chỉ định. Trong thương mại quốc tế, hối phiếu được ký phát bởi một người cho người khác, yêu cầu lệnh thanh toán bằng văn bản vô điều kiện cho một người nào đó hoặc người giữ phiếu tại một thời điểm có thể được xác định ngay lập tức hoặc định kỳ hoặc trong tương lai. Hối phiếu chủ yếu được sử dụng trong hai phương thức nhờ thu và thư tín dụng, một hối phiếu thường được lập thành hai bản.

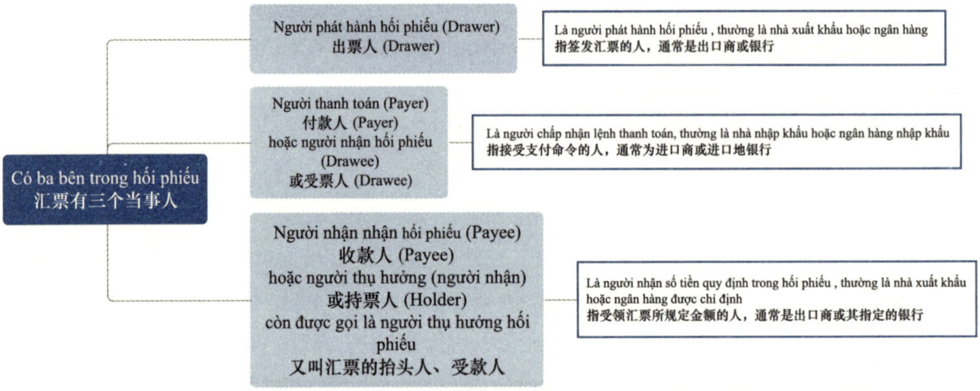


#### (2) Nội dung chính của hối phiếu 汇票的主要内容

Hối phiếu là một loại chứng từ cần thiết, tức là phải có hình thức luật định, ghi rõ những vấn đề luật định cần thiết, để trở thành một hối phiếu hoàn chỉnh, có hiệu lực của thương phiếu.

Nội dung chính của hối phiếu 汇票的主要内容

① Ghi rõ chữ “hối phiếu”

Hối phiếu phải ghi rõ chữ “Hối phiếu” để phân biệt với các thương phiếu, chứng từ khác và để xác định quyền, nghĩa vụ, trách nhiệm tương ứng của các bên có liên quan.

② Số tiền thanh toán

Hối phiếu phải ghi rõ số tiền phải trả. Theo *Luật Chứng từ của nước Cộng hòa Nhân dân Trung Hoa* (viết tắt là *Luật Chứng từ*), Số tiền viết hoa trên hối phiếu phải nhất quán, thống nhất, nếu không lệnh chuyển tiền sẽ không hợp lệ.

③ Tên của người trả tiền

Hối phiếu phải ghi rõ tên của người trả tiền hoặc tên doanh nghiệp và có địa chỉ chi tiết để người thụ hưởng hoặc người giữ phiếu nhắc đến việc thanh toán hoặc chấp nhận.

④ Tên của người thụ hưởng

Luật Chứng từ khác nhau giữa các quốc gia và các yêu cầu đối với người thụ hưởng cũng khác nhau. *Luật Chứng từ của nước Cộng hòa Nhân dân Trung Hoa* quy định rằng hối phiếu phải ghi lại tên của người thụ hưởng, không ghi lại tên của người thụ hưởng hối phiếu không hợp lệ.

⑤ Ngày phát hành

*Luật Hóa đơn của Nước Cộng hòa Nhân dân Trung Hoa* coi ngày phát hành của hối phiếu là một vấn đề cần thiết cho hối phiếu, nếu không lệnh chuyển tiền sẽ không hợp lệ.

⑥ Người phát hành chuyển tiền ký tên

Luật Chứng từ của các quốc gia quy định rằng hối phiếu phải có chữ ký của người xuất vé để có hiệu lực; hối phiếu không có chữ ký của người phát hành là không hợp lệ về mặt pháp lý.

⑦ Ngày thanh toán

*Luật Chứng từ của nước Cộng hòa Nhân dân Trung Hoa* quy định rằng ngày thanh toán phải được ghi lại rõ ràng trên hối phiếu; ngày thanh toán không được ghi lại được coi là thanh toán xem vé và thanh toán ngay lập tức.

⑧ Nơi thanh toán và nơi xuất vé

*Luật Chứng từ của nước Cộng hòa Nhân dân Trung Hoa* qui định, nếu trên hối phiếu ghi rõ nơi thanh toán, nơi phát hành, v.v. thì phải rõ ràng; nơi kinh doanh, nơi ở hoặc nơi cư trú thường xuyên của người trả tiền là nơi thanh toán; nơi kinh doanh, nơi ở hoặc nơi ở thường xuyên của người phát hành là nơi phát hành.

**(3) Các loại hối phiếu** 汇票的种类

Phân loại hối phiếu theo các góc độ khác nhau

① Theo ai phát hành hối phiếu

♦ Hối phiếu ngân hàng 银行汇票

Hối phiếu ngân hàng được phát hành bởi ngân hàng.

♦ Hối phiếu thương mại 商业汇票

Hối phiếu thương mại được phát hành bởi tên thương mại hoặc cá nhân.

② Theo chứng từ và các tài liệu phụ trợ

♦ Hối phiếu trơn 光票

♦ Hối phiếu kèm chứng từ 跟单汇票

③ Tùy thuộc vào thời gian thanh toán

♦ Hối phiếu trả ngay 即期汇票

♦ Hối phiếu trả chậm 远期汇票

Người nhận 1 hối phiếu trả chậm thường phải nhắc nhở người trả tiền trước khi đến hạn để nêu rõ trách nhiệm thanh toán của người trả tiền, trong trường hợp thanh toán định kỳ sau khi xem hối phiếu, cũng phải xác định ngày thanh toán theo ngày chấp nhận hối phiếu.

Một hối phiếu có thể có một số thuộc tính cùng một lúc. Ví dụ, một hối phiếu thương mại, đồng thời có thể là hối phiếu kèm chứng từ trả ngay; một hối phiếu kèm chứng từ trả chậm, đồng thời lại hối phiếu mà ngân hàng chấp nhận.

**(4) Việc sử dụng hối phiếu** 汇票的使用

① Phát hàng hối phiếu

Phát hành hối phiếu là hành động kí phát hoặc phát hành hối phiếu, nghĩa là người phát hành hối phiếu sẽ điền vào hối phiếu, điền vào người chuyển tiền, số tiền thanh toán, ngày và địa điểm thanh toán, người thụ hưởng, v.v. và sau khi ký thì giao cho người trả tiền.

② Trình bày

Trình bày là hành vi của người thụ hưởng hoặc người giữ phiếu gửi lệnh chuyển tiền cho người trả tiền để yêu cầu thanh toán hoặc chấp nhận. Lời nhắc có thể được chia thành hai loại là nhắc chấp nhận và thanh toán.

③ Chấp nhận

Chấp nhận là hành vi của người trả tiền hối phiếu thể hiện trách nhiệm thanh toán đến hạn đối với hối phiếu kỳ hạn. người trả tiền ghi rõ việc thanh toán trên hối phiếu, ghi ngày thanh toán và được người trả tiền ký, sau đó trả lại cho người giữ phiếu.

④ Thanh toán

Thanh toán là chỉ việc người trả tiền thanh toán cho người giữ phiếu theo số tiền trên hối phiếu, hối phiếu thường được thanh toán bởi người nhận hối phiếu trả ngay và người nhận hối phiếu trả trước. Hối phiếu trả ngay khi người trả tiền thấy hối phiếu và hối phiếu trả chậm được thanh toán vào ngày đáo hạn khi người giữ phiếu nhắc thanh toán.

⑤ Kí hậu

Kí hậu đề cập đến hành vi ghi lại các vấn đề có liên quan và ký tên trên mặt sau hoặc trên phần ghi chú của hối phiếu, có một số cách chính sau đây để kí hậu hối phiếu.

♦ Kí hậu để trống 空白背书

Đây là một trong những phương pháp phổ biến nhất trong thanh toán bù trừ thương mại quốc tế để kí hậu hối phiếu.

Người thụ hưởng chỉ cần ký ở mặt sau của hối phiếu để chuyển giao hối phiếu cho người được chuyển nhượng, mà không ghi lại tên của người được kí hậu.

♦ Kí hậu đích danh 记名背书

Viết rõ ràng thanh toán cho một người hoặc người được chỉ định của ai đó, cộng với một số cách chữ ký của cuốn sách, còn được gọi là bối thụ chính thức và đọc thuộc lòng đầy đủ.

♦ Kí hậu hạn chế 限制性背书

Là việc kí hậu chỉ đích danh người thụ hưởng hối phiếu và chỉ người này mà thôi.

Bởi vì hối phiếu được kí hậu hạn chế không thể chuyển nhượng được, nó ít được sử dụng hơn trong thanh toán bù trừ thương mại quốc tế.

⑥ Hối phiếu bị từ chối 拒付汇票

Hối phiếu bị từ chối còn được gọi là từ chối thanh toán, đã bị từ chối chấp nhận khi nhận được lời nhắc hoặc bị từ chối thanh toán khi được nhắc thanh toán, tất cả đều trở thành hối phiếu bị từ chối thanh toán.

⑦ Truy xuất 追索

Việc truy xuất là chỉ việc hối phiếu bị từ chối thanh toán, người giữ phiếu có quyền yêu cầu người kí hậu hoặc người phát hành hoàn trả số tiền hối phiếu và chi phí.

### 2. Kỳ phiếu 本票

**(1) Khái niệm về kỳ phiếu 本票的概念**

Kỳ phiếu là cam kết bằng văn bản vô điều kiện của một người gửi cho người khác, cam kết trả một số tiền nhất định cho ai đó hoặc người được chỉ định hoặc người sở hữu tại thời điểm thấy phiếu hoặc định kỳ hoặc vào một ngày trong tương lai có thể xác định được. Điều 73 của "Luật Chứng từ của nước Cộng hòa Nhân dân Trung Hoa" quy định định nghĩa của kỳ phiếu là: kỳ phiếu do người phát hành ký phát, cam kết trả vô điều kiện số tiền đã xác định cho người thụ hưởng hoặc người giữ phiếu khi thấy phiếu. Khoản 2 tiếp theo quy định, kỳ phiếu theo quy định của Luật này là phiếu nợ ngân hàng, không bao gồm kỳ phiếu thương mại, càng không bao gồm kỳ phiếu cá nhân.

**(2) Các bên liên quan đến kỳ phiếu 本票的当事人**

Các bên liên quan đến kỳ phiếu bao gồm người phát hành kỳ phiếu và người thụ hưởng, người trả tiền chính là người phát hành kỳ phiếu. Kể từ ngày phát hành cho đến khi thanh toán tiền cho người nhận. Khi người cầm kỳ phiếu nhắc nhở thanh toán, người phát hành phiếu phải thực hiện trách nhiệm thanh toán.

Theo quy định của "Luật Chứng từ" của Trung Quốc kỳ phiếu phải có các mục cần thiết sau đây: ghi rõ chữ "kỳ phiếu"; cam kết thanh toán vô điều kiện; chữ ký của người phát hành; ngày và địa điểm phát hành; số tiền được xác định; tên người thụ hưởng hoặc người được chỉ định của người thụ hưởng.

**(3) Các loại kỳ phiếu 本票的种类**

① Kỳ phiếu thương mại và kỳ phiếu ngân hàng

Căn cứ vào người phát hành khác nhau:

Kỳ phiếu có thể chia làm **kỳ phiếu thương mại** và **kỳ phiếu ngân hàng**.

♦ Kỳ phiếu thương mại do doanh nghiệp hoặc cá nhân công thương ký phát

♦ Kỳ phiếu ngân hàng do ngân hàng ký phát

**Ở Trung Quốc kì phiếu thường là kì phiếu ngân hàng.**

② Kỳ phiếu trả ngay và kỳ phiếu trả sau 即期本票和远期本票

Dựa theo thời gian thanh toán khác nhau:

♦ Kỳ phiếu chia làm **kỳ phiếu phiếu trả ngay** và **kỳ phiếu trả sau**

♦ **Kỳ phiếu thương mại** có phân chia trả ngay và trả sau

♦ **Kỳ phiếu ngân hàng** đều là trả ngay

Hầu hết trong thanh toán quốc tế đều thuộc kỳ phiếu ngân hàng, không cần cam kết.

### 3. Chi phiếu 支票

**(1) Khái niệm về chi phiếu 支票的概念**

Chi phiếu là hóa đơn do người phát hành ký phát, ủy thác ngân hàng hoặc tổ chức tài chính khác trích từ tài khoản của mình để trả vô điều kiện số tiền đã xác định cho người thụ hưởng hoặc người cầm phiếu khi thấy phiếu. Một tấm chi phiếu phải có các mục bao gồm: từ "chi phiếu"; lệnh thanh toán vô điều kiện; ngày phát hành; chữ ký của người phát hành; người trả tiền; tên và địa chỉ của ngân hàng thanh toán; số tiền được xác định.

**(2) Các loại chi phiếu** 支票的种类

① Chi phiếu đích danh và vô danh 记名支票和不记名支票

♦ Chi phiếu đích danh

Ghi rõ tên người nhận chi phiếu, khi rút tiền phải có chữ ký của người nhận chi phiếu mới được rút.

♦ Chi phiếu vô danh

Còn gọi là chi phiếu trống, trên chi phiếu không ghi tên người nhận, chỉ viết "người trả tiền" (Pay Bearer), khi rút tiền người cầm chi phiếu không cần ký tên sau lưng chi phiếu, có thể rút tiền.

② Chi phiếu tiền mặt và chi phiếu chuyển khoản 现金支票和转账支票

♦ Chi phiếu tiền mặt

Chi phiếu tiền mặt là một loại chi phiếu chuyên dùng để rút tiền mặt, khi khách hàng cần sử dụng tiền mặt, bất cứ lúc nào cũng có thể phát hành chi phiếu, rút tiền mặt từ ngân hàng mở tài khoản, ngân hàng khi thấy chi phiếu sẽ thanh toán vô điều kiện cho người thụ hưởng số tiền được xác định.

♦ Chi phiếu chuyển khoản

Chi phiếu chuyển khoản chỉ có thể dùng để chuyển khoản, không thể rút tiền mặt.

③ Chi phiếu gạch chéo và chi phiếu trơn 划线支票和未划线支票

♦ Chi phiếu gạch chéo

Chi phiếu gạch chéo hai đường song song ở mặt trước của chi phiếu.

Chi phiếu gạch chéo không giống như chi phiếu thông thường, chi phiếu gạch chéo chỉ có thể ủy thác cho ngân hàng thu số tiền được xác định trên chi phiếu. Mục đích của việc sử dụng chi phiếu gạch chéo là để thu hồi số tiền được xác định trên chi phiếu thông qua các đầu mối được thu thập bởi ngân hàng khi chi phiếu bị mất hoặc bị người khác mạo danh lĩnh.

♦ Chi phiếu trơn

Chi phiếu trơn mặt sau để trắng hoàn toàn, có thể ủy thác chuyển khoản ngân hàng hoặc rút tiền mặt.

④ Chi phiếu bảo lãnh và chi phiếu không bảo chi 保付支票和不保付支票

♦ Chi phiếu bảo chi

Để tránh người phát hành chi phiếu vô danh và đảm bảo thanh toán khi chi phiếu nhắc nhở, người nhận chi phiếu hoặc chủ thẻ có thể yêu cầu ngân hàng "bảo chi" chi phiếu.

Thanh toán được đóng dấu "bảo chi" của ngân hàng thanh toán trên chi phiếu để cho biết một khoản thanh toán nhất định tại thời điểm chi phiếu nhắc nhở. Một khi chi phiếu được thanh toán, trách nhiệm thanh toán sẽ do ngân hàng chịu.

Người phát hành, người giữ phiếu đều được miễn truy trách nhiệm.

Sau khi ngân hàng thanh toán chi phiếu bảo chi séc, tiền sẽ được chuyển từ tài khoản của người phát hành vào một tài khoản đặc biệt để chuẩn bị thanh toán, vì vậy khi chi phiếu bảo chi nhắc nhở, sẽ không hoàn lại tiền.

♦ Chi phiếu không được bảo chi

Không có chi phiếu nào được bảo chi bởi ngân hàng.

## PHẦN II PHƯƠNG THỨC THANH TOÁN
## 第二节 支付方式

### Dẫn nhập vào bài 课前导入

Một công ty của chúng tôi nhập khẩu một lô hàng, thanh toán tiền theo phương thức thư tín dụng. Bên nhập khẩu sẽ thanh toán hóa đơn cho ngân hàng thanh toán nước ngoài trong thời hạn hiệu lực của thư tín dụng. Sau khi thẩm tra đủ tiêu chuẩn, thủ tục thanh toán được chuyển cho người nhập khẩu. Sau khi nhận được hàng hóa, chúng tôi phát hiện phẩm chất của hàng hóa không phù hợp với quy định trong hợp đồng, xin hỏi chúng tôi liệu có thể yêu cầu ngân hàng chiết khấu từ chối thanh toán cho bên xuất khẩu hay không, tại sao?

### Kiến thức chuyên sâu 知识精讲

#### 1. Chuyển tiền 汇付

**(1) Khái niệm về chuyển tiền 汇付的概念**

Chuyển tiền, còn được gọi là chuyển khoản, là một phương thức thanh toán trong đó người nợ hoặc người chuyển tiền chuyển tiền qua ngân hàng cho người chủ nợ hoặc người thụ hưởng.

Về tính chất, chuyển tiền là một phương thức thanh toán dựa trên tín dụng thương mại. Trong kinh doanh chuyển tiền, hướng dòng tiền và công cụ thanh toán của họ được chuyển từ nhà nhập khẩu sang nhà xuất khẩu và cả hai đều theo cùng một hướng, do đó, chuyển tiền thuộc về thuận sai hối đoái.

**(2) Các bên tham gia thanh toán 汇付的当事人**

① Người chuyển tiền 汇款人

Người chuyển tiền là một người chuyển tiền đi. Trong thương mại quốc tế, người chuyển tiền thường là người nhập khẩu.

② Ngân hàng chuyển tiền 汇出行

Ngân hàng chuyển đi là ngân hàng chấp nhận sự ủy thác của người chuyển tiền. Trong thương mại quốc tế, xuất ngoại hối thường là ngân hàng nơi nhập khẩu.

③ Người thụ hưởng 收款人

Người nhận là người thụ hưởng. Trong thương mại quốc tế, người nhận thường là người thụ hưởng của nhà xuất khẩu hoặc thư tín dụng.

④ Ngân hàng thụ hưởng 汇入行

Ngân hàng nhờ thu là ngân hàng chấp nhận ủy thác chuyển tiền, giải ngân chuyển tiền cho người thụ hưởng, còn được gọi là ngân hàng giải ngân.

**(3) Các loại phương thức chuyển tiền** 汇付的种类

① Điện chuyển tiền (Telegraphic Transfer, T/T) 电汇

♦ Khái niệm về điện chuyển tiền

Điện chuyển tiền là người chuyển tiền nộp tiền và đơn xin gửi điện chuyển tiền cho ngân hàng chuyển tiền, ủy thác cho ngân hàng chuyển tiền gửi thông báo ủy thác thanh toán đến ngân hàng thụ hưởng của người thụ hưởng bằng điện tín, telex hoặc SWIFT, ủy thác ngân hàng để giải ngân một số tiền nhất định cho người thụ hưởng. Sử dụng phương thức điện chuyển tiền, việc chuyển tiền nhanh và hiệu quả cao, người thụ hưởng có thể nhận tiền nhanh chóng. Với sự phát triển của công nghệ viễn thông, chi phí viễn thông giảm dần và phần lớn các dịch vụ chuyển tiền sử dụng phương thức điện chuyển tiền.

♦ Quy trình nghiệp vụ điện chuyển tiền

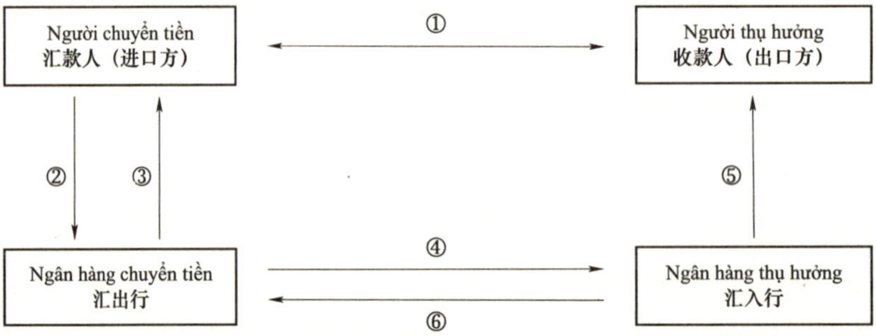


Quy trình nghiệp vụ điện chuyển tiền được thể hiện ở trên: ① Trong hợp đồng, hai bên quy định thanh toán bằng điện chuyển tiền ngân hàng; ② Người chuyển tiền xin chuyển tiền với ngân hàng chuyển tiền; ③ Người chuyển tiền lấy lại biên lai; ④ Ngân hàng chuyển tiền ủy quyền cho ngân hàng thụ hưởng thanh toán một số tiền nhất định cho người thụ hưởng; ⑤ Ngân hàng thụ hưởng thanh toán cho người thụ hưởng; ⑥ Ngân hàng thụ hưởng gửi thông báo ghi nợ đã thanh toán cho ngân hàng chuyển tiền.

② Chuyển tiền bằng thư (Mail Transfer, M/T) 信汇

♦ Khái niệm về chuyển tiền bằng thư

Chuyển tiền bằng thư thư là việc người chuyển tiền nộp tiền và đơn xin chuyển tiền cho ngân hàng chuyển tiền, ngân hàng chuyển tiền sẽ được gửi thông báo thanh toán hoặc ủy quyền thanh toán qua thư hàng không bưu chính cho ngân hàng thụ hưởng. Sử dụng phương thức chuyển tiền bằng thư, chuyển tiền chậm hơn so với chuyển tiền bằng điện, nhưng chi phí tương đối thấp, do đó, thường sử dụng phương thức chuyển tiền bằng thư trong các giao dịch chuyển tiền nhỏ hơn và không cần đến nhanh chóng.

♦ Quy trình nghiệp vụ chuyển tiền bằng thư

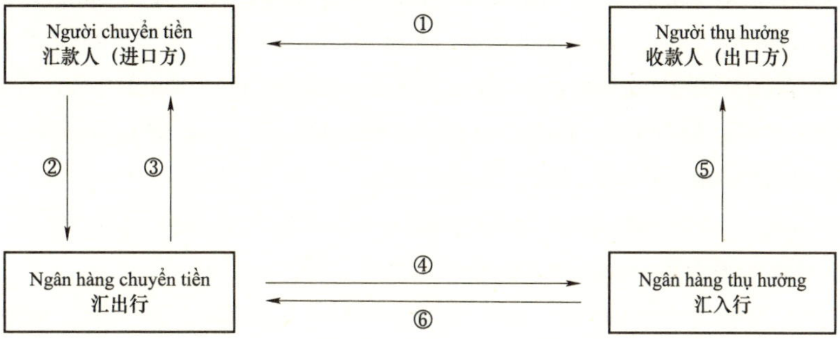


Quy trình nghiệp vụ chuyển tiền bằng thư được thể hiện ở trên: ① Trong hợp đồng, hai bên quy định thanh toán qua chuyển tiền bằng thư ngân hàng; ② Người chuyển tiền nhờ ngân hàng thực hiện việc chuyển tiền; ③ Người chuyển tiền bằng thư lấy lại biên lai; ④ Ngân hàng chuyển tiền ủy quyền ngân hàng thụ hưởng thanh toán một số tiền nhất định cho người thụ hưởng; ⑤ Chuyển số tiền giải ngân vào ngân hàng cho người thụ hưởng; ⑥ Ngân hàng thụ hưởng gửi thông báo ghi nợ đã thanh toán cho ngân hàng chuyển tiền.

③ Chuyển tiền bằng hối phiếu (Remittance by Bank's Demand Draft, D/D) 票汇

♦ Khái niệm về chuyển tiền bằng hối phiếu

Chuyển tiền bằng hối phiếu là phương thức mà người chuyển tiền nộp tiền và đơn xin chuyển tiền cho ngân hàng chuyển tiền, ngân hàng chuyển tiền sau khi phát hành hối phiếu trả ngay (hoặc kỳ phiếu ngân hàng) sẽ đưa lại cho người chuyển tiền. Chuyển tiền bằng hối phiếu là phương thức mà người chuyển tiền tự mình đưa hối phiếu cho người thụ hưởng đồng thời ngân hàng chuyển tiền giữ biên lai cho ngân hàng thụ hưởng. Khi người thụ hưởng hoặc người giữ phiếu rút tiền từ ngân hàng chuyển tiền bằng biên lai, ngân hàng thụ hưởng sẽ thanh toán và thông báo cho ngân hàng chuyển tiền sau khi kiểm tra xem biên lai và cuống phiếu có nhất quán hay không.

♦ Quy trình nghiệp vụ chuyển tiền bằng hối phiếu ngân hàng

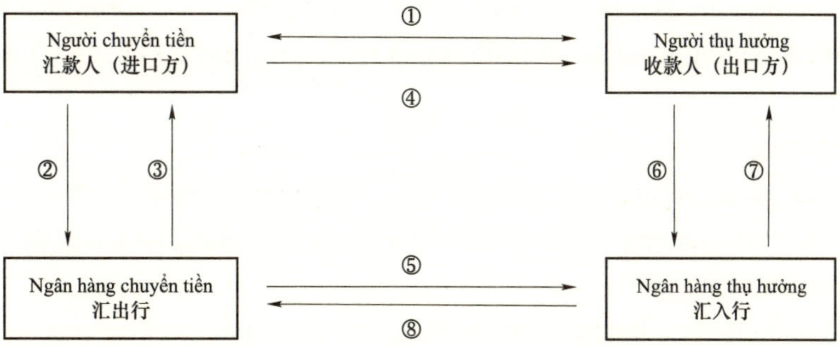

Quy trình nghiệp vụ chuyển tiền được thể hiện ở trên: ① Trong hợp đồng, hai bên quy định áp dụng phương thức thanh toán tiền hối phiếu; ② Người chuyển tiền xin chuyển tiền với ngân hàng chuyển tiền; ③ Ngân hàng chuyển tiền ký phát hối phiếu cho người chuyển tiền; ④ Người chuyển tiền gửi hối phiếu cho người thụ hưởng; ⑤ Ngân hàng chuyển đi bằng tiền chuyển tiền được phép chuyển vào ngân hàng thanh toán một số tiền nhất định cho người thụ hưởng; ⑥ Người thụ hưởng gửi hối phiếu đến ngân hàng thanh toán; ⑦ Ngân hàng chuyển tiền thanh toán hoặc chấp nhận hối phiếu trao đổi; ⑧ Ngân hàng thụ hưởng gửi thông báo ghi nợ đã thanh toán cho ngân hàng chuyển tiền.

④ Ứng dụng chuyển tiền trong thương mại quốc tế 汇付在国际贸易中的应用

♦ Thanh toán trước (Payment in Advance) 预付货款

Thanh toán trước là khi hai bên xuất nhập khẩu ký hợp đồng với nhau, trước tiên là do nhà nhập khẩu trả tiền, sau khi nhận tiền, nhà xuất khẩu sẽ giao hàng. Thanh toán trước thông thường có thể được chia thành tiền trả trước toàn bộ và tiền trả trước một phần.

♦ Thanh toán khi nhận hàng (Payment after Arrival of Goods) 货到付款

Thanh toán khi nhận hàng có nghĩa là sau khi hai bên ký hợp đồng xuất nhập khẩu, phương thức thanh toán để nhà xuất khẩu gửi hàng trước, nhà nhập khẩu thanh toán ngay sau khi nhận hàng hoặc hóa đơn tại một thời điểm nào đó đã thỏa thuận.

### 2. Phương thức nhờ thu 托收

**(1) Khái niệm về phương thức nhờ thu 托收的概念**

Theo quy định của ICC "Quy tắc thống nhất về Nhờ thu" (URC522), nhờ thu là một phương thức thanh toán trong đó nhà xuất khẩu ủy quyền cho ngân hàng thu tiền từ nhà nhập khẩu. Xét về bản chất của việc nhờ thu, thì việc nhờ thu cũng thuộc về tín dụng thương mại. Trong nghiệp vụ nhờ thu, vì thương phiếu hoặc chứng từ được chuyển theo hướng ngược lại với dòng tiền, thì việc nhờ thu là ngược lại.

**(2) Các bên tham gia phương thức nhờ thu 托收的当事人**

① Người ủy thác 委托人

Người ủy thác là chủ nợ ủy thác cho ngân hàng xử lý việc thu tiền trong kinh doanh thu hộ, thường là nhà xuất khẩu.

② Ngân hàng nhờ thu 托收行

Ngân hàng nhờ thu là ngân hàng mà chấp nhận ủy thác của người xuất khẩu để thu tiền từ người trả tiền nước ngoài. Nó thường là ngân hàng mở tài khoản tại địa điểm của nhà xuất khẩu.

③ Ngân hàng thu hộ 代收行

Ngân hàng thu hộ là ngân hàng được ngân hàng nhờ thu nhờ thu tiền của người trả tiền và bàn giao chứng từ cho người trả tiền, thường là ngân hàng tại nơi nhập khẩu.

④ Người trả tiền 付款人

Người trả tiền thường là nhà nhập khẩu, người xuất trình hóa đơn hoặc hối phiếu cho ngân hàng thu hộ và trả tiền.

**(3) Các phương thức nhờ thu 托收的种类**

Phương thức nhờ thu được chia thành nhờ thu phiếu trơn và nhờ thu kèm chứng từ tùy theo việc có đính kèm tài liệu thương mại hay không.

① Nhờ thu phiếu trơn 光票托收

Nhờ thu phiếu trơn là phương thức nhờ thu không phụ thuộc vào chứng từ thương mại, quy trình nghiệp vụ nhờ thu phiếu trơn là khá đơn giản, chủ yếu dùng để thu số tiền hàng, còn lại tiền hàng nhỏ còn lại và các khoản phí khác.

② Nhờ thu kèm chứng từ 跟单托收

Nhờ thu kèm chứng từ là việc nhờ thu kèm theo chứng từ thương mại, là chứng từ vận chuyển. Nhờ thu kèm chứng từ có thể là có hối phiếu hoặc không. Hối phiếu nhờ thu kèm chứng từ có thể là hối phiếu trả ngay, cũng có thể là hối phiếu trả chậm.

Nhờ thu phiếu kèm chứng từ chia thành D/P và D/A theo các điều kiện khác nhau của D/P.

♦ Phương thức D/P 付款交单

Phương thức D/P có nghĩa là nhà xuất khẩu sẽ chỉ thị cho ngân hàng xuất trình chỉ giao chứng từ cho nhà nhập khẩu nếu nhà nhập khẩu thanh toán đầy đủ hóa đón kèm theo hoặc hóa đơn trao đổi. Theo thời gian thanh toán khác nhau, D/P có thể được chia thành D/P trả ngay và D/P trả chậm.

*D/P trả ngay 即期付款交单

D/P trả ngay lập tức đề cập đến việc nhà xuất khẩu sau khi vận chuyển hàng hóa theo hợp đồng, đưa ra hối phiếu trả ngay (hoặc không phát hành hối phiếu), cùng với một bộ chứng từ thương mại đầy đủ, thông qua ngân hàng để nhắc nhở nhà nhập khẩu (người trả tiền) thanh toán ngay sau khi thấy hóa đơn và ngân hàng xuất trình một bộ chứng từ đầy đủ. D/P là cách phổ biến nhất trong thương mại quốc tế. Dưới đây là quy trình thanh toán của D/P trả ngay:

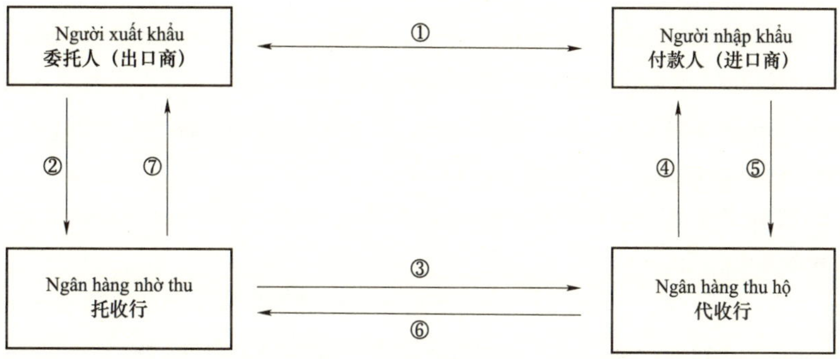


① Nhà nhập khẩu và xuất khẩu quy định trong hợp đồng thương mại rằng việc thanh toán hàng hóa phải được thực hiện bằng D/P trả ngay;

② Sau khi nhà xuất khẩu gửi hàng, điền vào đơn gửi hàng, mở hối phiếu ngay, cùng với chứng từ thương mại, giao cho ngân hàng nhờ thu;

③ Sau khi chấp nhận ủy thác, ngân hàng nhờ thu gửi hối phiếu, chứng từ và giấy ủy quyền nhờ thu cho ngân hàng thu hộ, người xuất khẩu tại nơi nhập khẩu;

④ Ngân hàng thu hộ thông báo thanh toán cho nhà nhập khẩu theo lệnh nhờ thu;

⑤ Người nhập khẩu (người trả tiền) phải thanh toán sau khi kiểm tra chứng từ và lấy lại toàn bộ chứng từ đầy đủ;

⑥ Ngân hàng thu hộ chuyển tiền cho ngân hàng nhờ thu theo phương thức quy định của lệnh nhờ thu hướng dẫn bán hàng;

⑦ Ngân hàng nhờ thu sẽ chuyển tiền vào tài khoản của nhà xuất khẩu.

*D/P trả chậm 远期付款交单

D/P trả chậm: Nhà xuất khẩu phát hành hối phiếu trả chậm sau khi giao hàng, cùng với một bộ chứng từ thương mại đầy đủ và ngân hàng nhờ thu sẽ nhắc nhở nhà nhập khẩu. Nhà nhập khẩu chấp nhận hối phiếu sau khi kiểm tra các chứng từ. Hối phiếu và chứng từ được ngân hàng thu hộ bảo quản và nhắc thanh toán vào ngày hối phiếu đến hạn. Nhà nhập khẩu có được các chứng từ sau khi thanh toán hết tiền hàng. Quy trình thanh toán D/P trả chậm được thể hiện trong hình sau:

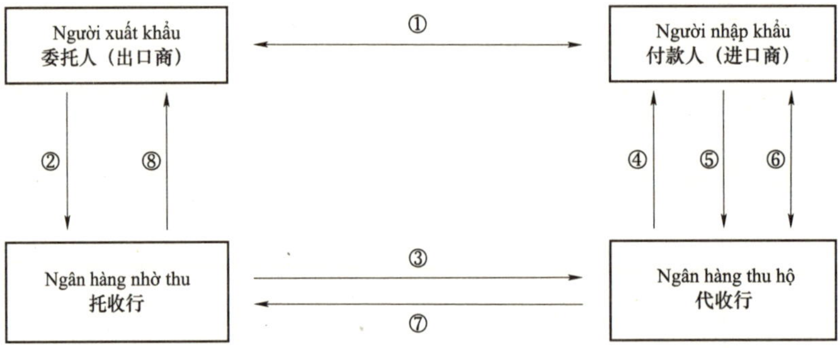


① Nhà nhập khẩu và xuất khẩu quy định trong hợp đồng thương mại rằng việc thanh toán hàng hóa phải được thực hiện bằng D/P;

② Sau khi nhà xuất khẩu gửi hàng, điền vào đơn xin nhờ thu, mở hối phiếu trả chậm, cùng với chứng từ thương mại, nộp cho ngân hàng nhờ thu;

③ Sau khi chấp nhận ủy thác, ngân hàng nhờ thu gửi hối phiếu, chứng từ và giấy ủy quyền thu cho ngân hàng thu hộ tại nơi nhập khẩu;

④ Ngân hàng thu hộ báo cho nhà nhập khẩu (người trả tiền) hối phiếu và chứng từ theo yêu cầu bên nhờ thu;

⑤ Nhà nhập khẩu (người trả tiền) có trách nhiệm thanh toán sau khi kiểm tra chứng từ, chấp nhận hối phiếu và thay mặt ngân hàng thu lai hối phiếu và chứng từ;

⑥ Nhà nhập khẩu (người trả tiền) đến hạn thanh toán cho ngân hàng thu hộ theo lệnh nhờ thu;

⑦ Ngân hàng thu hộ chuyển tiền cho ngân hàng nhờ thu theo phương thức quy định của lệnh nhờ thu;

⑧ Ngân hàng nhờ thu sẽ chuyển tiền vào tài khoản của nhà xuất khẩu.

♦ Phương thức D/A 承兑交单

Phương thức D/A có nghĩa là nhà nhập khẩu có thể lấy chứng từ vận chuyển hàng hóa miễn là họ đã chấp nhận hối phiếu. Sau khi nhà xuất khẩu vận chuyển hàng hóa, nhà xuất khẩu sẽ phát hành hối phiếu trả chậm, cùng với một bộ chứng từ thương mại đầy đủ, ủy thác ngân hàng nhắc nhở nhà nhập khẩu. Sau khi nhà nhập khẩu chấp nhận hối phiếu, nhà nhập khẩu sẽ nhận được một bộ chứng từ thương mại đầy đủ và thanh toán tiền hàng cho ngân hàng khi hối phiếu đáo hạn. Việc đảm bảo thanh toán phụ thuộc vào uy tín của nhà nhập khẩu. Một khi nhà nhập khẩu không thanh toán khi đến hạn, nhà xuất khẩu sẽ bị mất tất cả hàng hóa và tiền hàng. Qui trình nghiệp vụ chấp nhận thanh toán khi có chứng từ được trình bày chi tiết trong hình dưới đây:

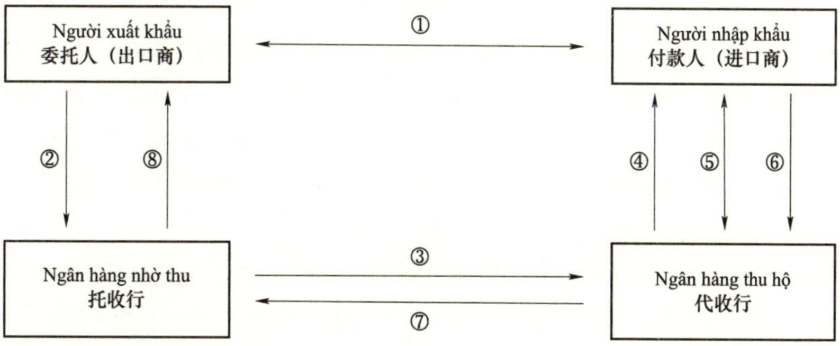


① Nhà nhập khẩu và xuất khẩu quy định trong hợp đồng thương mại rằng việc thanh toán hàng hóa phải được thực hiện theo phương thức D/A.

② Sau khi nhà xuất khẩu gửi hàng, điền vào đơn xin nhờ thu, mở hối phiếu trả chậm, cùng với chứng từ thương mại nộp cho ngân hàng nhờ thu;

③ Sau khi nhận uỷ quyền, ngân hàng nhờ thu ký gửi hối phiếu, chứng từ, lệnh nhờ thu cho ngân hàng thu hộ tại nơi nhập khẩu;

④ Ngân hàng thu hộ báo cho người trả tiền hối phiếu và chứng từ theo lệnh nhờ thu;

⑤ Người trả tiền có trách nhiệm thanh toán sau khi kiểm tra chứng từ, chấp nhận hối phiếu, ngân hàng thu hộ và giao chứng từ cho người trả tiền;

⑥ Người trả tiền thanh toán khi đến hạn;

⑦ Ngân hàng thu hộ chuyển tiền cho ngân hàng nhờ thu theo phương thức quy định trong hướng dẫn bán hàng;

⑧ Ngân hàng nhờ thu sẽ chuyển tiền vào tài khoản của nhà xuất khẩu.

**(4) Những điều cần chú ý trong phương thức nhờ thu 托收的注意事项**

① Phương thức nhờ thu là một loại phương thức thanh toán dựa trên tín dụng thương mại và nhà xuất khẩu chịu rủi ro lớn hơn;

② Điều tra rõ ràng tình hình thực hiện hợp đồng hiện tại và uy tín của nhà nhập khẩu;

③ Hiểu được tình hình thị trường hàng hóa xuất khẩu tại nước nhập khẩu;

④ Tránh sử dụng phương thức D/A.

⑤ Cố gắng thực hiện giao dịch theo điều kiện CIF hoặc CIP, để bên xuất khẩu tự xử lý bảo hiểm vận chuyển hàng hóa.

### 3. Thư tín dụng 信用证

**(1) Khái niệm về thư tín dụng 信用证的概念**

Thư tín dụng là văn bản cam kết do ngân hàng phát hành cho người thụ hưởng theo yêu cầu của người nộp đơn, có chứa một số tiền nhất định và thanh toán theo các chứng từ phù hợp các điều khoản của thư tín dụng trong thời gian quy định. Thư tín dụng là văn bản cam kết thanh toán có điều kiện của ngân hàng.

**(2) Đặc điểm của thư tín dụng 信用证的特点**

① Ngân hàng phát hành chịu trách nhiệm thanh toán đầu tiên 开证行负第一性的付款责任

Thư tín dụng là một phương thức thanh toán dựa trên tín dụng ngân hàng. Ngân hàng phát hành thực hiện cam kết thanh toán có điều kiện bằng tín dụng của chính mình. Ngân hàng phát hành trước tiên đảm nhiệm nghĩa vụ thanh toán và chịu trách nhiệm thanh toán chính. Đôi khi ngân hàng phát hành chỉ định một ngân hàng khác để thanh toán hoặc chiết khấu.

② Thư tín dụng là tài liệu độc lập 信用证是独立文件

Mặc dù thư tín dụng dựa trên hợp đồng thương mại, nhưng sau khi được phát hành, nó sẽ trở thành một hợp đồng độc lập với hợp đồng thương mại. Tất cả các bên liên quan đến kinh doanh thư tín dụng chỉ bị ràng buộc bởi các điều khoản của thư tín dụng và không liên quan gì đến hợp đồng.

③ Thư tín dụng xử lý chứng từ 信用证处理的是单据

Nghiệp vụ thư tín dụng là một giao dịch chứng từ, trong đó ngân hàng chỉ xử lý chứng từ, không hỏi hàng hóa, dịch vụ hoặc các hành vi khác, mà nhấn mạnh việc thanh toán bằng chứng từ, tức là không có mâu thuẫn giữa các chứng từ để quyết định xem có phải chịu trách nhiệm thanh toán hay không.

**(3) Các bên tham gia thư tín dụng L/C 信用证的当事人**

① Người nộp đơn yêu cầu mở L/C (Applicant) 开证申请人

Người mở thư tín dụng (Applicant) là người nộp đơn mở thư tín dụng, thường là nhà nhập khẩu trong thương mại quốc tế. Trong trường hợp có thư tín dụng do ngân hàng chủ động mở thì không có bên nào tham gia vào thư tín dụng đó.

② Ngân hàng phát hành (Opening Bank, Issuing Bank) 开证行

Ngân hàng phát hành đề cập đến ngân hàng mở thư tín dụng theo yêu cầu của người nộp đơn hoặc thay mặt cho chính ngân hàng đó, nói chung là ngân hàng tại nơi nhập khẩu.

③ Người thụ hưởng (Beneficiary) 受益人

Người thụ hưởng đề cập đến người chấp nhận thư tín dụng và được hưởng các quyền và lợi ích hợp pháp theo thư tín dụng, thường là nhà xuất khẩu hoặc nhà cung cấp thực tế trong thương mại quốc tế.

④ Ngân hàng thông báo (Advising Bank, Notifying Bank) 通知行

Ngân hàng thông báo là ngân hàng thông báo thư tín dụng theo yêu cầu của ngân hàng mở. Nó chỉ xác định tính xác thực bề ngoài của thư tín dụng và không có nghĩa vụ nào khác. Các ngân hàng thông báo thường do ngân hàng nơi các nhà xuất khẩu nắm giữ.

⑤ Ngân hàng xác nhận (Confirming Bank) 保兑行

Ngân hàng xác nhận là ngân hàng bổ sung sự xác nhận của mình vào thư tín dụng theo yêu cầu hoặc sự uỷ quyền của ngân hàng phát hành. Một khi ngân hàng xác nhận L/C, thì nó sẽ có trách nhiệm thanh toán độc lập và cơ bản giống như ngân hàng phát hành.

⑥ Ngân hàng chiết khấu (Negotiating Bank) 议付行

Ngân hàng chiết khấu là ngân hàng mua hoặc chiết khấu hối phiếu theo đơn do người thụ hưởng giao theo uỷ quyền của ngân hàng phát hành hàng hóa thường là hàng thông báo hoặc ngân hàng được chỉ định khác.

⑦ Ngân hàng bồi hoàn (Reimbursement Bank) 偿付行

Ngân hàng bồi hoàn đề cập đến ngân hàng nước thứ ba chấp nhận chỉ thị hoặc ủy quyền của ngân hàng phát hành để trả nợ tạm ứng thay mặt cho ngân hàng phát hành, cụ thể là đại lý được chỉ định bởi ngân hàng phát hành để trả nợ cho ngân hàng đàm phán hoặc ngân hàng thanh toán.

⑧ Ngân hàng thanh toán (Paying Bank) 付款行

Ngân hàng thanh toán là ngân hàng thực hiện trách nhiệm thanh toán thư tín dụng. Trong hầu hết các trường hợp, ngân hàng thanh toán là ngân hàng phát hành hoặc ngân hàng khác do nó chỉ định.

**(4) Nội dung thư tín dụng** 信用证的内容

Thư tín dụng có thể được mở bằng thư hoặc bằng điện. Các định dạng được sử dụng bởi các ngân hàng ở các quốc gia khác nhau là khác nhau, và cũng có một số khác biệt trong cách diễn đạt câu, nhưng nội dung cơ bản gần như giống nhau, chủ yếu bao gồm các khía cạnh sau.

① Các điều khoản của thư tín dụng bao gồm loại, tính chất, số, ngày cấp, ngày hết hạn và địa điểm, số tiền của thư tín dụng, các bên, thời gian trình bày, v.v.

② Điều khoản về hối phiếu bao gồm các bên, số tiền, thời hạn thanh toán, các điều khoản chính của hối phiếu v.v.

③ Điều khoản về hàng hóa: bao gồm tên, số lượng, giá cả và bao bì của hàng hóa, phù hợp với hợp đồng mua bán.

④ Điều khoản về vận chuyển: bao gồm cảng vận chuyển, cảng đến, cảng trung chuyển, có được phép vận chuyển một phần hay không, có được phép trung chuyển hay không, ngày giao hàng, v.v.

⑤ Điều khoản về tài liệu: bao gồm các loại, bản sao và yêu cầu về các tài liệu mà người thụ hưởng phải nộp. Các loại chứng từ chủ yếu liên quan đến hóa đơn thương mại, danh sách đóng gói, vận đơn, hợp đồng bảo hiểm, giấy chứng nhận xuất xứ, giấy chứng nhận kiểm tra và kiểm dịch, v.v.

⑥ Các điều khoản khác.

♦ Văn bản bảo đảm thanh toán được mở ngân hàng.

♦ Hướng dẫn mở giấy chứng nhận đối với thủ tục thanh toán.

♦ Theo thông lệ áp dụng điều khoản, v.v.

**(5) Quy trình nghiệp vụ của thư tín dụng** 信用证的业务流程

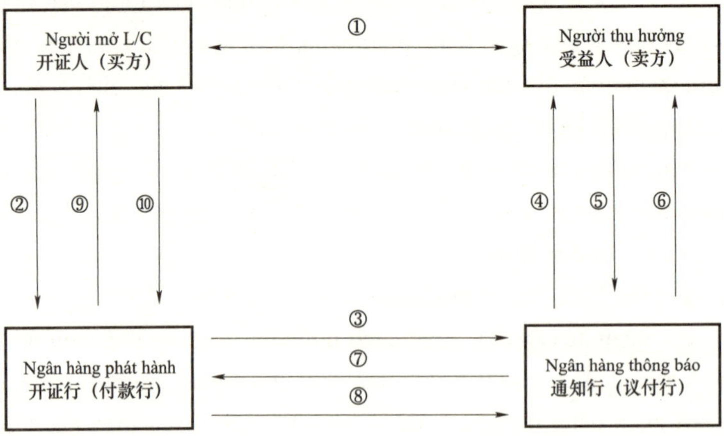


① Nhà xuất nhập khẩu quy định việc sử dụng phương thức thư tín dụng để thanh toán tiền trong hợp đồng thương mại;

② Bên mua nộp đơn yêu cầu mở thư tín dụng;

③ Ngân hàng phát hành chấp nhận đơn yêu cầu mở thư tín dụng và gửi thư tín dụng đến ngân hàng thông báo;

④ Ngân hàng thông báo xác định tính xác thực của thư tín dụng, thông báo thư tín dụng cho người thụ hưởng;

⑤ Sau khi nhận được thư tín dụng, người thụ hưởng nộp đơn cho ngân hàng được chỉ định;

⑥ Sau khi nhận được thư tín dụng, người thụ hưởng nộp đơn cho ngân hàng được chỉ định;

⑦ Ngân hàng được chỉ định gửi chứng từ đến ngân hàng phát hành để chuyển tiền hoặc nộp chứng từ cho ngân hàng phát hành để hoàn trả cho ngân hàng bồi hoàn;

⑧ Ngân hàng phát hành thanh toán cho ngân hàng nộp L/C hoặc ngân hàng bồi hoàn;

⑨ Thanh toán lấy chứng từ về cho người nộp đơn.

**(6) Các loại thư tín dụng** 信用证的种类

① Thư tín dụng phiếu trơn và thư tín dụng kèm chứng từ 光票信用证和跟单信用证

♦ Thư tín dụng phiếu trơn là thư tín dụng không kèm theo giấy chứng từ vận chuyển hàng hóa, chủ yếu được sử dụng để thanh toán, thanh toán chi phí giao dịch và chi phí phi thương mại giữa tổng công ty thương mại và các chi nhánh địa phương.

♦ Thư tín dụng kèm chứng từ là thư tín dụng để thanh toán bằng hối phiếu hoặc chỉ bằng chứng từ vận chuyển hàng hóa, phần lớn các thư tín dụng trong thanh toán thương mại quốc tế đều là thư tín dụng kèm chứng từ.

② Thư tín dụng xác nhận và thư tín dụng không xác nhận 保兑信用证和不保兑信用证

♦ Thư tín dụng xác nhận: do ngân hàng phát hành được ngân hàng khác đảm bảo thực hiện nghĩa vụ thanh toán đối với các điều khoản thường là ngân hàng thông báo, nhưng cũng có thể là ngân hàng khác. Thư tín dụng xác nhận có thể do người thụ hưởng hoặc ngân hàng yêu cầu mở, theo "UCP600", thư tín dụng mở khi đã đưa ra được xác nhận của ngân hàng xác nhận ngoài ngân hàng phát hành, khi ngân hàng xác nhận có nghĩa vụ thanh toán miễn là chứng từ phù hợp, cả hai đều chịu trách nhiệm thanh toán đầu tiên.

♦ Thư tín dụng không xác nhận: không có thư tín dụng nào mà một ngân hàng khác bảo đảm việc thanh toán, phần lớn các thư tín dụng được sử dụng trên thế giới là thư tín dụng không xác nhận, bởi vì chỉ khi có uy tín của ngân hàng phát hành tốt và số tiền giao dịch không lớn, thì thường sử dụng loại thư tín dụng này.

③ Thư tín dụng trả ngay và thư tín dụng trả chậm 即期信用证和远期信用证

♦ Thư tín dụng trả ngay: Thư tín dụng mà người thụ hưởng có thể nhận được ngay sau khi giao chứng từ, bao gồm thư tín dụng thanh toán trả ngay và thư tín dụng chiết khấu.

♦ Thư tín dụng trả chậm: là thư tín dụng mà người thụ hưởng có thể nhận được trong một khoảng thời gian nhất định, bao gồm thư tín dụng thanh toán trả chậm, thư tín dụng chấp nhận và thư tín dụng chiết khấu trả chậm.

④ Thư tín dụng có thể chuyển nhượng và không thể chuyển nhượng 可转让信用证和不可转让信用证

♦ Thư tín dụng có thể chuyển nhượng: Thư tín dụng được ghi rõ là "Có thể chuyển nhượng (Transferable)". Các khoản tín dụng có thể chuyển nhượng toàn bộ hoặc một phần cho người thụ hưởng khác (người thụ hưởng thứ hai) theo yêu cầu của người thụ hưởng (người thụ hưởng đầu tiên).

♦ Thư tín dụng không thể chuyển nhượng: các quyền theo thư tín dụng chỉ có thể được hưởng bởi chính người thụ hưởng và người khác không thể sử dụng dưới hình thức chuyển nhượng. Nếu người thụ hưởng không thể thực hiện các điều khoản của thư tín dụng, thư tín dụng chỉ có thể hết hạn và vô hiệu. Thư tín dụng không được ghi rõ là "có thể chuyển nhượng" là thư tín dụng không thể chuyển nhượng.

⑤ Thư tín dụng giáp lưng 背对背信用证

♦ Thư tín dụng giáp lưng: là một loại thư tín dụng được phát hành dựa trên cơ sở của L/C gốc, còn gọi là L/C thứ 2, hai loại L/C này độc lập với nhau Người thụ hưởng trên L/C gốc là người yêu cầu mở L/C thứ 2.

L/C giáp lưng thường được sử dụng trong mua bán qua trung gian (mua bán 3 bên). L/C gốc và L/C giáp lưng có các điều khoản và điều kiện giống nhau, ngoại trừ số tiền, đơn giá, thời gian hiệu lực, thời hạn xuất trình chứng từ, số lượng chứng từ, tỉ lệ bảo hiểm.

⑥ Thư tín dụng tuần hoàn 循环信用证

♦ Thư tín dụng tuần hoàn: sau khi thư tín dụng được sử dụng toàn bộ hoặc một phần, số tiền ban đầu của thư tín dụng vẫn có thể được thu hồi để tái sử dụng. Nó khác với thư tín dụng thông thường ở chỗ sau khi thư tín dụng thông thường đã được sử dụng đầy đủ, nếu số tiền của thư tín dụng không được tăng lên dưới hình thức sửa đổi thư tín dụng, thư tín dụng có thể được coi là đã được thực hiện và hủy bỏ, trong khi thư tín dụng tuần hoàn có thể được sử dụng nhiều lần cho đến khi số lần được chỉ định hoặc tổng số tiền đã được sử dụng hết.

## PHẦN III LỰA CHỌN PHƯƠNG THỨC THANH TOÁN
## 第三节 结算方式的选择

### Dẫn nhập vào bài 课前导入

Công ty xuất nhập khẩu Thượng Hải xuất khẩu chủ yếu là các sản phẩm dệt may chủ lực với khả năng xuất khẩu và khả năng cạnh tranh thị trường quốc tế mạnh mẽ. Công ty đã giới thiệu một sản phẩm mới: "Quần ống rộng (Style NO.: FY167, 100% cotton)", tiến hành thương lượng giao dịch với một công ty nước ngoài, vậy, dùng phương thức nào để thanh toán đây?

### Kiến thức chuyên sâu 知识精讲

**1. Những điều cần lưu ý trong việc lựa chọn phương thức thanh toán 选择结算方式的注意事项**

**(1) Uy tín của khách 客户信用**

Uy tín của khách hàng quyết định trực tiếp kết quả giao dịch, vì vậy lựa chọn khách hàng có uy tín tốt là rất quan trọng, đối với khách hàng có uy tín không tốt, nên lựa chọn phương thức thanh toán có rủi ro tương đối nhỏ, đối với khách hàng uy tín tốt, có thể lựa chọn phương thức thanh toán có thủ tục đơn giản, chi phí tương đối thấp.

**(2) Thuật ngữ thương mại 贸易术语**

Trong hợp đồng giao dịch, các thuật ngữ thương mại khác nhau, phương thức thanh toán phải khác nhau, thông thường chỉ trong điều kiện giao hàng tượng trưng như CIF, CFR, CPT, CIP, mới có thể sử dụng thư tín dụng hoặc phương thức nhờ thu theo chứng từ. Là một nhà nhập khẩu, bạn nên hiểu các quy định khác nhau của "Quy tắc chung về giải thích các thuật ngữ thương mại quốc tế" do Phòng Thương mại Quốc tế xuất bản về các thuật ngữ thương mại và lựa chọn phương thức thanh toán phù hợp.

**(3) Người vận chuyển 承运人**

Trong nghiệp vụ thực tế, thực lực, uy tín, trình độ quản lý của người vận chuyển có liên quan trực tiếp đến sự an toàn của hàng hóa, bất kể là nhập khẩu hay xuất khẩu, đều phải cố gắng hết sức để do bên ta sắp xếp vận chuyển, nhất là khi xuất khẩu do bên ta sắp xếp vận chuyển, có thể bảo đảm an toàn hàng hóa ở mức cao nhất, phòng ngừa tiền và hàng đều mất trắng.

**(4) Yếu tố tiền tệ** 货币因素

Lựa chọn loại tiền tệ thanh toán trực tiếp liên quan đến vấn đề gánh vác rủi ro tỷ giá hối đoái, nói chung, thanh toán bằng tiền của nước xuất khẩu, rủi ro tỷ giá hối đoái do người mua chịu, thanh toán bằng tiền của nước nhập khẩu, rủi ro ngoại hối do người bán chịu. Ngoài ra, xu hướng giá trị tiền tệ cũng ảnh hưởng trực tiếp đến lợi ích của hai bên, nếu sử dụng đồng tiền yếu thì có lợi cho bên trả tiền, nếu sử dụng đồng tiền mạnh thì có lợi cho bên thụ hưởng.

### 2. Sử dụng kết hợp các phương thức thanh toán khác nhau 不同结算方式的结合使用

**(1) Thư tín dụng kết hợp với chuyển tiền** 信用证与汇付结合

Kết hợp giữa thư tín dụng và chuyển tiền là tiền hàng của một giao dịch, một phần được thanh toán bằng thư tín dụng, tiền tạm ứng hoặc số dư được thanh toán bằng chuyển tiền. Hình thức kết hợp phương thức thanh toán này thường được sử dụng trong giao dịch một số sản phẩm thô sơ có số lượng giao hàng có mức độ linh hoạt nhất định, ví dụ như hai bên xuất nhập khẩu thỏa thuận trong hợp đồng thanh toán 90% tiền hàng bằng thư tín dụng, 10% số hàng còn lại được chuyển đến cảng đích, sau khi kiểm tra đạt tiêu chuẩn, xác định số tiền còn lại theo số lượng hàng thực tế đến, thanh toán bằng phương thức chuyển tiền. Để sử dụng hình thức thanh toán này, trước hết phải quy định rõ trong hợp đồng sử dụng loại thư tín dụng nào và phương thức chuyển tiền nào, cùng với tỷ lệ thanh toán số tiền.

**(2) Thư tín dụng kết hợp với nhờ thu** 信用证与托收结合

Sự kết hợp giữa thư tín dụng và nhờ thu là việc thanh toán tiền hàng cho một giao dịch, một phần được thanh toán bằng thư tín dụng (thường là 40% đến 70% giá trị hợp đồng), phần còn lại được thanh toán bằng phương thức nhờ thu thanh toán ngay hoặc chuyển khoản. Cách làm cụ thể thường là: phải do ngân hàng phát hành thư tín dụng kiêm nhiệm ngân hàng thu hộ, trong thư tín dụng quy định nhà xuất khẩu mở hai tờ hối phiếu, một phần tiền hàng dưới thư tín dụng được thanh toán bằng phiếu trống, một phần bằng phương thức nhờ thu thì kèm theo một bộ chứng từ vận chuyển hàng hóa, sau khi bên nhập khẩu thanh toán toàn bộ hóa đơn mới có thể giao hóa đơn.

Phương thức này có thể giảm bớt việc chiếm dụng tiền ký quỹ và hạn mức ký quỹ của nhà nhập khẩu, tăng tốc độ quay vòng vốn. Đối với nhà xuất khẩu mà nói, có một phần thư tín dụng bảo đảm, hơn nữa thư tín dụng quy định hóa đơn vận chuyển hàng hóa đi theo hối phiếu, ngân hàng phát hành phải đợi sau khi thanh toán toàn bộ tiền hàng mới có thể giao hóa đơn cho nhà nhập khẩu, cho nên thu ngoại tệ tương đối an toàn.

**(3) Kết hợp giữa nhờ thu và chuyển tiền** 跟单托收与汇付相结合

Phương thức thanh toán được quy định trong hợp đồng là người mua thanh toán trước hoặc đặt cọc một số tiền nhất định sau khi ký hợp đồng. Phần còn lại sau khi vận chuyển hàng hóa được gửi qua ngân hàng. Ví dụ, nếu người mua đã trả 20% đến 30% tiền đặt cọc, thông thường sẽ không từ chối thanh toán tiền hàng, nếu không tiền đặt cọc sẽ không thể lấy lại.

Theo phương thức này, rủi ro thu ngoại tệ của bên bán sẽ giảm đi rất nhiều, cho dù bên mua từ chối thanh toán, bên bán vẫn có thể vận chuyển hàng hóa về nước, tiền đặt cọc sẽ dùng để thanh toán phí vận chuyển khứ hồi.

**(4) Kết hợp giữa chuyển tiền, nhờ thu, thư tín dụng** 汇付、托收、信用证相结合

Phương thức kết hợp chuyển tiền, nhờ thu, thư tín dụng kết hợp thường được sử dụng để thanh toán tiền hàng cho máy móc, thiết bị, phương tiện giao thông vận tải cỡ lớn. Loại sản phẩm này có giá trì giao dịch lớn, chu kỳ sản xuất dài, phương pháp kiểm nghiệm phức tạp, điều kiện giao hàng nghiêm ngặt và thời hạn bảo đảm chất lượng sản phẩm dài, thường yêu cầu người mua trả trước một phần tiền hàng hoặc tiền đặt cọc bằng phương thức chuyển tiền, phần lớn tiền hàng thanh toán bằng thư tín dụng, phần còn lại thanh toán bằng phương thức nhờ thu. Thời hạn thanh toán khoản cuối tương đối dài, thông thường khi bên bán hoàn thành toàn bộ trách nhiệm giao hàng hoặc hết thời hạn đảm bảo chất lượng, sau khi kiểm tra đạt tiêu chuẩn mới thanh toán.

## TỪ MỚI

chấp nhận thanh toán 承兑
chi phiếu 支票
chuyển tiền 汇付
chuyển tiền bằng điện 电汇
chuyển tiền bằng thư 信汇
chuyển tiền bằng hối phiếu 票汇
chứng khoán 证券
hối phiếu 汇票
ký hậu 背书
kỳ phiếu 本票
nhắc nhở 提示
nhờ thu 托收
ngân hàng chiết khấu 议付行
ngân hàng thụ hưởng 汇入行
ngân hàng thu hộ 代收行
phát hành phiếu 出票
phương thức thanh toán 结算方式
thanh toán 付款
tiền mặt 现金
thư tín dụng 信用证

## BÀI TẬP

### I. Giải thích các thuật ngữ

1. D/P 付款交单
2. người nộp đơn 开证申请人
3. hối phiếu 汇票
4. chuyển tiền bằng điện 电汇
5. ký hậu 背书

### II. Chọn đáp án

1. Điều khoản lệnh chuyển tiền của giấy chứng từ nước ngoài, cột người trả tiền nên là ( ).

A. ngân hàng phát hành　　B. người nộp đơn

C. ngân hàng chiết khấu　　D. ngân hàng thông báo

2. Phương thức thu hộ là ủy thác và thu tiền qua ngân hàng, sử dụng lệnh chuyển tiền là ( ).

A. hối phiếu thương mại là tín dụng ngân hàng

B. hối phiếu ngân hàng là tín dụng ngân hàng

C. hối phiếu thương mại là tín dụng thương mại

D. hối phiếu ngân hàng là tín dụng thương mại

3. Một công ty đã phát hành một lệnh chuyển tiền với ghi "At 90 days after sight", đó là: ( ).

A. hối phiếu trả ngay　　B. hối phiếu có trả chậm

C. phiếu trơn　　D. hối phiếu kèm chứng từ

4. Theo phương thức thanh toán thư tín dụng, cách người nhận lệnh chuyển tiền thường được viết ( ).

A. lệnh hạn chế　　B. lệnh chỉ thị

C. lệnh cho người giữ L/C　　D. lệnh người tới

5. Trong quá trình sử dụng hối phiếu, liên kết chấm dứt tất cả các khoản nợ của hối phiếu là ( ).

A. nhắc nhở　　B. chấp nhận thanh toán

C. kí hậu　　D. thanh toán

6. Trong thanh toán thương mại quốc tế, dựa trên tín dụng thương mại nói chung, người thụ hưởng ký phát lệnh chuyển tiền dưới tên riêng của họ làm chứng từ, ủy thác cho bên thứ ba (ngân hàng) thay mặt cho người trả tiền ở nước ngoài để thu hộ phương thức thanh toán được gọi là ( ).

A. chuyển tiền　　B. chuyển tiền bằng điện

C. nhờ thu　　　　　　　　　　D. thư tín dụng

7. Trong việc nhờ thu kèm chứng từ, ủy thác cho các ngân hàng nhờ thu và ngân hàng nhờ thu (　　) về việc thu hồi, không thể tránh khỏi các khoản thanh toán.

A. không có trách nhiệm

B. có một phần trách nhiệm

C. có trách nhiệm

D. xác định trách nhiệm tùy thuộc vào hoàn cảnh cụ thể

8. "Thư tín dụng là một loại tài liệu tự túc", có nghĩa là (　　).

A. thư tín dụng độc lập với hợp đồng giao dịch và không liên quan gì đến hợp đồng giao dịch

B. thư tín dụng được mở bởi ngân hàng mở và không liên quan đến những người khác

C. người thụ hưởng không có quyền phản đối nếu các điều khoản của thư tín dụng không phù hợp với các điều khoản của hợp đồng giao dịch

D. thư tín dụng dựa trên hợp đồng giao dịch làm cơ sở để mở, nhưng độc lập với hợp đồng giao dịch ngay sau khi mở

9. Trong phương thức thanh toán, theo thứ tự từ lớn đến nhỏ, các rủi ro mà bên xuất khẩu phải chịu, nên được thanh toán bằng (　　).

A. hóa đơn thanh toán, giấy chứng nhận thanh toán, thư tín dụng kèm chứng từ

B. giấy chứng nhận thanh toán, hóa đơn thanh toán, thư tín dụng kèm chứng từ

C. thư tín dụng kèm chứng từ, giấy chứng nhận thanh toán, hóa đơn thanh toán

D. thư tín dụng kèm chứng từ, hóa đơn thanh toán, giấy chứng nhận thanh toán

10. Các phương thức thanh toán sau đây, cái nào có lợi nhất cho các nhà xuất khẩu (　　).

A. thanh toán khi nhận hàng

B. phương thức D/P

C. phương thức D/A

D. thư tín dụng thanh toán ngay lập tức không thể thu hồi

### III. Trả lời các câu hỏi

1. Thư tín dụng có những đặc điểm gì?
2. Tóm tắt mối quan hệ giữa thư tín dụng và hợp đồng.
3. Tóm tắt các điểm và điểm khác biệt của phương thức D/P và D/A.
4. Thuận hối và nghịch hối có đặc điểm gì?
5. Tóm tắt hối phiếu là gì?

## 知识拓展

### 2022年人民币国际化报告

2021年以来，中国人民银行坚持以习近平新时代中国特色社会主义思想为指导，坚决贯彻党中央、国务院决策部署，完整、准确、全面贯彻新发展理念，坚持改革开放和互利共赢，以市场驱动企业自主选择为基础，稳慎推进人民币国际化，为实体经济平稳运行提供有力支撑。人民币国际化各项指标总体向好，人民币支付货币功能稳步提升，投融资货币功能进一步深化，储备货币功能不断上升，计价货币功能逐步增强。

实体经济相关跨境人民币结算量保持较快增长，大宗商品、跨境电商等领域成为新的增长点，跨境双向投资活动持续活跃。人民币汇率总体呈现双向波动态势，市场主体使用人民币规避汇率风险的内生需求逐步增长。人民币跨境投融资、交易结算等基础性制度持续完善，服务实体经济能力不断增强。

下一阶段，中国人民银行将坚持以习近平新时代中国特色社会主义思想为指导，坚决贯彻落实党中央、国务院决策部署，统筹好发展和安全，以市场驱动、企业自主选择为基础，稳慎推进人民币国际化。进一步夯实人民币跨境使用的基础制度安排，满足好实体部门的人民币使用需求，推动更高水平金融市场双向开放，促进人民币在岸、离岸市场良性循环。同时，持续完善本外币一体化的跨境资本流动宏观审慎管理框架，建立健全跨境资本流动监测、评估和预警体系，牢牢守住不发生系统性风险的底线。

资料来源：人民银行.《2022年人民币国际化报告》概要[R/OL]. 2022-9-23. http://www.pbc.gov.cn/goutongjiaoliu/113456/113469/4666144/index.html.

# CHƯƠNG X KIỂM DỊCH HÀNG HÓA, BỒI THƯỜNG, BẤT KHẢ KHÁNG VÀ TRỌNG TÀI

# 第十章 商品检疫、索赔、不可抗力和仲裁

## Mục tiêu kiến thức 知识目标

1. **Hiểu được ý nghĩa, vai trò của việc kiểm nghiệm hàng hóa, nắm vững quyền kiểm nghiệm và các quy định của cơ quan kiểm nghiệm hàng hóa, thời gian kiểm nghiệm, địa điểm kiểm nghiệm cùng với phương pháp và thủ tục kiểm nghiệm, vai trò của giấy chứng nhận kiểm nghiệm thương mại**
   了解商品检验的意义、作用，掌握检验权及商品检验机构、检验时间、地点的规定及检验方法和程序，商检证书的作用
2. **Hiểu ý nghĩa của yêu cầu bồi thường và các phương pháp quy định của các điều khoản yêu cầu bồi thường**
   了解索赔的含义与索赔条款的规定方法
3. **Nắm vững ý nghĩa, phạm vi và hậu quả của sự cố bất khả kháng**
   掌握不可抗力事故的含义、范围及后果
4. **Hiểu được ý nghĩa, bản chất, thỏa thuận trọng tài và tổ chức trọng tài**
   了解仲裁的含义、性质、仲裁协议及仲裁机构

## Dẫn nhập vào bài 课前导入

Một công ty thương mại ở Thượng Hải nhập khẩu 20.000 tấn bánh đậu nành thông thường từ Argentina, giao hàng vào cuối tháng 8, sẽ được bán lại sang châu Âu. Tuy nhiên, vào tháng 4, địa điểm thu mua ban đầu của bên Argentina đã xảy ra lũ lụt hiếm có, kế hoạch thu mua đã thất bại. Bên Argentina lấy lý do bất khả kháng, yêu cầu miễn trách nhiệm giao hàng, công ty nhập khẩu Thượng Hải trả lời từ chối. Bên Argentina từ chối thực hiện hợp đồng, nhà nhập khẩu Thượng Hải chỉ có thể nhập bù từ thị trường quốc tế trong thời gian giao hàng của bên Argentina, sau đó đề xuất yêu cầu bồi thường, nhưng phía bên kia cũng từ chối. Vì vậy, công ty nhập khẩu Thượng Hải theo các điều khoản trọng tài, nộp đơn khởi kiện cho cơ quan trọng tài. Bên Argentina lấy lý do bất khả kháng để yêu cầu miễn trách nhiệm giao hàng có hợp lý không? Yêu cầu bồi thường của công ty Thượng Hải có hợp lý không? Hội đồng trọng tài sẽ đưa ra phán quyết thế nào?

**Kiến thức chuyên sâu 知识精讲**

Trong thương mại hàng hóa quốc tế, người mua và người bán thường mất một khoảng thời gian khá dài từ ký kết hợp đồng đến thực hiện thực tế. Trong quá trình này, tình hình thị trường thay đổi bất thường, đồng thời bị ảnh hưởng bởi những thay đổi về tình hình chính trị, kinh tế và điều kiện tự nhiên. Để tránh và giảm bớt tranh chấp thương mại và xử lý tranh chấp hợp đồng theo ước định, trong hợp đồng mua bán hàng hóa quốc tế, cần phải thỏa thuận trước: cơ quan kiểm nghiệm hàng hóa xuất nhập khẩu và giấy chứng nhận kiểm nghiệm cần thiết, những ý kiến bất đồng và điều khoản yêu cầu bồi thường, điều khoản tiền phạt vi phạm hợp đồng, điều khoản đặt cọc, điều khoản trọng tài, điều khoản bất khả kháng.

## PHẦN I KIỂM TRA HÀNG HÓA XUẤT NHẬP KHẨU
## 第一节 进出口商品检验

### 1. Ý nghĩa và vai trò của việc kiểm nghiệm hàng hóa xuất nhập khẩu 进出口商品检验的意义与作用

**(1) Ý nghĩa của việc kiểm nghiệm hàng hóa xuất nhập khẩu 进出口商品检验的含义**

Kiểm nghiệm hàng hóa xuất nhập khẩu, được gọi là "kiểm nghiệm hàng hoá", chỉ việc kiểm nghiệm, giám định, quản lý các mặt hàng do cơ quan giám định hàng hóa thực hiện về chất lượng, quy cách, số lượng, trọng lượng, bao bì, vệ sinh, an toàn của người bán hoặc hàng đã giao.

**(2) Ý nghĩa và vai trò của việc kiểm nghiệm hàng hóa 商品检验的意义与作用**

Kiểm nghiệm hàng hóa xuất nhập khẩu là một nội dung quan trọng trong việc mua bán hàng hóa quốc tế.

① Kiểm nghiệm hàng hóa xuất nhập khẩu là yêu cầu của pháp luật và pháp quy.

"Luật kiểm nghiệm hàng hóa xuất nhập khẩu của Nước Cộng hòa Nhân dân Trung Hoa" quy định rằng hàng hóa nhập khẩu không được phép bán và sử dụng nếu chưa được kiểm nghiệm; hàng hóa không được phép xuất khẩu mà chưa được kiểm nghiệm.

Công ước Liên hợp quốc về Hợp đồng mua bán hàng hóa quốc tế quy định rằng bên mua phải kiểm nghiệm hàng hóa trong thời gian hợp lý ngắn nhất hoặc do người khác kiểm nghiệm hàng hóa tùy thuộc vào thực tế, và nếu hợp đồng liên quan đến vận chuyển, việc kiểm nghiệm có thể bị trì hoãn cho đến khi hàng hóa đến đích.

② Ngăn chặn sự lây lan của các bệnh truyền nhiễm và bảo vệ sức khỏe con người.

③ Ngăn chặn lây nhiễm sâu bệnh, gây nguy hiểm cho sự sinh trưởng của động thực vật và sức khỏe cuộc sống của con người.

④ Ngăn chặn ô nhiễm và xuất nhập khẩu hàng hóa có chất độc hại, và bảo vệ môi trường sinh thái.

⑤ Bảo đảm chất lượng hàng hóa xuất nhập khẩu, bảo vệ quyền và lợi ích hợp pháp của thương nhân và người tiêu dùng.

**2. Thời gian và địa điểm kiểm nghiệm hàng hóa 商品检验的时间和地点**

Xác định thời gian và địa điểm kiểm nghiệm, thực tế là xác định bên mua hay bên bán có quyền kiểm nghiệm hàng hóa, tức là bên nào cung cấp giấy chứng kiểm. Trong hợp đồng mua bán hàng hóa quốc tế có bốn phương pháp xác định như sau:

① Chất lượng hoặc trọng lượng ngoài khơi là tiêu chuẩn (kiểm nghiệm tại nước xuất khẩu)

离岸品质或重量为标准（在出口国检验）

♦ Kiểm nghiệm nguồn gốc (nhà máy)

♦ Kiểm nghiệm cảng vận chuyển (mặt đất)

Lưu ý: Hai phương pháp trên quyền xem xét của bên mua không được chấp nhận, gây bất lợi cho bên mua.

② Chất lượng hàng đến, trọng lượng hàng đến (kiểm nghiệm tại nước nhập khẩu)

到岸品质、到岸重量（在进口国检验）

♦ Kiểm nghiệm sau khi dỡ hàng tại cảng (địa điểm) đích

♦ Kiểm nghiệm tại địa điểm kinh doanh của bên mua hoặc tại địa điểm của người dùng cuối

Lưu ý: Khi áp dụng các phương pháp trên, bên bán phải chịu trách nhiệm về chất lượng hoặc số lượng giao hàng, gây bất lợi cho bên bán.

③ Kiểm nghiệm tại nước xuất khẩu, kiểm nghiệm lại ở nước nhập khẩu

在出口国检验，在进口国复验

♦ Kiểm nghiệm lại: có nghĩa là người mua có quyền kiểm nghiệm lại sau khi nhận được hàng hóa

♦ Thời gian kiểm nghiệm lại phụ thuộc vào tính chất của hàng hóa và tình hình cảng

Trong trường hợp này, cơ quan kiểm nghiệm lại và địa điểm kiểm tra lại phải được quy định trong hợp đồng.

Phương pháp này có tính đến lợi ích của cả hai bên mua bán, công bằng và hợp lý, là một trong những phương pháp được sử dụng phổ biến nhất trong nghiệp vụ thương mại quốc tế hiện nay.

④ Cảng xếp hàng kiểm tra trọng lượng, cảng đích kiểm tra chất lượng

装运港检验重量、目的港检验品质

Kiểm nghiệm hàng hóa trong mua bán khối lượng lớn, để điều hòa các mâu thuẫn giữa bên mua và bên bán về vấn đề kiểm tra hàng hóa, việc kiểm tra trọng lượng hàng hóa và kiểm tra chất lượng thường được thực hiện riêng biệt.

Theo cách này, trọng lượng được kiểm nghiệm tại cảng xếp hàng làm căn cứ cho việc giao hàng và thanh toán cuối cùng; Chất lượng kiểm tra tại cảng đích làm cơ sở cho việc giao hàng và thanh toán cuối cùng.

### 3. Tổ chức kiểm nghiệm hàng hóa 商品检验的机构

**(1) Tổ chức kiểm nghiệm hàng hóa quốc tế 国际上的商品检验机构**

① Chính thức 官方

Chẳng hạn như Cục Quản lý Thực phẩm và Dược phẩm Hoa Kỳ (FDA)

如：美国食品药物管理局（FDA）

Chẳng hạn như Tổng cục Kiểm tra, Giám sát Chất lượng và Kiểm dịch Trung Quốc (AQSIQ)

如：中华人民共和国国家质量监督检验检疫总局（AQSIQ）

② Bán chính thức 半官方

Chẳng hạn như Tổ chức hợp tác giữa các phòng thí nghiệm (UL)

如：美国保险商试验所（UL）

③ Không chính thức 非官方

Chẳng hạn như Công ty Giám định Chung Geneva, Thụy Sĩ (SGS)

如：瑞士日内瓦通用鉴定公司（SGS）

**(2) Tổ chức kiểm nghiệm hàng hóa của Trung Quốc 中国的商品检验机构**

Cục Kiểm nghiệm và Kiểm dịch xuất nhập cảnh nước Cộng hòa Nhân dân Trung Hoa (CIQ)

中华人民共和国国家出入境检验检疫局（CIQ）

Tổng Công ty Kiểm nghiệm hàng hóa xuất nhập khẩu Trung Quốc (CCIC)

中国进出口商品检验总公司（CCIC）

Các cơ quan kiểm nghiệm và kiểm dịch chuyên nghiệp khác: thuốc men, thiết bị đo lường, nồi hơi và bình áp lực, tàu bè, máy bay, văn vật, v.v.

其他专业检验检疫部门：药品、计量器具、锅炉及压力容器、船舶、飞机、文物等。

### 4. Giấy chứng nhận kiểm nghiệm hàng hóa 商品检验证书

Sau khi cơ quan kiểm nghiệm và kiểm dịch đã kiểm nghiệm, kiểm dịch hàng hóa xuất nhập khẩu, theo kết quả kiểm nghiệm hoặc các mục giám định khác nhau, sẽ ký phát các loại giấy chứng nhận kiểm nghiệm, giấy giám định hoặc các tài liệu chứng nhận khác, được gọi chung là giấy chứng kiểm.

**(1) Vai trò của giấy chứng kiểm 检验证书的作用**

① Làm căn cứ để chứng minh rằng chất lượng, trọng lượng (số lượng), bao bì và điều kiện vệ sinh của hàng hóa được giao cho người bán có phù hợp với các quy định của hợp đồng hay không;

② Làm căn cứ để bên mua đưa ra ý kiến bất đồng, từ chối nhận hàng, yêu cầu bồi thường, giải quyết tranh chấp về các điều kiện chất lượng, trọng lượng, bao bì, v.v.

③ Là một trong những chứng từ mà người bán đã thương lượng với ngân hàng;

④ Là chứng từ để làm thủ tục hải quan và thông quan.

**(2) Các loại giấy chứng nhận hàng hóa (12 loại)** 检验证书种类（共 12 种）

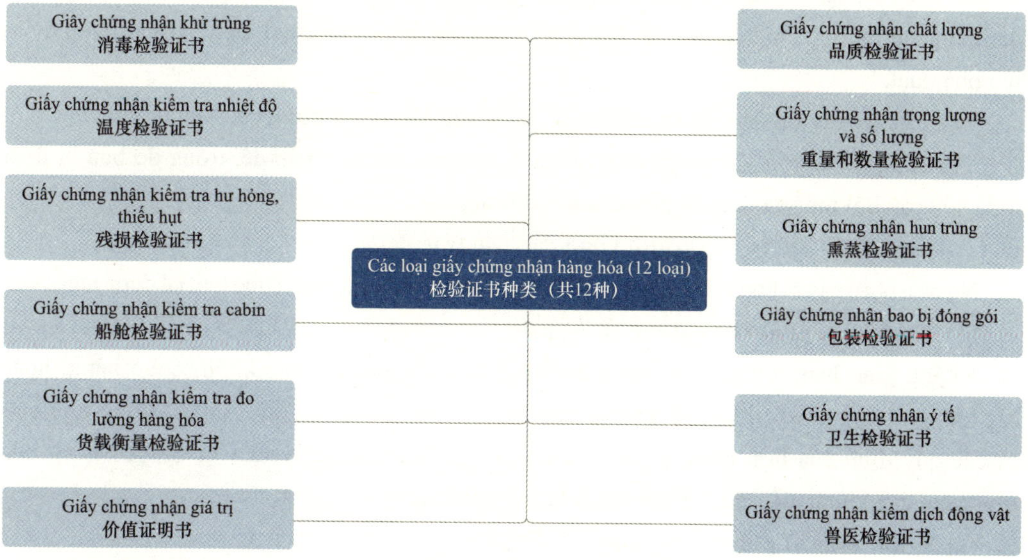


**5. Thủ tục kiểm nghiệm hàng hóa xuất nhập khẩu của Trung Quốc** 我国进出口商品的检验程序

**(1) Chấp nhận kiểm nghiệm** 接受报检

**(2) Lấy mẫu** 抽样

**(3) Kiểm nghiệm** 检验

**(4) Ký phát chứng nhận** 签证

**6. Điều khoản kiểm nghiệm trong hợp đồng** 合同中的检验条款

Các điều khoản kiểm nghiệm thường bao gồm những nội dung sau đây: các quy định về quyền kiểm nghiệm, thời gian và địa điểm kiểm nghiệm hoặc kiểm nghiệm lại, tổ chức kiểm nghiệm, hạng mục kiểm nghiệm và giấy chứng nhận kiểm nghiệm, tiêu chuẩn kiểm nghiệm, v.v.

## PHẦN II TRANH CHẤP VÀ YÊU CẦU BỒI THƯỜNG

# 第二节 争议和索赔

Các yêu cầu bồi thường liên quan đến thương mại quốc tế thường có ba trường hợp, cụ thể là yêu cầu bồi thường mua bán hàng hóa, yêu cầu bồi thường vận chuyển và yêu cầu bồi thường bảo hiểm. Phần này chủ yếu nói về nội dung yêu cầu bồi thường mua bán hàng hóa.

**1. Ý nghĩa của tranh chấp và yêu cầu bồi thường** 争议与索赔的含义

Tranh chấp (Disputes) là tranh chấp phát sinh từ việc một bên giao dịch cho rằng bên khác không thực hiện một phần hoặc toàn bộ trách nhiệm và nghĩa vụ của mình theo hợp đồng.

Yêu cầu bồi thường (Claim) có nghĩa là sau khi tranh chấp xảy ra, bên bị thiệt hại đưa ra yêu cầu bồi thường với bên vi phạm hợp đồng, về mặt pháp lý là đòi quyền lợi, về mặt kinh doanh thực tế thường chỉ bên bị thiệt hại đưa ra yêu cầu bồi thường với bên vị phạm hợp đồng theo phát luật.

Yêu cầu bồi thường là việc tiếp nhận và xử lý yêu cầu bồi thường của bên bị thiệt hại.

Yêu cầu bồi thường và bồi thường là hai khía cạnh của một vấn đề, trong đó bên bị thiệt hại là yêu cầu bồi thường, bên vi phạm là bồi thường.

**2. Các nguyên nhân gây tranh chấp** 引起争议的原因

Nguyên nhân gây ra tranh chấp của hai bên mua bán rất nhiều, cơ bản có thể tóm tắt được như sau:

**(1) Bên bán vi phạm hợp đồng 卖方违约**

Không giao hàng đúng thời hạn giao hàng của hợp đồng, hoặc không giao hàng, hoặc chất lượng, thông số kỹ thuật, số lượng, bao bì, v.v. của hàng hóa được giao không phù hợp với các quy định của hợp đồng (hoặc thư tín dụng), hoặc các giấy tờ vận chuyển hàng hóa được cung cấp không đầy đủ, không đủ số lượng bản sao, v.v.

**(2) Người mua vi phạm hợp đồng 买方违约**

Thanh toán bằng thư tín dụng nhưng không theo đúng thời hạn hoặc không mở thư tín dụng; không thanh toán theo quy định của hợp đồng, từ chối nhận hàng một cách vô lý.

**(3) Cả hai bên mua bán đều phải chịu trách nhiệm về vi phạm hợp đồng 买卖双方均负有违约责任**

Nếu các điều khoản của hợp đồng không rõ ràng, dẫn đến sự hiểu biết hoặc giải thích không thống nhất giữa hai bên, dẫn đến vi phạm hợp đồng của một bên, gây ra tranh chấp; hoặc trong việc thực hiện hợp đồng, cả hai bên đều vi phạm hợp đồng.

**3. Các giải thích khác nhau về vi phạm hợp đồng dựa vào pháp luật các nước khác nhau** 不同法律对违约行为的不同解释

**(1) Pháp luật Anh 英国的法律规定**

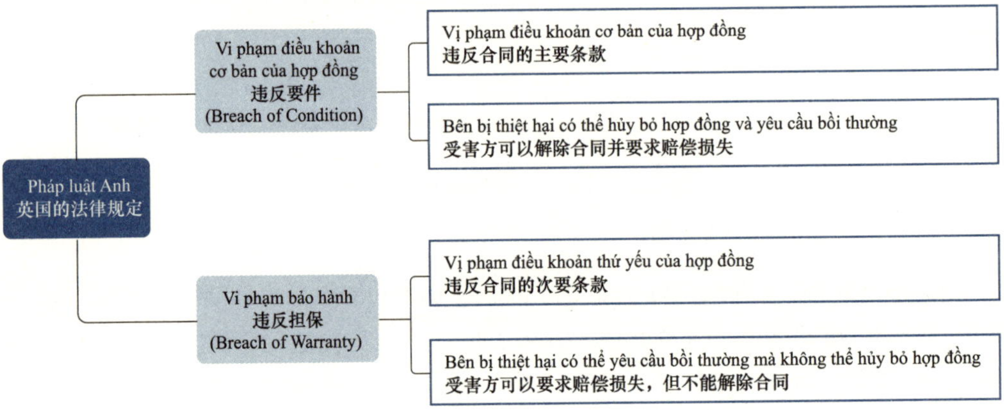

**(2) Pháp luật Mỹ 美国法律的规定**

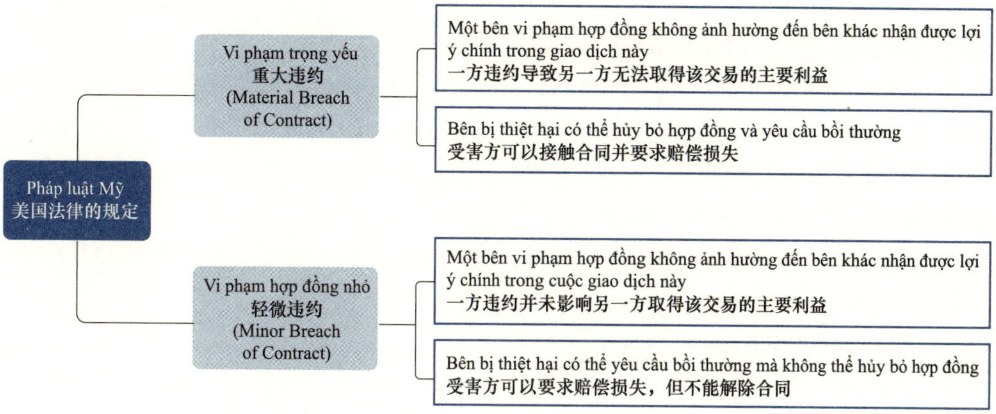


**(3) *Công ước Liên hợp quốc về Hợp đồng mua bán hàng hóa quốc tế* 《联合国国际货物销售合同公约》的规定**

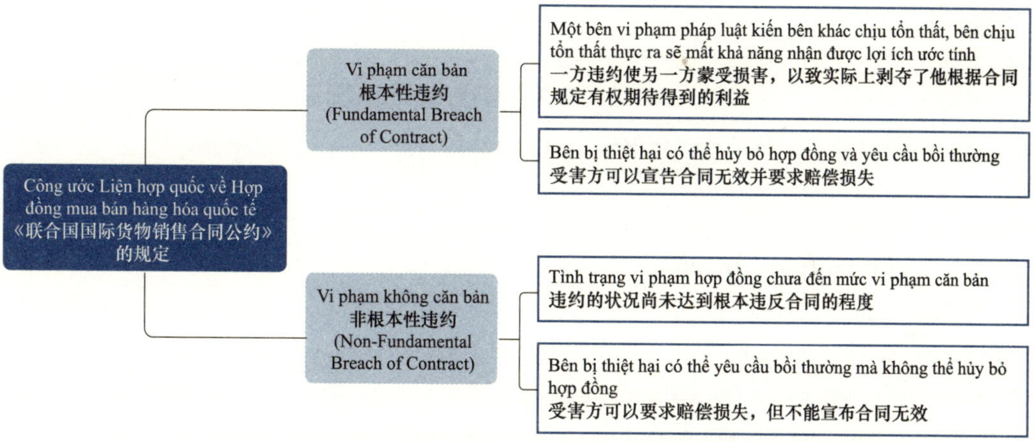


### 4. Điều khoản yêu cầu bồi thường trong hợp đồng 合同中的索赔条款

Trong hợp đồng xuất nhập khẩu, điều khoản yêu cầu bồi thường có hai loại, một là điều khoản phản đối và yêu cầu bồi thường, một là điều khoản tiền phạt.

**(1) Điều khoản phản đối và yêu cầu bồi thường 异议与索赔条款**

Thông thường là các điều khoản ràng buộc bên bán thực hiện nghĩa vụ hợp đồng. Nó thường được ký kết nhằm vào tình hình mà chất lượng, số lượng hoặc bao bì giao hàng của bên bán không phù hợp với các quy định của hợp đồng, chủ yếu bao gồm quyền yêu cầu bồi thường, căn cứ và thời hạn yêu cầu bồi thường, phương pháp và số tiền bồi thường.

① Căn cứ yêu cầu bồi thường 索赔依据

Chủ yếu là quy định các tổ chức chứng nhận và căn cứ phải trình ra khi yêu cầu bồi thường. Các căn cứ yêu cầu bồi thường gồm căn cứ pháp lý và căn cứ sự thật. Điều trước chỉ hợp đồng mua bán và các quy định pháp luật nhà nước có liên quan; điều sau chỉ sự thật vi phạm hợp đồng và căn cứ nhận bằng văn bản, để chứng tỏ tính xác thật của việc vi phạm hợp đồng.

② Thời hạn yêu cầu bồi thường 索赔期限

Là chỉ thời hạn có hiệu lực yêu cầu bên vi phạm hợp đồng bồi thường, nếu quá thời hạn, thì mất quyền yêu cầu bồi thường, bên vi phạm hợp đồng sẽ không bồi thường. Thời hạn yêu cầu bồi thường ở đây chính là thời hạn cọ hiệu lực mà bên mua thực hiện việc kiểm nghiệm lại hàng hóa trong điều khoản kiểm nghiệm.

③ Cách xử lý yêu cầu bồi thường và số tiền yêu cầu bồi thường 处理索赔的办法和索赔金额

**(2) Điều khoản tiền phạt** 罚金条款

Thông thường áp dụng vào trường hợp giao hàng chậm, nhận hàng chậm, trì hoãn mở L/C, trì hoãn thanh toán, v.v. Khác với bồi thường thiệt hại, tiền phạt hoặc tiền phạt vi phạm hợp đồng không dựa trên tổn thất đã phát sinh.

Số tiền phạt chủ yếu dựa vào thỏa thuận trước đó, chia ra thành hai loại tính trừng phạt và tính bồi thường.

## PHẦN III BẤT KHẢ KHÁNG
## 第三节 不 可 抗 力

### 1. Ý nghĩa của bất khả kháng 不可抗力的含义

Bất khả kháng (Force Majeure) có nghĩa là sau khi ký hợp đồng mua bán, không phải do sai lầm hoặc sơ suất của hai bên tham gia hợp đồng, mà là do các sự kiện mà hai bên tham gia hợp đồng không thể lường trước được, không thể phòng ngừa, không thể tránh khỏi và không thể kiểm soát được mà dẫn đến không thể thực hiện hoặc không thể thực hiện hợp đồng đúng tiến độ, trong trường hợp này bên xảy ra sự cố bất ngờ có thể được miễn trách nhiệm thực hiện hợp đồng hoặc gia hạn thực hiện hợp đồng.

Vì vậy, bất khả kháng là một điều khoản miễn trừ trách nhiệm.

### 2. Điều kiện cấu thành bất khả kháng 不可抗力的构成条件

(1) Sự cố phải xảy ra sau khi ký hợp đồng;

(2) Sự cố không phải do sai lầm hoặc sơ suất của hai bên tham gia hợp đồng gây ra;

(3) Sự cố đều không thể kiểm soát và bất lực của cả hai bên tham gia.

### 3. Nguyên nhân gây ra sự cố bất khả kháng 引发不可抗力事故的原因

(1) Sức mạnh tự nhiên: chẳng hạn như lũ lụt, bão, hạn hán, bão tuyết lớn, đóng băng, động đất, núi lửa phun trào và các thiên tai khác mà do sức mạnh tự nhiên gây ra mà con người không thể kiểm soát nổi;

(2) Nguyên nhân xã hội: tức là chiến tranh, đình công, cấm vận của chính phủ, v.v.

Nhận thức và giải thích của các quốc gia về sự cố bất khả kháng gây ra bởi sức mạnh tự nhiên tương đối nhất trí. Nhưng khi giải thích về sự cố bất khả kháng gây ra bởi các nguyên nhân xã hội thì có sự khác biệt khá lớn. Vì vậy, hai bên nên xác định rõ ràng trong hợp đồng.

Lưu ý:

♦ Không thể coi tất cả mọi sự cố do sức mạnh tự nhiên và nguyên nhân xã hội gây ra đều là bất khả kháng.

♦ Rủi ro thị trường, biến động giá cả hàng hóa, thay đổi tỷ giá hối đoái, v.v. không thể được coi là bất khả kháng.

### 4. Các điều khoản bất khả kháng trong hợp đồng 合同中不可抗力条款的规定

Các điều khoản bất khả kháng trong hợp đồng mua bán nên quy định những nội dung chính như sau:

**(1) Phạm vi của sự cố bất khả kháng** 不可抗力事故的范围

Loại sự cố nào cấu thành bất khả kháng, loại nào thì không, bên mua và bên bán nên đạt được sự đồng thuận trong việc đàm phán giao dịch. Việc thể hiện các điều khoản bất khả kháng phải rõ ràng và cụ thể để ngăn chặn sự mơ hồ chung, dẫn đến sự bất đồng trong việc giải thích, tạo ra rắc rối và tổn thất không cần thiết.

**(2) Hậu quả của bất khả kháng (nguyên tắc và phương pháp xử lý)** 不可抗力的后果（处理原则和方法）

Có hai hậu quả của sự cố bất khả kháng: một là hủy bỏ hợp đồng, hai là gia hạn thực hiện hợp đồng.

**(3) Thời hạn và phương thức thông báo cho bên kia sau khi xảy ra sự cố bất khả kháng** 发生不可抗力事故后通知对方的期限和方法

Theo thông lệ quốc tế, khi xảy ra sự cố bất khả kháng ảnh hưởng đến việc thực hiện hợp đồng, các bên tham gia phải kịp thời thông báo cho bên mua, bên kia cũng phải kịp thời trả lời sau khi nhận được thông báo, nếu có bất đồng cũng phải được kịp thời đưa ra. Trong thực tế, bên mua và bên bán để xác định trách nhiệm, trong các điều khoản bất khả kháng thường được quy định rõ ràng về thời hạn và phương thức thông báo cụ thể. Sau khi nhận được thông báo hoặc tài liệu hỗ trợ bất khả kháng của bên kia, bất kể đồng ý hay không bên nhận phải kịp thời trả lời, nếu không, sẽ được coi là ngầm thừa nhận.

**(4) Tài liệu chứng minh và cơ quan cấp giấy chứng nhận** 证明文件及出具证明的机构等

Trong thương mại quốc tế, khi một bên viện dẫn các điều khoản bất khả kháng yêu cầu miễn trừ trách nhiệm, phải nộp cho bên kia một số tài liệu hỗ trợ do một tổ chức nhất định ban hành, như là căn cứ về sự bất khả kháng, ở nước ngoài, thường được cấp bởi phòng thương mại địa phương hoặc cơ quan công chứng hợp pháp. Ở Trung Quốc, do Ủy ban Xúc tiến Thương mại Quốc tế Trung Quốc hoặc văn phòng của nó tại cửa khẩu cấp.

**(5) Phương pháp quy định của các điều khoản bất khả kháng** 不可抗力条款的规定方法

① Liệt kê 列举式

Tức là kê ra từng thứ một, liệt kê chi tiết phạm vi của các sự kiện bất khả kháng.

② Khái quát 概括式

Tức là phạm vi của các sự kiện bất khả kháng chỉ được quy định chung, không quy định cụ thể những sự kiện nào thuộc phạm vi của các sự kiện bất khả kháng.

③ Tổng hợp 综合式

Tức là liệt kê các sự kiện bất khả kháng khá phổ biến, ngoài ra cũng viết thêm các mô tả bổ sung chẳng hạn như "và các sự kiện bất khả kháng khác mà cả hai bên đồng ý". Trong hoạt động xuất nhập khẩu của Trung Quốc, phương pháp quy định này được sử dụng nhiều hơn.

**5. Những điều cần lưu ý khi trích dẫn các điều khoản bất khả kháng** 援引不可抗力条款应注意的事项

Khi các bên giao dịch viện dẫn các điều khoản bất khả kháng yêu cầu miễn trừ trách nhiệm, chúng ta nên xem xét nghiêm ngặt theo các quy định của hợp đồng để xác định xem nội dung mà họ viện dẫn có nằm trong phạm vi của các điều khoản bất khả kháng hay không. Phàm là không thuộc phạm vi điều khoản bất khả kháng lại không có sự đồng ý của cả hai bên thì không thể được xử lý theo sự cố bất khả kháng. Ngay cả có quy định này, hai bên cũng phải thỏa thuận với nhau. Khi một bên không đồng ý thì không thể được coi là sự cố bất khả kháng.

## PHẦN IV TRỌNG TÀI
## 第四节 仲 裁

Trong mua bán hàng hóa quốc tế, các hình thức giải quyết tranh chấp là: thương lượng thân thiện, hòa giải, trọng tài, kiện tụng pháp lý, giải quyết tranh chấp thông qua trọng tài là một phương pháp chính để giải quyết tranh chấp.

**1. Ý nghĩa và đặc điểm của trọng tài** 仲裁的含义及特点

**(1) Ý nghĩa của trọng tài** 仲裁的含义

Trọng tài còn được gọi là phán xử, có nghĩa là bên mua và bên bán đã đạt được một thỏa thuận, trong trường hợp có tranh chấp giữa hai bên, tự nguyện đưa những tranh chấp có liên quan cho bên thứ ba mà được hai bên đồng ý để đưa ra phán quyết, kết quả của phán quyết có tính ràng buộc đối với cả hai bên và cả hai bên phải tuân thủ.

Trong thương mại quốc tế, giải quyết tranh chấp thông qua trọng tài là một cách phổ biến, so sánh với các phương pháp giải quyết tranh chấp khác, thì trọng tài thủ tục đơn giản hơn, chi phí ít hơn, tốc độ nhanh hơn, bầu không khí hài hòa hơn, có lợi cho việc tiếp tục thực hiện giao dịch trong tương lai, và phán xét cũng có hiệu lực pháp lý nhất định.

**(2) Đặc điểm của trọng tài** 仲裁的特点

① Bất kỳ tổ chức trọng tài nào cũng không chấp nhận trường hợp không có thỏa thuận trọng tài. Cho nên các bên tham gia phải ký kết thỏa thuận trọng tài trước hoặc sau khi xảy ra tranh chấp.

② Cơ quan trọng tài thụ lý xử lý tranh chấp là tổ chức tài phán tư, không nhân danh quyền lực nhà nước, không có thẩm quyền bắt buộc, khi xử lý tranh chấp phải dựa trên cơ sở tự nguyện của các bên tham gia.

③ Cả hai bên đương sự đều có quyền tự do lựa chọn trọng tài viên trong tổ chức trọng tài để giải quyết tranh chấp. Trong cuộc tố tụng, các bên đương sự thì không có quyền lựa chọn thẩm phán của tòa án.

④ Quyết định của tổ chức trọng tài mang tính chất cuối cùng và ràng buộc cả hai bên, mà tố tụng thì có tính chất bắt buộc.

⑤ Thủ tục trọng tài đơn giản, xử lý kịp thời, chi phí thấp.

### 2. Hình thức và vai trò của thỏa thuận trọng tài 仲裁协议的形式及作用

#### (1) Hình thức của thỏa thuận trọng tài 仲裁协议的形式

Theo thông lệ quốc tế, bất kỳ bên nào sử dụng phương pháp trọng tài để giải quyết tranh chấp, các bên tham gia phải ký kết một thỏa thuận trọng tài, tức là một thỏa thuận bằng văn bản mà các bên tham gia đồng ý giao tranh chấp giữa họ cho tổ chức trọng tài mà đã được đồng ý của cả hai bên để giải quyết, đó là cơ sở pháp lý cho việc xử lý vụ án tranh chấp của tổ chức trọng tài. Nó có hai hình thức:

① Điều khoản trọng tài 仲裁条款

Thỏa thuận trọng tài phải bằng văn bản. Trong hợp đồng được ký kết trước khi tranh chấp xảy ra, hai bên đã ký kết điều kiện tự nguyện giao tranh chấp cho trọng tài.

② Thỏa thuận trọng tài 提交仲裁协议

Sau khi tranh chấp xảy ra, thoả thuận do hai bên đương sự ký nộp cho trọng tài phán quyết. Nếu thỏa thuận trước và thỏa thuận sau không nhất trí, thì sẽ lấy thỏa thuận sau làm chuẩn. Hai hình thức thỏa thuận trọng tài có hiệu lực pháp lý như nhau.

#### (2) Vai trò của thỏa thuận trọng tài 仲裁协议的作用

① Tranh chấp ràng buộc hai bên tham gia chỉ có thể được giải quyết bằng trọng tài và không thể khởi kiện ra tòa án;

② Không cho tòa án hưởng thẩm quyền đối với các tranh chấp có thỏa thuận;

③ Cho phép tổ chức trọng tài có thẩm quyền đối với các trường hợp thỏa thuận.

### 3. Nội dung của điều khoản trọng tài 仲裁条款的内容

#### (1) Địa điểm trọng tài 仲裁地点

Địa điểm trọng tài có liên quan chặt chẽ đến các quy tắc trọng tài áp dụng cho quyết định, vì vậy, về địa điểm trọng tài của thỏa thuận, các bên nên tranh thủ lựa chọn địa điểm có lợi cho bên mình. Trong hợp đồng xuất nhập khẩu của Trung Quốc, có ba phương pháp quy định sau đây về địa điểm trọng tài:

① Tranh thủ trọng tài tại Trung Quốc

② Đôi khi quy định trọng tài ở nước sở tại của người nộp đơn

③ Quy định trọng tài ở nước thứ ba được hai bên đồng ý

**(2) Tổ chức trọng tài 仲裁机构**

① Tổ chức trọng tài thường trực 常设仲裁机构

Là một tổ chức trọng tài chuyên xử lý tranh chấp thương mại, thực hiện các công việc quản lý và tổ chức của tổ chức trọng tài. Nó có thể được chia thành ba loại: thứ nhất, tổ chức trọng tài quốc tế hoặc khu vực. Chẳng hạn như Tòa án Trọng tài Quốc tế (ICA). Thứ hai, các tổ chức trọng tài mang tính nhà nước, chẳng hạn như Tòa án Trọng tài Quốc tế Luân Đôn và Hiệp hội Trọng tài Mỹ (ICDR). Thứ ba, các tổ chức trọng tài chuyên nghiệp được đặt trong một ngành nghề cụ thể, chẳng hạn như một số hiệp hội, phòng thương mại. Phần lớn trọng tài trong thương mại quốc tế được tổ chức tại các cơ quan thường trực.

② Tổ chức trọng tài tạm thời 临时仲裁机构

Là một hội đồng trọng tài bao gồm trọng tài viên được chỉ định trực tiếp bởi hai bên đương sự, tranh chấp được xử lý xong sẽ tự động giải thể.

Tổ chức trọng tài của Trung Quốc hiện có Ủy ban Trọng tài Kinh tế và Thương mại Quốc tế Trung Quốc (CIETAC) và Ủy ban Trọng tài Hàng hải Trung Quốc (CMAC).

**(3) Quy tắc trọng tài 仲裁规则**

Theo nguyên tắc, nên áp dụng các quy tắc trọng tài tại địa điểm trọng tài, nhưng về mặt pháp lý cũng cho phép sử dụng các quy tắc trọng tài của các tổ chức trọng tài quốc gia (khu vực) khác ngoài địa điểm trọng tài dựa theo thỏa thuận của các bên.

Trong trọng tài Trung Quốc, hai bên đương sự thường đồng ý áp dụng “Quy tắc Trọng tài của Ủy ban Trọng tài Kinh tế và Thương mại Quốc tế Trung Quốc”.

**(4) Hiệu lực của phán quyết trọng tài 仲裁裁决的效力**

Phán quyết trọng tài có tính cuối cùng và ràng buộc đối với cả hai bên. Nếu đưa ra phản đối nào lên tòa án, thì cũng chỉ được giới hạn ở khía cạnh thủ tục tố tụng.

Nếu bên thua kiện không thi hành quyết định, tổ chức trọng tài không thể cưỡng chế thi hành, nhưng bên thắng kiện có quyền khởi kiện lên tòa án có liên quan và yêu cầu tòa án cưỡng chế thi hành. Bên không thi hành án ở nước nào thì yêu cầu tòa án của nước đó thi hành.

**(5) Trách nhiệm chi trả phí trọng tài 仲裁费用承担**

Cần được quy định cụ thể trong điều khoản trọng tài. Thường được quy định do bên thua kiện chịu, mà cũng có trường hợp là do hội đồng trọng tài xem xét cân nhắc xử lý.

### 4. Trình tự trọng tài 仲裁程序

**(1) Nộp đơn khởi kiện tại trọng tài 提出仲裁申请**

**(2) Tổ chức tòa trọng tài 组织仲裁庭**

**(3) Thẩm lý vụ án 审理案件**

**(4) Phán quyết 作出裁决**

Phải là hình thức văn bản, là phán quyết cuối cùng (tính cuối cùng)

**(5) Công nhận và thi hành quyết định trọng tài 仲裁裁决的承认和执行**

## TỪ MỚI

bất đồng chính kiến 异议
bất khả kháng 不可抗力
bệnh truyền nhiễm 传染病
đặt cọc 定金
giấy chứng nhận kiểm tra 检验证书
hòa giải 调解
kiểm tra kiểm dịch hàng hóa 商品检验检疫
kiện tụng pháp lý 法律诉讼
lây nhiễm sâu bệnh 病虫害传染
nộp đơn 申请
phán quyết trọng tài 仲裁裁决
thỏa thuận trọng tài 仲裁协议
thu mua 收购
tiền phạt 罚款
tranh chấp 争议
trì hoãn 拖延
trọng tài 仲裁
bồi thường 理赔
yêu cầu bồi thường 索赔
xử lý 处理

## BÀI TẬP

### I. Giải thích các thuật ngữ

1. tranh chấp 争议
2. bồi thường 理赔
3. yêu cầu bồi thường 索赔
4. trọng tài 仲裁
5. bất khả kháng 不可抗力

### II. Chọn đáp án

1. Để xem xét lợi ích của cả hai bên mua bán, đảm bảo sự kiểm tra công bằng và hợp lý, cách kiểm tra được sử dụng rộng rãi trong thương mại quốc tế là (    ).

A. kiểm tra tại cảng xếp hàng

B. kiểm tra tại cảng đích

C. kiểm tra trọng lượng tại cảng xếp hàng và kiểm tra chất lượng tại cảng đích

D. kiểm tra tại điểm lấy hàng và kiểm tra lại tại điểm đến

2. Xảy ra ( ), vi phạm hợp đồng có thể viện dẫn các điều khoản bất khả kháng yêu cầu miễn trừ trách nhiệm.

A. chiến tranh

B. giá thị trường thế giới tăng

C. sơ suất trong quá trình sản xuất

D. đồng tiền mất giá

3. Trong khi mua bán hàng hóa quốc tế, phương pháp mà quy định phạm vi sự cố bất khả kháng thường được sử dụng là ( ).

A. quy định khái quát

B. không quy định

C. quy định cụ thể

D. quy định tổng hợp

4. "Chất lượng hàng đến, trọng lượng hàng đến" có nghĩa là ( ).

A. kiểm tra tại cảng xếp hàng

B. kiểm tra tại cảng đích

C. kiểm tra tại nước xuất khẩu, kiểm tra lại tại nước nhập khẩu

D. kiểm tra trọng lượng tại cảng xếp hàng và kiểm tra chất lượng tại cảng đích

5. Trong hầu hết các trường hợp giao thiếu hàng, ai nên bị yêu cầu bồi thường ( ).

A. công ty bảo hiểm

B. bên mua

C. bên bán

D. hãng nhận vận chuyển

6. Các điều kiện cần thiết để giải quyết tranh chấp thương mại bằng trọng tài là ( ).

A. hai bên đương sự có thỏa thuận trọng tài

B. hai bên đương sự có ký hợp đồng

C. hai bên đương sự không thể giải quyết bằng cách bàn bạc

D. một bên do kiện tụng không có kết quả mà đưa ra

7. Một công ty Trung Quốc và một công ty Xin-ga-po xuất khẩu một lô hàng với điều kiện CIF, tại thời điểm ký hợp đồng, công ty Trung Quốc đã biết rằng lô hàng này sẽ được xuất khẩu lại sang Hoa Kỳ. Khi lô hàng này đến Xin-ga-po, thì được chuyển sang Hoa Kỳ ngay lập tức. Sau đó, người mua bên Xin-ga-po đã nộp đơn khiếu nại cho bên Trung Quốc dựa trên giấy chứng nhận kiểm tra tại Hoa Kỳ do cơ quan kiểm tra thương mại Hoa Kỳ cấp. Câu hỏi: Giấy chứng nhận kiểm tra của Hoa Kỳ có hợp lệ? ( )

A. Hợp lệ.

B. Không hợp lệ, phải yêu cầu cơ quan kiểm tra thương mại của Xin-ga-po cấp giấy chứng nhận.

C. Không hợp lệ, phải được chứng minh bởi cơ quan kiểm tra thương mại của nước thứ ba hợp lý.

D. Khác.

8. Bên mình đã ký một hợp đồng nhập khẩu phụ tùng máy móc với công ty Đức. Sau khi ký hợp đồng, công ty Đức sắp xếp hai nhà máy đi vào sản xuất cùng một lúc. Trong quá trình sản xuất, một nhà máy bị cháy do sự cố bất ngờ, mất hoàn toàn năng lực sản xuất, công ty Đức (　　).

A. có thể yêu cầu hủy bỏ hợp đồng vì gặp phải sự cố bất khả kháng

B. có thể yêu cầu gia hạn thực hiện hợp đồng vì gặp phải sự cố bất khả kháng

C. có thể yêu cầu gia hạn thực hiện hợp đồng vì gặp phải sự cố bất khả kháng, nhưng bên mình có quyền yêu cầu bồi thường

D. không thuộc phạm vi bất khả kháng, chúng tôi nên yêu cầu công ty Đức thực hiện hợp đồng đúng thời hạn

9. Hiệu lực của phán quyết trọng tài là (　　).

A. có tính cuối cùng, có tính ràng buộc đối với cả hai bên tranh chấp

B. không có tính cuối cùng, nó không ràng buộc đối với cả hai bên tranh chấp

C. đôi khi thì có tính cuối cùng, đôi khi thì không

D. thông thường phải do tòa án phán xét

10. Những cách giải quyết tranh chấp sau đây là có thủ tục đơn giản nhất và chi phí rẻ nhất? (　　)

A. Tham vấn thân thiện.　　B. Hòa giải.

C. Trọng tài.　　D. Kiện tụng pháp lý.

### Ⅲ. Trả lời các câu hỏi

1. Trong hợp đồng mua bán hàng hóa quốc tế, đối với thời gian và địa điểm kiểm tra hàng hóa có những phương pháp quy định gì?

2. Vai trò của giấy chứng nhận kiểm tra hàng hóa là gì?

3. Xin trình bày thủ tục kiểm tra hàng hóa xuất nhập khẩu của Trung Quốc.

4. Trong thương mại quốc tế, có những nguyên nhân gì sẽ dẫn đến tranh chấp?

5. Những điều kiện gì có thể cấu thành sự cố bất khả kháng?

## 知识拓展

### 中国国际经济贸易仲裁委员会

中国国际经济贸易仲裁委员会（中文简称“贸仲委”，英文简称 CIETAC）是世界上主要的常设商事仲裁机构之一。

贸仲委于 1956 年 4 月由中国国际贸易促进委员会（简称“中国贸促会”）组织设立，当时名称为对外贸易仲裁委员会。中国实行对外开放政策以后，为了适应国际经济贸易关系不断发展的需要，对外贸易仲裁委员会于 1980 年改名为对外经济贸易仲裁委员会，又于 1988 年改名为中国国际经济贸易仲裁委员会。2000 年，中国国际经济贸易仲裁委员会同时启用中国国际商会仲裁院的名称。

贸仲委以仲裁的方式，独立、公正地解决国际国内的经济贸易争议及国际投资争端。

贸仲委设在北京，并在深圳、上海、天津、重庆、杭州、武汉、福州、西安、南京、成都、济南、海口、雄安分别设有华南分会、上海分会、天津国际经济金融仲裁中心（天津分会）、西南分会、浙江分会、湖北分会、福建分会、丝绸之路仲裁中心、江苏仲裁中心、四川分会、山东分会、海南仲裁中心和雄安分会。贸仲委在香港特别行政区设立香港仲裁中心，在加拿大温哥华设立北美仲裁中心，在奥地利维也纳设立欧洲仲裁中心。

六十多年来，贸仲委以其仲裁实践和理论活动为中国《仲裁法》的制定和中国仲裁事业的发展做出了贡献。贸仲委还与世界上主要仲裁机构保持着友好合作关系，以其独立、公正和高效在国内外享有盛誉。

资料来源：中国国际经济贸易仲裁委员会. 贸促简介［EB/OL］. 2023-2-23. http://www.cietac.org/index.php?m=Page&a=index&id=2.

# CHƯƠNG XI ĐÀM PHÁN VÀ KÝ KẾT HỢP ĐỒNG
# 第十一章 合同的洽商与订立

### Mục tiêu kiến thức 知识目标

1. **Hiểu bốn giai đoạn đàm phán giao dịch**
   了解交易磋商的四个环节
2. **Nắm vững ý nghĩa, điều kiện cấu thành của chào giávà chấp nhận chào giá**
   掌握发盘和接受的含义、构成条件
3. **Tìm hiểu điều kiện xác lập hợp đồng**
   了解合同成立的条件

Trong mua bán hàng hóa thương mại quốc tế, trên cơ sở bình đẳng và cùng có lợi, người mua và người bán đã nhiều lần đàm phán với nhau và đi đến thống nhất về các điều kiện giao dịch, nói chung, hai bên có thể ký kết hợp đồng chính thức bằng văn bản. Đàm phán giao dịch là một mắt xích không thể thiếu và quan trọng trong quá trình mua bán hàng hóa thương mại quốc tế, nội dung tư vấn giao dịch bao gồm các điều kiện giao dịch khác nhau, trong quá trình đàm phán hai bên nên tìm ra giải pháp mà cả hai bên đều chấp nhận được trên cơ sở bình đẳng cùng có lợi và đạt được sự đồng thuận, để đạt được một tình huống đôi bên cùng có lợi.

## PHẦN I CHUẨN BỊ TRƯỚC ĐÀM PHÁN GIAO DỊCH VÀ NHỮNG VẤN ĐỀ CẦN LƯU Ý TRONG ĐÀM PHÁN
## 第一节 交易磋商前的准备及磋商的注意事项

### Dẫn nhập vào bài 课前导入

Nhân viên bán hàng anh Lý đã biết tại Hội chợ xuất nhập khẩu Trung Quốc năm nay rằng các công ty thương mại Úc quan tâm đến áo phông cotton của công ty chúng tôi. Sau Hội chợ xuất nhập khẩu Trung Quốc, theo danh thiếp mà người quản lý của công ty để lại, anh ấy đã gửi email thông tin về sản phẩm và khả năng cung cấp áo phông cotton với nhiều thông số kỹ thuật khác nhau và sẵn sàng thiết lập mối quan hệ làm ăn lâu dài với công ty. Người bán hàng anh Lý cần làm gì để đạt được giao dịch?

## Kiến thức chuyên sâu 知识精讲

### 1. Khái niệm đàm phán giao dịch 交易磋商的概念

Đàm phán giao dịch là quá trình đàm phán cụ thể các điều kiện giao dịch giữa hai bên để đạt được thỏa thuận, là giai đoạn cần thiết để ký kết hợp đồng mua bán. Nội dung đàm phán giao dịch bao gồm nhiều điều kiện giao dịch có liên quan đến lợi ích kinh tế của các bên, kết quả đàm phán giao dịch quyết định nội dung cụ thể của các điều khoản trong hợp đồng, từ đó xác định quyền và nghĩa vụ của các bên trong hợp đồng.

### 2. Chuẩn bị đàm phán giao dịch 交易磋商前的准备

**(1) Chọn nhân viên đàm phán phù hợp** 选配合适的洽谈人员

Trong quá trình đàm phán giao dịch, người mua và người bán thường xảy ra những bất đồng, tranh chấp do có những lợi ích khác nhau trong việc xác định giá cả, các điều kiện giao dịch và soạn thảo các điều khoản hợp đồng. Để đảm bảo quá trình đàm phán giao dịch diễn ra suôn sẻ, cần lựa chọn trước những nhà đàm phán thông minh và có năng lực để thành lập nhóm đàm phán, nhóm đàm phán này phải bao gồm những nhân sự hiểu rõ kinh doanh, công nghệ, luật pháp và tài chính, đồng thời phải có trình độ hiểu biết chung cao, giỏi thích ứng với những thay đổi và giỏi tìm kiếm sự đồng thuận.

Nhân viên tham gia đàm phán giao dịch nhìn chung phải đáp ứng các điều kiện sau:

① Hiểu rõ với các chính sách kinh tế và thương mại đối ngoại của Trung Quốc;

② Nắm vững tất cả các kiến thức kinh doanh có thể tham gia vào quá trình đàm phán giao dịch;

③ Thông thạo các luật, nghị định và quy tắc về xuất nhập khẩu do nhà nước ban hành, đồng thời am hiểu các luật và thông lệ liên quan đến thương mại quốc tế, chuyển giao công nghệ quốc tế và vận tải quốc tế, cũng như luật quản lý ngoại hối và luật thuế của các nước có liên quan;

④ Thành thạo ngoại ngữ, có khả năng xử lý thư tín bằng tiếng nước ngoài và đàm phán trực tiếp các giao dịch bằng tiếng nước ngoài;

⑤ Có chính sách, chiến lược cao và tâm lý tốt, và giỏi xử lý các vấn đề khác nhau phát sinh trong quá trình đàm phán một cách linh hoạt.

**(2) Chọn đúng thị trường mục tiêu** 选择适当的目标市场

Trước khi đàm phán giao dịch, cần thu thập thông tin thị trường thông qua nhiều kênh khác nhau, đồng thời tăng cường điều tra, nghiên cứu về tình hình cung cấp và bán hàng của thị trường nước ngoài, biến động giá cả, chính sách, luật pháp và biện pháp cũng như tập quán thương mại, để lựa chọn thị trường mục tiêu phù hợp.

**(3) Chọn đối tác thương mại phù hợp** 选择相宜的交易对象

Trước khi đàm phán giao dịch, nền tảng chính trị, văn hóa, tình hình tín dụng, phạm vi kinh doanh, khả năng kinh doanh và phong cách kinh doanh của khách hàng được tìm hiểu và phân tích thông qua nhiều kênh khác nhau. Để lựa chọn và sử dụng khách hàng một cách chính xác, cần phải thiết lập và hoàn thiện các hồ sơ khách hàng để phân loại và xếp bậc các loại khách hàng, để nhận biết và thực hiện chính sách đối xử riêng biệt.

**(4) Lập phương án đàm phán giao dịch** 制定交易磋商的方案

Phương án đàm phán giao dịch là ý định kinh doanh được xác định nhằm hoàn thành nhiệm vụ xuất nhập khẩu một mặt hàng nhất định hoặc một loại hàng hóa nhất định, mục tiêu cao nhất hoặc thấp nhất cần đạt được và các chiến lược, bước đi và thực tiễn cần áp dụng để đạt được mục tiêu. Nó là cơ sở để các nhà đàm phán nước ngoài noi theo. Nội dung phương án hỗn hợp phức tạp với đơn giản.

Kế hoạch kinh doanh được lập cho giao dịch hàng hóa xuất nhập khẩu số lượng lớn thường phải chi tiết và cụ thể hơn, đặc biệt khi xây dựng kế hoạch đàm phán cho một số giao dịch số lượng lớn hoặc mặt hàng chủ lực càng phải chu đáo hơn, đối với xuất nhập khẩu các mặt hàng tổng hợp vừa và nhỏ chỉ cần lập phương án giá đơn giản.

### 3. Những vấn đề cần lưu ý trong đàm phán giao dịch 交易磋商的注意事项

**(1) Sử dụng đúng cách để đàm phán** 运用正确的洽谈方式

Có nhiều phương pháp đàm phán giao dịch khác nhau, nói chung nên áp dụng phương pháp đàm phán về lợi ích thực chất, cố gắng tránh dùng phương pháp đàm phán tranh luận lập trường.

**(2) Đối xử với nhau một cách chân thành và giao tiếp với nhau** 以诚相待，互相沟通

Tất cả các bên tham gia đàm phán giao dịch nên đối xử với nhau một cách chân thành và truyền đạt đầy đủ lợi ích và nhu cầu của họ, bất kỳ bên nào cũng nên cố gắng tìm hiểu nhu cầu thực tế của bên kia và đưa ra lợi ích của mình. Chỉ có vậy, mỗi bên mới có thể xem xét việc đáp ứng các yêu cầu của nhau và giúp cả hai bên đạt được sự đồng thuận và đạt được một thỏa thuận nhất trí.

**(3) Sử dụng linh hoạt các kỹ năng đàm phán kinh doanh** 灵活运用商务洽谈技巧

Trong quá trình đàm phán giao dịch, đôi khi hai bên khó đạt được sự đồng thuận về một số điều kiện giao dịch nhất định, dẫn đến bế tắc trong cuộc đàm phán, trong trường hợp này, nên áp dụng chiến lược và kỹ thuật linh hoạt, và trên tinh thần tìm kiếm sự khác biệt, kết hợp các nguyên tắc và tính linh hoạt, thích ứng tốt với các tình huống thay đổi, phân biệt rõ các yếu tố lợi ích, cân bằng lợi ích, thỏa hiệp và xử lý tốt lợi ích đôi bên, chẳng hạn như trao đổi những điều kiện không quan trọng với mình để đổi lấy những điều kiện không quan trọng của đối phương nhưng lại quan trọng hơn đối với mình.

# PHẦN II CÁC BƯỚC ĐÀM PHÁN GIAO DỊCH
# 第二节 交易磋商的步骤

## Dẫn nhập vào bài 课前导入

Một công ty xuất nhập khẩu của Trung Quốc đã gửi một thư chào giá tới một công ty Úc vào ngày 20 tháng 6, để bán một lô hàng. Thư chào giá đã nêu rõ: Công ty Úc sẽ trả lời trước ngày 25 tháng 6, công ty Trung Quốc sẽ không hủy bỏ việc thông báo bất cứ điều gì xảy ra trước đó. Bức thư kinh doanh dự kiến sẽ đến văn phòng công ty Úc vào ngày 23 tháng 6. Tuy nhiên, công ty Trung Quốc đã thay đổi ý định vào ngày 22 tháng 6 và thông báo cho công ty Úc bằng Fax cùng một ngày, hủy bỏ thư chào giá đã gửi vào ngày 20 tháng 6.

## Kiến thức chuyên sâu 知识精讲

### 1. Hỏi giá 询盘

Hỏi giá là một hành vi kinh doanh của người chuẩn bị mua hoặc bán hàng hóa để hỏi nhà cung cấp hoặc người mua tiềm năng về các điều kiện giao dịch hoặc khả năng giao dịch của hàng hóa, hành vi này không ràng buộc về mặt pháp lý.

Nội dung của thư hỏi giá có thể liên quan đến chất lượng, đặc điểm kỹ thuật, số lượng, bao bì, giá cả, giao hàng và các điều kiện giao dịch khác của một số hàng hóa, và cũng có thể yêu cầu gửi hàng mẫu, hầu hết trong số đó là hỏi về giá giao dịch, vì vậy trong kinh doanh thực tế, một số người cũng gọi hỏi giá là hỏi hàng. Hỏi giá không phải là thủ tục cần thiết cho mỗi cuộc giao dịch, nếu hai bên tham gia giao dịch biết rõ về nhau và không cần hỏi đối phương về điều kiện giao dịch hay khả năng thực hiện giao dịch thì không cần sử dụng đến hỏi giá mà họ có thể trực tiếp đưa ra thư chào giá cho bên kia.

### 2. Chào giá 发盘

Theo Điều 14 khoản 1, *Công ước Liên hợp quốc về Hợp đồng mua bán màng hóa quốc tế*: "Đề nghị ký kết hợp đồng được đưa ra cho một hoặc nhiều người xác định, nếu đủ xác định và bày tỏ ý chí của người đề nghị bị ràng buộc khi được chấp nhận, thì cấu thành giá chào hàng." Trong thời hạn hiệu lực của chào giá, bên chào giá không được tự ý thu hồi, sửa đổi nội dung của chào giá, nếu trong thời hạn hiệu lực mà hai bên thể hiện sự chấp nhận vô điều kiện thì bên chào giá sẽ chịu sự ràng buộc của chào giá và chịu trách nhiệm pháp lý để giao kết hợp đồng với bên kia theo điều kiện của chào giá.

**(1) Điều kiện chào giá 发盘的条件**

① Chào giá nên được đưa ra cho một hoặc nhiều người nhất định

Đề nghị nên được đưa ra cho người xác định, nghĩa là đưa ra cho một công ty hoặc cá nhân xác định. Mục đích của việc đưa ra yêu cầu này là để phân biệt chào giá với quảng cáo thương mại thông thường và bảng giá hàng hóa được phân phối cho công chúng. Vấn đề về các quảng cáo thương mại do công chúng phát hành có cấu thành chào giá hay không, luật và quy định của các quốc gia khác nhau sẽ khác nhau. *Công ước Liên hợp quốc về Hợp đồng mua bán hàng hóa quốc tế* có quan điểm trung lập về vấn đề này, Điều 14 khoản 2 của Công ước quy định: "Một đề nghị không gửi tới một hoặc nhiều người nhất định sẽ được coi như một lời mời thực hiện một đề nghị, trừ khi người đưa ra chào giá bày tỏ rõ ràng ý định trái ngược." Theo quy định này, bản thân quảng cáo thương mại không phải là một chào giá và thường chỉ được coi là lời mời bên kia đưa ra chào hàng. Tuy nhiên, nếu nội dung của quảng cáo thương mại đủ điều kiện là một chào giá và người đặt quảng cáo tuyên bố rõ ràng rằng nó đang được cung cấp như một chào giá, ví dụ bằng cách nêu rõ trong thông báo rằng "quảng cáo này cấu thành một chào giá" hoặc "dưới quảng cáo hàng hóa sẽ được bán cho người đầu tiên thanh toán tiền hàng hoặc phát hành thư tín dụng", v.v. một quảng cáo như vậy cũng có thể được sử dụng như một lời chào giá.

Do đó, trong ứng dụng thực tế, khi thương nhân Trung Quốc quảng cáo và gửi bảng giá sản phẩm ra bên ngoài, họ không nên làm cho bên kia hiểu rằng chúng ta có ý "một khi đã chấp nhận, họ sẽ bị ràng buộc". Khi gửi bảng giá hàng hóa, tốt nhất nên ghi dòng chữ "có thể điều chỉnh bất kỳ lúc nào mà không cần thông báo" hoặc "tùy thuộc vào xác nhận cuối cùng của chúng tôi".

② Nội dung chào giá phải cụ thể, rõ ràng

Theo quy định tại Điều 14 khoản 1, *Công ước Liên hợp quốc về Hợp đồng mua bán hàng hóa quốc tế* thì nội dung chào giá phải xác định. Cái gọi là "Rất chắc chắn" có nghĩa là đề xuất ký kết hợp đồng ít nhất phải bao gồm ba yếu tố cơ bản.

♦ Chỉ rõ tên hàng hóa

♦ Xác định rõ ràng hoặc ngầm định số lượng hàng hóa hoặc phương thức xác định số lượng

♦ Xác định rõ ràng hoặc ngụ ý giá của hàng hóa hoặc phương pháp xác định giá

Bất kỳ đề xuất hợp đồng nào bao gồm ba yếu tố cơ bản trên đều cấu thành một chào giá. Nếu đề nghị được bên kia chấp nhận, hợp đồng mua bán được xác lập.

Những quy định về nội dung chào giá trong *Công ước Liên hợp quốc về Hợp đồng mua bán hàng hóa quốc tế* nêu trên chỉ là những điều kiện tối thiểu để đưa ra chào giá. Trong thực tế kinh doanh, nếu các điều kiện giao dịch của chào giá quá ít hoặc quá đơn giản sẽ gây khó khăn cho việc thực hiện hợp đồng, thậm chí dễ gây ra tranh chấp. Vì vậy, khi chào giá bên ngoài, tốt nhất bạn nên liệt kê từng điều kiện giao dịch chính như tên sản phẩm, chất lượng, số lượng, bao bì, giá cả, thời gian giao hàng, địa điểm giao hàng và phương thức thanh toán.

③ Phải bày tỏ ý định của người chào giá khi bị ràng buộc sau khi người được chào giá chấp nhận

Chào giá là một lời đề nghị để giao kết hợp đồng và ý nghĩa này cần được thể hiện trong chào giá, nếu bên chào giá chỉ đề nghị thương lượng với bên kia về một số điều kiện giao dịch nào chứ hoàn toàn không có ý định bị ràng buộc thì lời đề nghị này không thể được coi là chào giá. Ví dụ: nếu bên đề nghị đưa ra các nhận xét như "chỉ để tham khảo", "tùy thuộc vào xác nhận cuối cùng của bên chào giá" hoặc các điều kiện dành riêng khác trong đề xuất hợp đồng của mình, thì đề xuất hợp đồng đó không phải là chào giá mà chỉ là mời bên kia đưa ra chào giá .

④ Chào giá phải đến tay người được chào giá

Chào giá chỉ có hiệu lực nếu người chào giá đến được với người được chào giá bằng thư, Telex hoặc thông báo bằng miệng, v.v. Nếu người được chào giá không nhận được hoặc chính thức nhận được đề nghị do lỗi đường truyền, giao hàng sai và các lý do khác, thì chào giá sẽ không có hiệu lực và người chào giá sẽ không bị ràng buộc bởi nó.

**(2) Thời hạn hiệu lực của chào giá** 发盘的有效期

Trong các trường hợp thông thường, chào giá chỉ định thời hạn hiệu lực là thời hạn để bên kia thể hiện sự chấp nhận. Nếu quá thời hạn quy định trong chào giá thì bên chào giá không bị ràng buộc. Khi chào giá không xác định thời hạn có hiệu lực thì bên được chào giá phải chấp nhận trong một thời hạn hợp lý thì có hiệu lực. "Thời hạn hợp lý" có nghĩa là gì tùy thuộc vào hoàn cảnh cụ thể. Theo *Công ước của Liên hợp quốc về Hợp đồng mua bán hàng hóa quốc tế*, khi chào giá bằng miệng được thông qua, trừ khi bên chào giá đưa ra tuyên bố khác, người được chào giá chỉ được chấp nhận tại chỗ thì mới có hiệu lực.

Khi giao dịch được thực hiện bằng thư hoặc điện tín, người chào giá thường quy định rõ ràng thời hạn hiệu lực của chào giá và các phương thức quy định như sau.

① Quy định thời hạn chấp nhận chậm nhất 规定最迟接受的期限

Ví dụ: "Chậm nhất vào ngày 8 tháng 7" hoặc "Nhận được chậm nhất vào ngày 8 tháng 7". Khi quy định "hạn chế trả lời đến ngày 8/7", theo cách hiểu của pháp luật một số nước, bên được chuyển nhượng chỉ cần đăng hoặc gửi thông báo chấp nhận đến cơ quan điện báo trước 24h ngày 8/7 theo giờ địa phương. Tuy nhiên, trong thương mại quốc tế, do sự khác biệt về địa điểm thời gian của hai bên trong giao dịch nên bên chào giá thường áp dụng phương thức quy định là nhận thông báo và giao cho bên chào giá. Theo quy định này, thông báo chấp nhận chào giá của bên được chào giá phải được gửi cho bên chào giá chậm nhất là ngày 8/7.

② Quy định một khoảng thời gian chấp nhận chào giá 规定一段接受的期限

Ví dụ: "Chào giá có hiệu lực trong 7 ngày" hoặc "Chào giá có hiệu lực trong vòng 9 ngày". Thông qua phương pháp quy định như vậy, theo *Công ước Liên hợp quốc về Hợp đồng mua bán hàng hóa quốc tế*, thời hạn này phải được tính từ thời điểm bức điện được bàn giao hoặc gửi đi kể từ ngày ghi trên bức thư. Nếu trên thư không ghi ngày gửi thì tính từ ngày có dấu bưu điện. Khi chào giá qua điện thoại hoặc Telex thì được tính từ thời điểm chào giá đến tay người được chào giá. Nếu ngày cuối cùng của thời hạn là ngày nghỉ lễ chính thức hoặc ngày không làm việc tại địa điểm kinh doanh của bên chào giá thì việc chào giá được hoãn sang ngày làm việc tiếp theo.

Ngoài ra, khi xác định thời hạn hiệu lực của chào giá, chênh lệch thời gian do địa điểm kinh doanh khác nhau của hai bên tham gia giao dịch cũng cần được xem xét.

**(3) Thời điểm chào giá có hiệu lực và việc thu hồi, hủy bỏ chào giá** 发盘生效的时间和发盘的撤回与撤销

① Thời điểm chào giá có hiệu lực

Hình thức chào giá bằng miệng và bằng văn bản, hiệu lực pháp lý của chào giá bằng lời nói có hiệu lực khi bên kia hiểu được nội dung của chào giá. Chào giá bằng văn bản có hiệu lực khi chúng đến tay người được chào giá theo Điều 15 của *Công ước Liên hợp quốc về Hợp đồng mua bán hàng hóa quốc tế*. Chào giá không thể có hiệu lực pháp lý cho đến khi nó đến tay người được chào giá. Nói cách khác, chỉ sau khi bên được chào giá nhận được chào giá, tức là sau khi chào giá có hiệu lực thì bên được chào giá mới có thể chấp nhận, dẫn đến việc xác lập hợp đồng. Chào giá không ràng buộc người chào giá cho đến khi nó đến tay người được chào giá.

② Thu hồi chào giá 发盘的撤回

Theo *Công ước Liên hợp quốc về Hợp đồng mua bán hàng hóa quốc tế*, chào giá (bao gồm chào giá được đánh dấu là không thể hủy bỏ), có thể được sửa đổi hoặc thu hồi là nó chưa có hiệu lực, nhầm lẫn hoặc muốn thay đổi ý định vì những lý do khác, bạn có thể sử dụng một phương thức liên lạc nhanh hơn để gửi thông báo thu hồi hoặc thay đổi chào giá cho người được chào giá trước khi hoặc cùng lúc người chào giá nhận được đề nghị và có thể thu hồi chào giá hoặc sửa đổi. Hiểu rõ điểm này có ý nghĩa thiết thực đối với đội ngũ nhân viên kinh doanh xuất nhập khẩu Trung Quốc, nếu muốn thu hồi hoặc sửa đổi một ưu đãi đã được đưa ra, phải có khái niệm chính xác về thời gian, chẳng hạn như thời điểm đưa ra chào giá và thời điểm dự kiến giao cho bên kia, sau đó xem xét liệu có thể thu hồi hoặc sửa đổi chào giá bằng phương thức liên lạc nhanh nhất hay không.

③ Thu hồi chào giá 发盘的撤销

Điều 16 *Công ước Liên hợp quốc về Hợp đồng mua bán hàng hóa quốc tế* quy định trong một khoảng thời gian trước khi chào giá được chuyển cho bên được chào giá, tức là chào giá đã có hiệu lực nhưng bên được chào giá chưa bày tỏ, sự chấp nhận, miễn là bên chào giá thông báo việc thu hồi kịp thời. Sau khi chào giá được giao cho bên được chào giá, chào giá vẫn có thể bị hủy bỏ. Sau khi bên được chào giá đã thông báo chấp nhận thì bên chào giá không có quyền thu hồi chào giá.

Ngoài ra, *Công ước Liên hợp quốc về Hợp đồng mua bán hàng hóa quốc tế* cũng quy định rằng không phải tất cả các chào giá đều có thể hủy bỏ, các chào giá trong hai trường hợp sau đây sẽ không thể hủy bỏ sau khi chúng có hiệu lực:

♦ Quy định thời hạn hiệu lực trong chào giá hoặc chỉ ra theo cách khác rằng không thể thu hồi chào giá;

♦ Người được chào giá có lý do để tin rằng chào giá là không thể hủy bỏ và đã thực hiện dựa trên lời đề nghị.

④ Chấm dứt hiệu lực chào giá 发盘效力的终止

Bất kỳ chào giá nào cũng có thể bị chấm dứt trong một số điều kiện nhất định. Các lý do chấm dứt hiệu lực của chào giá thường bao gồm các khía cạnh sau:

♦ Nếu chào giá không được chấp nhận trong thời hạn hiệu lực được quy định trong chào giá hoặc nếu chào giá không được chấp nhận trong một khoảng thời gian hợp lý, hiệu lực của chào giá sẽ bị chấm dứt.

♦ Người cung cấp thu hồi chào giá theo quy định của pháp luật.

♦ Sau khi bị người được chào giá từ chối hoặc phản đối, tức là khi thông báo từ chối hoặc phản đối được gửi đến người chào giá, hiệu lực của chào giá sẽ chấm dứt.

♦ Sau khi người chào giá đưa ra đề nghị, một sự cố bất khả kháng xảy ra, chẳng hạn như chính phủ nước sở tại ban hành lệnh cấm đối với hàng hóa trong lời đề nghị hoặc ngoại hối bắt buộc. Trong trường hợp này, theo nguyên tắc chung về miễn trừ trách nhiệm trong trường hợp bất khả kháng, hiệu lực của chào giá bị chấm dứt.

♦ Nếu người chào giá hoặc người được chào giá bị mất khả năng (chẳng hạn như mắc bệnh tâm thần, v.v.) trước khi đề nghị được chấp nhận, hiệu lực của đề nghị cũng có thể bị chấm dứt.

### 3. Hoàn giá 还盘

Hoàn giá còn được gọi là trả giá. Hoàn giá chào hàng có nghĩa là người được chào giá không đồng ý hoặc không hoàn toàn đồng ý với các điều kiện đưa ra trong chào giá và đề xuất sửa đổi, đề nghị người chào giá ban đầu xem xét, nghĩa là hoàn giá là sự bổ sung, sửa đổi hoặc thay đổi khác với các điều kiện của chào giá. Nếu phúc đáp của người được chào giá làm thay đổi đáng kể các điều kiện của chào giá, thì nó cấu thành sự từ chối chào giá và hậu quả pháp lý của nó là chào giá ban đầu bị từ chối, và chàogiá ban đầu trở nên vô hiệu và người chào giá ban đầu không còn bị ràng buộc bởi nó nữa. Theo quy định của *Công ước Liên hợp quốc về Hợp đồng mua bán hàng hóa quốc tế*, người được chào giá đề xuất các điều kiện như giá cả, thanh toán, chất lượng, số lượng, thời gian và địa điểm giao hàng, bất kỳ sự bổ sung, thay đổi nào do một bên đề xuất về phạm vi trách nhiệm bồi thường hoặc phương thức giải quyết tranh chấp của bên kia sẽ được coi là sự thay đổi cơ bản trong các điều khoản của chào giá.

Ngoài ra, chấp nhận chào giá có điều kiện cũng là một hình thức chào giá đối ứng. Ví dụ: khi người được chào giá trả lời người chào giá, có thêm các điều kiện như "phải được xác nhận lần cuối", "có giá trị nếu chưa bán được" hoặc các điều kiện bổ sung tương tự, kiểu trả lời này chỉ có thể được coi là hoàn giá hoặc một lời mời chào giá. Bất kỳ hoàn giá nào không đáp ứng các điều kiện chào giá đều coi là "lời mời chào giá". Nếu nội dung của hoàn giá đáp ứng các điều kiện của chào giá, nó sẽ tạo thành một chào giá mới, người hoàn giá chào hàng trở thành người chào giá mới và người chào giá ban đầu trở thành người được chào giá. Họ có quyền chấp nhận, từ chối hoặc hoàn giá lại.

### 4. Chấp nhận chào giá 接受发盘

**(1) Ý nghĩa của việc chấp nhận chào giá và các điều kiện cần đáp ứng 接受发盘的含义与应具备的条件**

Việc chấp nhận chào giá được pháp luật gọi là "Cam kết", có nghĩa là bên được chào giá đồng ý vô điều kiện với các điều kiện giao dịch khác nhau được đề xuất trong chào giá trong thời hạn hiệu lực của chào giá và sẵn sàng ký kết giao dịch với bên kia theo các điều kiện này và kết thúc một hợp đồng. Một khi người được chào giá chấp nhận chào giá trong thời hạn hiệu lực của chào giá, cả hai bên đều bị ràng buộc bởi chào giá đó. Theo các quy định của *Công ước Liên hợp quốc về Hợp đồng mua bán hàng hóa quốc tế*, bên được chào giá chấp nhận chào giá bằng cách tuyên bố với bên chào giá bằng lời nói hoặc bằng văn bản hoặc thông qua các hành động thực tế khác.

Các điều kiện cần được đáp ứng khi chấp nhận chào giá.

Để tạo thành một chấp nhận chào giá hợp lệ, mỗi điều kiện sau đây phải được đáp ứng:

♦ Người được chào giá phải chấp nhận chào giá . Một thư chào giá được đưa ra cho một người cụ thể, do đó, chỉ một người cụ thể mới có thể chấp nhận chào giá đó.

♦ Chấp nhận chào giá phải đồng ý với các điều kiện giao dịch mà chào giá đưa ra. Theo *Công ước Liên hợp quốc về Hợp đồng mua bán hàng hóa quốc tế*, việc chấp nhận chào giá có hiệu lực phải là đồng ý với các điều kiện giao dịch do chào giá đề xuất; chỉ chấp nhận một phần của chào giá hoặc đề xuất sửa đổi đáng kể các điều kiện của chào giá, hoặc đề xuất chấp nhận có điều kiện không thể cấu thành việc chấp nhận chào giá, mà chỉ có thể được coi là hoàn giá chào hàng.

♦ Việc chấp nhận chào giá phải được thực hiện trong thời hạn quy định trong chào giá. Khi chào giá có xác định thời hạn chấp nhận thì bên được chào giá phải chấp nhận trong thời hạn quy định trong chào giá thì mới có hiệu lực.

♦ Phương thức vận chuyển được chấp nhận phải đáp ứng các yêu cầu của chào giá. Khi người chào giá đưa ra lời chào giá, một số chỉ định phương thức giao hàng sẽ được chấp nhận và một số thì không. Nếu chào giá không quy định phương thức vận chuyển thì bên được chào giá có thể tống đạt thông báo chấp nhận chào giá cho bên chào giá theo phương thức vận chuyển mà chào giá đã áp dụng hoặc nhanh hơn.

**(2) Thời gian hiệu lực của việc chấp nhận chào giá 接受发盘生效的时间**

Chấp nhận chào giá là một hành vi pháp lý, khi hành vi pháp lý này có hiệu lực Điều 18 khoản 2, *Công ước Liên hợp quốc về Hợp đồng mua bán hàng hóa quốc tế* quy định rõ ràng rằng nó có hiệu lực khi thông báo chấp nhận chào giá được gửi cho bên chào giá. Nếu thông báo chấp nhận chào giá không đến được với bên chào giá trong thời hạn quy định trong chào giá hoặc chào giá không có thời hạn và không được nhận trong một thời gian hợp lý thì chấp nhận được gọi là chấp nhận muộn. Theo luật pháp của mỗi quốc gia, chấp nhận muộn không phải là chấp nhận hợp lệ. Có thể thấy thời điểm nghiệm thu rất quan trọng đối với cả hai bên.

Ngoài ra, chấp nhận chào giá cũng có thể có hiệu lực khi người được chào giá thực hiện một hành động nào đó. Điều 18, khoản 3, *Công ước Liên hợp quốc về Hợp đồng mua bán hàng hóa quốc tế* quy định rằng nếu chào giá được đưa ra hoặc phù hợp với tập quán hoặc theo tập quán đã được các bên thiết lập, bên được chào giá có thể thực hiện một số hành vi nhất định để thể hiện sự chấp nhận chào giá mà không cần gửi thông báo chấp nhận chào giá cho bên chào giá. Ví dụ: nếu bên chào giá yêu cầu "giao hàng ngay" trong chào giá, thì bên được chào giá có thể đồng ý với chào giá bằng cách thực hiện hành vi giao hàng ngay và hành vi chấp nhận chào giá này có hiệu lực ngay khi hàng được chuyển đi, và hợp đồng sẽ được xác lập ngay, thì bên chào giá phải chịu sự ràng buộc của hợp đồng.

**(3) Chấp nhận chào giá quá hạn** 接受逾期发盘

Chấp nhận chào hàng quá hạn còn gọi là chấp nhận chào giá muộn. Khoản 1 Điều 21 của *Công ước Liên hợp quốc về Hợp đồng mua bán hàng hóa quốc tế* quy định rằng miễn là bên chào giá thông báo ngay cho bên được chào giá bằng lời nói hoặc bằng văn bản rằng việc chấp nhận quá hạn là hợp lệ và sẵn sàng chấp nhận việc chấp nhận quá hạn, hợp đồng sẽ nó vẫn có thể được xác lập khi thông báo chấp nhận được gửi cho người được chào giá. Nếu bên chào giá từ chối chấp nhận quá hạn hoặc không gửi ngay thông báo nói trên cho bên được chào giá thì việc chấp nhận quá hạn bị vô hiệu và hợp đồng không thể được xác lập. Điều 21, khoản 2 của Công ước này cũng quy định rằng nếu một lá thư hoặc tài liệu bằng văn bản khác có nội dung chấp nhận quá hạn cho thấy rằng, theo các điều kiện gửi vào thời điểm đó, nó sẽ có thể đến tay người chào giá kịp thời nếu việc giao hàng được thực hiện đúng thời hạn bình thường, việc chấp nhận quá hạn sẽ có hiệu lực và hợp đồng sẽ được hình thành khi thông báo chấp nhận chào giá đến tay người chào giá, trừ khi người chào giá thông báo không chậm trễ cho người được chào giá, bằng lời nói hoặc bằng văn bản, rằng chào giá của họ vô hiệu do chấp nhận muộn. Những điều trên cho thấy, chấp nhận quá hạn có hiệu lực hay không phụ thuộc vào cách thức thể hiện lập trường của người chào giá.

**(4) Rút lại hoặc sửa đổi chấp nhận chào giá** 接受的撤回或修改

Về việc rút lại hoặc sửa đổi chấp nhận chào giá, *Công ước Liên hợp quốc về Hợp đồng mua bán hàng hóa quốc tế* áp dụng nguyên tắc "giao hàng có hiệu lực" trong luật dân sự. Điều 22 của Công ước quy định rằng việc chấp nhận có thể bị rút lại nếu thông báo rút lại đến được với người chào giá trước hoặc cùng lúc với việc chấp nhận chào giá ban đầu có hiệu lực. Vì chấp nhận chào giá chỉ có hiệu lực pháp lý khi nó được giao cho bên chào giá nên thông báo rút lại hoặc sửa đổi chấp nhận chào giá vẫn có hiệu lực miễn là nó được giao cho bên chào giá trước hoặc cùng thời điểm với thông báo chấp nhận ban đầu. Nếu việc chấp nhận chào giá đã được thông báo cho bên chào giá, nghĩa là sau khi việc chấp nhận chào giá được thực hiện, hợp đồng được giao kết và thông báo chấp nhận chào giá không thể bị rút lại hoặc sửa đổi nội dung của nó, vì làm như vậy sẽ tương đương với việc hủy bỏ hoặc sửa đổi hợp đồng.

## PHẦN III KÝ KẾT HỢP ĐỒNG
## 第三节 合同的订立

### Dẫn nhập vào bài 课前导入

Công ty xuất khẩu của Trung Quốc đã đưa ra một chào giá cho một thương nhân Úc có thời hạn ngày 9 trở lại. Vào ngày 8, thương nhân Úc đã thông báo cho chúng tôi về việc chấp nhận chào giá này bằng điện tín. Do văn phòng điện báo chậm trễ trong việc truyền tải, chúng tôi đã không nhận được thông báo chấp nhận chào giá từ bên kia cho đến sáng ngày 10, và chúng tôi biết rằng giá thị trường đã tăng lên trước khi chúng tôi nhận được thông báo chấp nhận chào giá, chúng tôi phải giải quyết việc này như thế nào?

### Kiến thức chuyên sâu 知识精讲

#### 1. Thời điểm xác lập hợp đồng 合同成立的时间

Theo các quy định của *Công ước Liên hợp quốc về Hợp đồng mua bán hàng hóa quốc tế*, việc chấp nhận chào giá có hiệu lực khi nó được giao cho bên chào giá. Thời điểm chấp nhận chào giá có hiệu lực thực chất là thời điểm xác lập hợp đồng, khi hợp đồng được giao kết thì bên mua và bên bán có quan hệ hợp đồng nên phải chịu sự ràng buộc của hợp đồng.

Trong thực tế kinh doanh, đôi khi trong quá trình đàm phán giao dịch, hai bên thỏa thuận rằng thời điểm xác lập hợp đồng được căn cứ vào ngày ghi trên hợp đồng tại thời điểm ký kết hợp đồng hoặc ngày được bên kia xác nhận. Trong cả hai trường hợp, quan hệ hợp đồng giữa các bên được thiết lập khi hợp đồng chính thức bằng văn bản được ký kết.

Ngoài ra, theo quy định của pháp luật và các quy định hành chính của nước ta, một hợp đồng lẽ ra phải được nhà nước chấp thuận thì chỉ được xác lập khi được chấp thuận.

#### 2. Điều kiện có hiệu lực để lập hợp đồng 合同成立的有效条件

Sau khi người mua và người bán đã đạt được thỏa thuận về các điều kiện giao dịch khác nhau, điều đó không có nghĩa là hợp đồng phải có hiệu lực. Theo luật hợp đồng của các nước, hợp đồng ngoài việc bên mua và bên bán đạt được thỏa thuận về các điều kiện giao dịch thông qua chào giá và chấp nhận hợp đồng thì còn phải đáp ứng các điều kiện có hiệu lực sau đây để trở thành hợp đồng có tính ràng buộc về mặt pháp lý.

**(1) Các bên phải có khả năng ký kết hợp đồng** 当事人必须具有签约能力

Các bên trong hợp đồng mua bán chủ yếu là người tự nhiên hoặc pháp nhân. Theo quy định chung của pháp luật các nước, khả năng ký kết hợp đồng của một thể nhân có nghĩa là chỉ người trưởng thành bình thường về mặt tinh thần mới có thể ký kết hợp đồng, và trẻ vị thành niên, bệnh nhân tâm thần và người bị cấm ký kết hợp đồng phải bị hạn chế. Về năng lực ký kết hợp đồng của pháp nhân, pháp luật các nước thường cho rằng pháp nhân phải thông qua đại diện của pháp nhân ký kết hợp đồng thuộc phạm vi kinh doanh của pháp nhân, hợp đồng vượt quá phạm vi thì không có hiệu lực pháp luật.

**(2) Hợp đồng phải có sự cân nhắc hoặc sự xem xét** 合同必须有对价或约因

Theo luật Anh-Mỹ, sự cân nhắc đề cập đến cái giá mà các bên phải trả để đạt được những lợi ích của hợp đồng. Theo luật của Pháp, sự xem xét là mục đích trực tiếp mà các bên theo đuổi khi ký kết hợp đồng. Theo quy định của pháp luật Anh-Mỹ và pháp luật Pháp, hợp đồng chỉ có giá trị pháp lý khi có sự cân nhắc hoặc có sự xem xét, ngược lại thì nó không được đảm bảo về mặt pháp lý.

**(3) Nội dung hợp đồng phải hợp pháp** 合同的内容必须合法

Nhiều nước có xu hướng hiểu "nội dung của hợp đồng phải hợp pháp" theo nghĩa rộng, bao gồm ba khía cạnh không được vi phạm là: pháp luật, trật tự công cộng, chính sách công cộng và thuần phong mỹ tục.

**(4) Hợp đồng phải phù hợp hình thức pháp luật quy định** 合同必须符合法定形式

Ở hầu hết các nước trên thế giới, chỉ có một số ít hợp đồng yêu cầu phải được ký kết dưới hình thức cụ thể theo quy định của pháp luật, trong khi đối với hầu hết các hợp đồng, thường không có hình thức pháp luật quy định.

**(5) Ý kiến của các bên tham gia trong hợp đồng phải đúng sự thật** 合同当事人的意思表示必须真实

Pháp luật của các nước cho rằng ý kiến của các bên tham gia trong hợp đồng phải có mục đích rõ rằng chính đáng thì mới trở thành hợp đồng ràng buộc, nếu không thì hợp đồng đó vô hiệu hoặc có thể bị hủy bỏ.

**3. Hình thức của hợp đồng** 合同的形式

Trong thương mại quốc tế, có ba hình thức ký kết hợp đồng: hình thức bằng văn bản, hình thức bằng lời nói và hình thức thực hiện. Với sự phát triển nhanh chóng của thương mại quốc tế và sự cải tiến không ngừng của công nghệ thông tin liên lạc quốc tế, các hợp đồng mua bán hàng hóa quốc tế hiện nay thường được giao kết thông qua các phương thức giao tiếp hiện đại, trong trường hợp này khó có thể quy định hợp đồng phải được giao kết bằng văn bản. Để đẩy nhanh quá trình giao dịch và đơn giản hóa thủ tục ký kết hợp đồng, nhiều quốc gia thường không yêu cầu hình thức của hợp đồng mua bán hàng hóa quốc tế, ngay cả khi yêu cầu phải có hình thức bằng văn bản thì nó cũng chỉ đóng vai trò là bằng chứng.

Theo thông lệ chung của thương mại quốc tế, sau khi hai bên tham gia giao dịch đạt được thỏa thuận thông qua trao đổi bằng miệng hoặc thư từ, trong hầu hết các trường hợp, họ cũng ký kết một hợp đồng chính thức bằng văn bản theo một hình thức nhất định. Ký kết hợp đồng bằng văn bản có ý nghĩa ở ba khía cạnh sau:

**(1) Căn cứ xác lập hợp đồng** 合同成立的证据

Hợp đồng có được thiết lập hay không phải được chứng minh và hợp đồng bằng văn bản có thể được sử dụng làm bằng chứng cho việc thiết lập hợp đồng.

**(2) Điều kiện để hợp đồng có hiệu lực** 合同生效的条件

Khi cả hai bên tham gia giao dịch đưa ra lời chào giá hoặc chấp nhận, nếu tuyên bố ký hợp đồng bằng văn bản chính thức với quy cách nhất định, thì quyền và nghĩa vụ được xác lập khi hợp đồng bằng văn bản được ký chính thức.

**(3) Căn cứ thực hiện hợp đồng** 合同履行的依据

Sau khi các bên tham gia giao dịch đạt được thỏa thuận thông qua đàm phán bằng miệng hoặc thư tín, điện tín thì các nội dung đã thỏa thuận với nhau được giao kết chung thành hợp đồng bằng văn bản có quy cách nhất định và các bên có thể lấy hợp đồng bằng văn bản này làm cơ sở cho việc thực hiện hợp đồng.

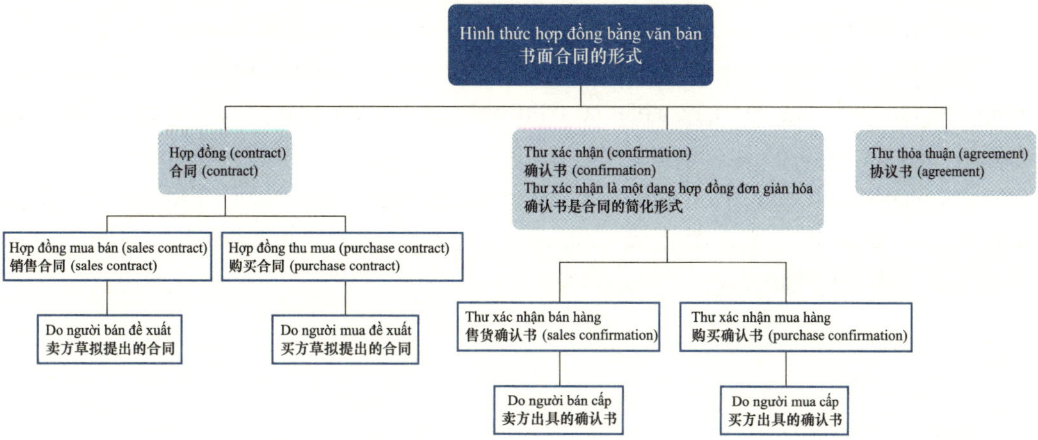


Trong kinh doanh thương mại nước ngoài của Trung Quốc, hợp đồng hoặc thư xác nhận thường là hai bản, mỗi bên giữ một bản sau khi được đại diện hợp pháp của cả hai bên ký kết, đại diện hợp pháp của cả hai bên sẽ lấy một bản làm bằng chứng về việc ký kết hợp đồng và cơ sở thực hiện hợp đồng.

### 4. Nội dung hợp đồng 合同的内容

Hợp đồng mua bán hàng hóa được ký kết giữa các doanh nghiệp ngoại thương của Trung Quốc, bất kể hình thức nào, nó là một văn bản pháp lý để điều chỉnh quan hệ kinh tế giữa các bên giao dịch và quy định các quyền và nghĩa vụ của nhau. Nội dung của nó thường bao gồm ba phần: phần đầu của thỏa thuận, các điều khoản cơ bản và phần cuối của thỏa thuận.

**(1) Phần đầu của thỏa thuận** 约首

① Tên hợp đồng 合同名称

② Số hợp đồng 合同编号

③ Tên và địa chỉ của cả hai bên, đăng ký điện tín, số Telex, v.v. 缔约双方名称和地址、电报挂号、电传号码等项内容

**(2) Điều khoản cơ bản** 基本条款

① Tên sản phẩm 品名

② Quy cách chất lượng 品质规格

③ Số lượng (hoặc trọng lượng) 数量（或重量）

④ Bao bì, giá cả, điều kiện giao hàng, vận chuyển, bảo hiểm, thanh toán, kiểm nghiệm, yêu cầu bồi thường, bất khả kháng và trọng tài, v.v. 包装、价格、交货条件、运输、保险、支付、检验、索赔、不可抗力和仲裁等

**(3) Phần cuối của thỏa thuận** 约尾

① Ngày ký hợp đồng 订约日期

② Địa điểm ký kết hợp đồng 订约地点

③ Chữ ký của cả hai bên 双方当事人签字

Để nâng cao tỷ lệ thực hiện hợp đồng, cần xem xét nội dung hợp đồng một cách toàn diện, cố gắng làm cho các điều khoản trong hợp đồng rõ ràng, cụ thể, chặt chẽ và có mối liên hệ với nhau, phù hợp với nội dung đàm phán để thuận lợi cho việc thực hiện hợp đồng.

Tóm lại, đàm phán hợp đồng mua bán hàng hóa quốc tế là một nhiệm vụ hết sức quan trọng. Để làm tốt công tác này, nhân sự đàm phán giao dịch phải có phẩm chất chính trị, chuyên môn tốt, phải có sự chuẩn bị đầy đủ từ trước, Trong quá trình đàm phán giao dịch, chúng ta phải nhanh nhạy và quyết đoán, cố gắng đạt được thỏa thuận và ký kết hợp đồng bằng văn bản trên cơ sở bình đẳng và cùng có lợi, thực hiện các điều khoản hợp đồng đã thỏa thuận một cách công bằng, hợp lý và thiết thực.

## TỪ MỚI

chào giá 发盘
chấp nhận chào giá 接受发盘
chuyển giao công nghệ 技术转让
danh thiếp 名片
đàm phán giao dịch 交易磋商
đồng thuận 共识
hỏi hàng 询盘
hoàn giá 还盘
hỏi giá 询盘
hồ sơ khách hàng 客户档案
hủy bỏ 撤销
ký kết hợp đồng 签订合同
mắt xích, khâu 环节
pháp nhân 法人
ràng buộc 约束，束缚
rút lại 撤回
thích ứng 适应力
thỏa thuận 协议

thu hồi 撤回
trình độ hiểu biết của nhân dân 民智，民众素质

## BÀI TẬP

### I. Giải thích các thuật ngữ

1. đàm phán giao dịch 交易磋商
2. hỏi giá 询盘
3. chào giá 发盘
4. hoàn giá 还盘
5. chấp nhận (chào giá) 接受发盘

### II. Chọn đáp án

1. Theo *Công ước Liên hợp quốc về Hợp đồng mua bán hàng hóa quốc tế* thì thời điểm xác lập hợp đồng là ( ).

A. chấp nhận thời hiệu
B. khi các bên tham gia giao dịch ký kết hợp đồng bằng văn bản
C. khi hợp đồng được nhà nước chấp thuận
D. khi chào giá đến tay người được chào giá

2. Theo cách giải thích của *Công ước Liên hợp quốc về Hợp đồng mua bán hàng hóa quốc tế*, chào giá sẽ có hiệu lực vào ( ).

A. khi gửi cho một người cụ thể　　B. trong một thời gian hợp lý
C. khi đến tay người được chào giá　　D. khi bên được chào giá nhận và xác nhận

3. Về việc chấp nhận quá hạn, theo quy định của *Công ước Liên hợp quốc về Hợp đồng mua bán hàng hóa quốc tế* là ( ).

A. chấp nhận quá hạn sẽ vô hiệu
B. chấp nhận quá hạn là một chào giá mới
C. chấp nhận quá hạn là hoàn toàn có hiệu lực
D. chấp nhận quá hạn có hiệu lực hay không phụ thuộc vào bên chào giá

4. Khi một công ty đưa ra lời chào giá với thế giới bên ngoài, nó đã quy định thời hạn hiệu lực của lời chào giá, theo quy định của *Công ước Liên hợp quốc về Hợp đồng mua bán hàng hóa quốc tế*, lời chào giá này ( ).

A. không thể thu hồi
B. có thể bị thu hồi theo ý muốn
C. có thể hủy bỏ trước khi bên kia thể hiện sự chấp nhận
D. thông báo hủy bỏ có thể bị hủy bỏ nếu nó đến được với bên kia trước khi chào giá

5. Trước khi đàm phán giao dịch, có rất nhiều việc cần chuẩn bị, trong đó chủ yếu bao gồm các công việc sau ( ).

A. các nhà đàm phán phù hợp
B. chọn thị trường mục tiêu
C. lựa chọn đối tượng giao dịch
D. lập phương án đàm phán giao dịch

6. Sự khác biệt giữa việc thu hồi và hủy bỏ chào giá là ( ).

A. việc thu hồi xảy ra sau khi chào giá có hiệu lực, việc hủy bỏ xảy ra trước khi chào giá có hiệu lực

B. việc thu hồi xảy ra trước khi chào giá có hiệu lực, việc hủy bỏ xảy ra sau khi chào giá có hiệu lực

C. cả hai đều xảy ra trước khi chào giá có hiệu lực

D. cả hai đều xảy ra sau khi chào giá có hiệu lực

7. Hai giai đoạn cơ bản của đàm phán giao dịch là ( ).

A. hỏi hàng và chấp nhận chào giá

B. chào giá và ký kết hợp đồng

C. chấp nhận chào giá và ký kết hợp đồng

D. chào giá và chấp nhận chào giá

8. Một doanh nhân Đức vào ngày 7 tháng 6 đã sử dụng chào giá bằng miệng cho một khách hàng nước ngoài, nếu thương nhân Đức và khách hàng nước ngoài không có thỏa thuận đặc biệt, khách hàng nước ngoài nên ( ).

A. bất cứ lúc nào chấp nhận chào giá điều có thể xác lập hợp đồng

B. chấp nhận phải được chấp nhận ngay lập tức hợp đồng mới được xác lập

C. chấp nhận chào giá hợp đồng có thể được xác lập trong ngày

D. trong vòng hai hoặc ba ngày chấp nhận có thể xác lập hợp đồng

9. Chỉ ra các tùy chọn được chấp nhận hợp lệ sau đây. ( )

A. Bạn ngày 20 điện chấp nhận, nhưng thay thế D/P bằng L/C.

B. Bạn ngày 20 điện chấp nhận, nếu bạn có thể thay đổi thời gian vận chuyển thành tháng Tám, chúng tôi có thể chấp nhận.

C. Bạn ngày 20 điện chấp nhận, nhưng giấy chứng nhận xuất xứ phải được cung cấp khi giao hàng.

D. Được công ty R ủy thác, chấp nhận điều kiện điện ngày 20 của bạn.

10. Công ty chúng tôi đã đưa ra một chào giá vào thứ Ba, chỉ có hiệu lực vào thứ Sáu. Khách hàng đã hoàn giá vào thứ Tư và mời tôi trả lời. Tại thời điểm này, giá trên thị trường quốc tế đã tăng và tôi đã không trả lời. Khách hàng đã gọi lại vào thứ Năm để chấp nhận chào giá của tôi vào thứ Hai, thế thì ( ).

A. chấp nhận hợp lệ

B. chấp nhận không hợp lệ

C. nếu chúng tôi không phản đối, hợp đồng được xác lập

D. thuộc về sự chấp nhận có điều kiện

**III. Trả lời các câu hỏi**

1. Chào giá có giá trị pháp lý phải đáp ứng những điều kiện gì?

2. Sự khác biệt giữa chào giá và hỏi giá là gì?

3. Chấp nhận quá hạn vẫn có giá trị trong những trường hợp nào?

4. "Thời hạn hiệu lực của chào giá" là gì? Làm thế nào để quy định thời hạn hiệu lực của chào hàng?

5. Một công ty chúng tôi đã chào giá vào ngày 18 tháng 6 và quy định rằng "thời hạn từ ngày 23 tháng 6 trở lại". Khách hàng nước ngoài đã điện trở lại cho chúng tôi vào ngày 20 tháng 6, yêu cầu thay đổi thư tín dụng ngay lập tức thành hối phiếu kỳ hạn 25 ngày sau đó. Công ty chúng tôi đang nghiên cứu, ngày hôm sau lại nhận được tin nhắn từ phía bên kia, nói rằng chấp nhận vô điều kiện chào giá của tôi vào ngày 18 tháng 6.

Hỏi: Thỏa thuận có thể thực hiện hay không?

## 知识拓展

### 国际贸易合同订立的基本原则

**1. 平等原则**

平等原则是指地位平等的合同当事人，在权利义务对等的基础上，经充分协商达成一致，以实现互利互惠的经济利益目的的原则。

**2. 自愿原则**

自愿原则是合同法的重要基本原则，合同当事人通过协商，自愿决定和调整相互权利义务关系。合同当事人从事何种经济交易，是否订立合同，与谁订立合同，都是当事人自己的事。

**3. 公平原则**

公平原则主要是指合同当事人对经济活动所带来的预期利益，不能存在显失公平的情形。它要求合同双方当事人之间的权利义务要公平合理，强调一方给付与对方给付之间的等值性，合同上的负担和风险的合理分配。

**4. 诚实信用原则**

诚实信用原则要求当事人在订立、履行合同以及合同终止后的全过程中，都要诚实，讲信用，相互协作。

**5. 合法和尊重社会公德的原则**

合法和尊重社会公德的原则主要是指合同当事人的主体资格要合法，合同内容要合法，履行合同要合法。如果违反合法原则，合同就失去了法律效力，失去了合同存在的基础，也就得不到法律的保护。

资料来源：法律快车. 国际贸易订立的基本原则，国际贸易合同订立的步骤是什么［EB/OL］. 2022-07-18. https://www.lawtime.cn/zhishi/a3789353.html.

# CHƯƠNG XII THỰC HIỆN HỢP ĐỒNG XUẤT NHẬP KHẨU
# 第十二章 进出口合同的履行

## Mục tiêu kiến thức 知识目标

1. **Nắm vững nghĩa vụ thực hiện của người mua và người bán theo hợp đồng mua bán và các thủ tục cơ bản để thực hiện hợp đồng xuất nhập khẩu**
   掌握买卖合同项下买卖双方的履行义务和进出口合同履行的基本程序
2. **Hiểu rõ các cụ thể về vận chuyển hàng hóa, đăng ký kiểm định hàng hóa, khai báo hải quan và bảo hiểm**
   熟悉货物托运、报验、报关、投保的具体做法
3. **Nắm bắt các kiến thức liên quan đến biên soạn và vận dụng các loại chứng từ trong thư tín dụng**
   理解信用证项下的各种单据的缮制和运用等知识点

## Dẫn nhập vào bài 课前导入

Công ty Xuất nhập khẩu Thiên Tân A ký hợp đồng xuất khẩu hàng rời với doanh nhân nước ngoài theo điều kiện CIF, hợp đồng quy định thời hạn xuất hàng là tháng 8, nhưng không nói rõ ngày xuất hàng cụ thể. Doanh nhân nước ngoài trì hoãn việc phát hành L/C. Thấy rằng thời hạn vận chuyển đang đến gần, Công ty A Thượng Hải bắt đầu thúc giục doanh nhân nước ngoài phát hành L/C nhiều lần kể từ cuối tháng 7. Sau khi nhận được thông báo trước thư tín dụng vào ngày 5 tháng 8, công ty A Thượng Hải vội vàng vận chuyển lô hàng theo thông báo trước thư tín dụng vì sợ làm chậm thời gian gửi hàng. Ngày 28/8, vị doanh nhân nước ngoài này đã mở bản gốc thư tín dụng, trong đó có những quy định không phù hợp với hợp đồng và những chứng từ liên quan. Công ty A Thượng Hải khi kiểm tra chứng từ cũng không để ý, sau khi thanh toán với ngân hàng cũng không phát hiện ra, nhưng ngân hàng phát hành đã từ chối thanh toán với lý do chứng từ không. Sau nhiều lần thương lượng, cuối cùng lô hàng này được hải quan cảng bán đấu giá khiến Công ty A Thượng Hải bị thiệt hại cả tiền hàng và tiền vận chuyển. Hãy đánh giá trường hợp này.

**Kiến thức chuyên sâu 知识精讲**

Thực hiện đúng hợp đồng trong thương mại quốc tế là nghĩa vụ chung của cả người mua và người bán, làm quen và nắm vững tất cả các khía cạnh của hợp đồng xuất nhập khẩu và các thông lệ quốc tế liên quan, các quy định và yêu cầu pháp lý là đặc biệt quan trọng đối với người mua và người bán để thực hiện và đạt được các quyền tương ứng của họ.

## PHẦN I THỰC HIỆN HỢP ĐỒNG XUẤT KHẨU
## 第一节 出口合同的履行

Để thực hiện hợp đồng xuất khẩu một cách thuận lợi, các doanh nghiệp xuất khẩu nhìn chung phải thiết lập một hệ thống quản lý quy trình để có thể phản ánh tình hình thực hiện hợp đồng xuất khẩu, đồng thời làm tốt công việc với "bốn hàng" và "ba cân bằng". "Bốn hàng" tức là đối tượng của hợp đồng mua bán, phân tích và kiểm tra xem thư tín dụng đã được mở chưa, việc cung cấp hàng hóa đã được thực hiện hay chưa, v.v. Và tóm tắt bốn trường hợp "có thư tín dụng và có hàng hoá", "có thư tín dụng nhưng không có hàng", "không có thư tín dụng nhưng có hàng" và "không có thư tín dụng và không có hàng", "Ba cân bằng" có nghĩa là căn cứ vào thư tín dụng, theo khoảng cách thời hạn vận chuyển và ngày hết hạn trong thư tín dụng quy định, kết hợp với trường hợp cụ thể của nguồn hàng và khả năng vận chuyển, ưu tiên hàng đầu, nỗ lực kết nối hiệu quả ba phương diện "hàng, chứng từ và tàu".

### 1. Trình tự thương mại xuất khẩu 出口贸易的程序

**(1) Giai đoạn đầu 第一阶段**

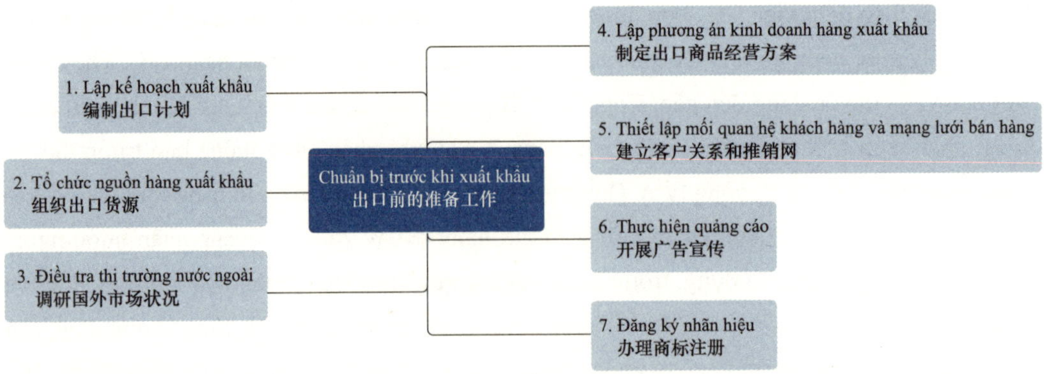

**(2) Giai đoạn thứ hai 第二阶段**

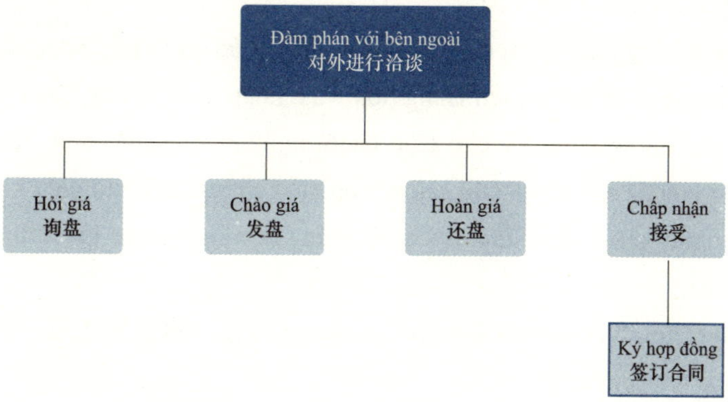


**(3) Giai đoạn thứ ba 第三阶段**

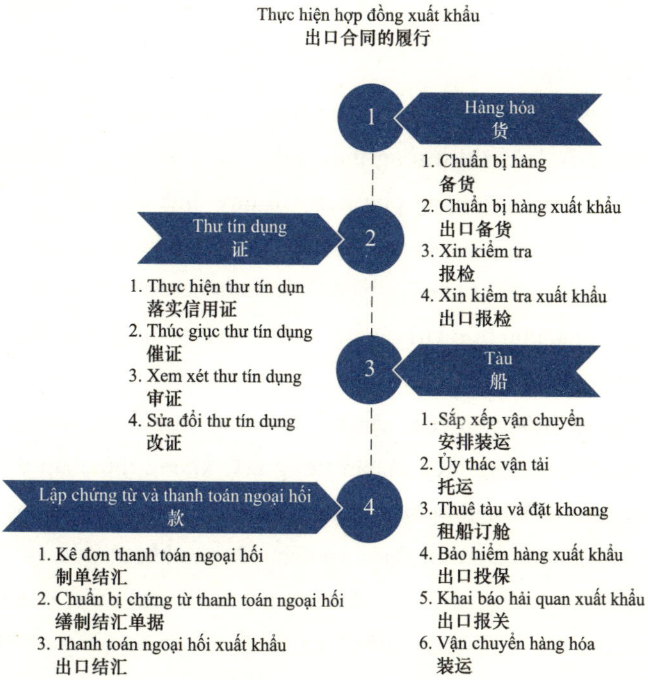


## 2. Thực hiện hợp đồng xuất khẩu 出口合同的履行

Quá trình thực hiện hợp đồng xuất khẩu dựa trên thuật ngữ CIF, điều kiện thanh toán bằng phương thức L/C:

**(1) Chuẩn bị hàng và đăng ký kiểm định hàng hóa 备货、报验**

① Chuẩn bị hàng hoá

Chuản bị hàng hoá là nhà xuất khẩu huy động nguồn hàng cho doanh nghiệp sản xuất, chế biến hoặc kho vận theo yêu cầu của hợp đồng và thư tín dụng, kiểm tra quá trình gia công, phân loại, đóng gói, đánh dấu ký hiệu hàng hoá vận chuyển và tiến hành nghiệm thu, kiểm kê và xử lý hàng hóa được giao một cách kịp thời. Vấn đề quan trọng, để đạt được thời gian, chất lượng và số lượng giao hàng.

② Đăng ký kiểm định hàng hóa

Tất cả các mặt hàng phải kiểm tra pháp lý do nhà nước quy định, hoặc các mặt hàng phải được Cục Kiểm nghiệm và Kiểm dịch Hàng hóa Xuất nhập khẩu Trung Quốc chứng nhận theo hợp đồng, phải nộp hồ sơ đăng ký cho Cục Kiểm nghiệm và Kiểm dịch Hàng hóa để kiểm định sau khi hàng hóa đã sẵn sàng. Chỉ sau khi có giấy chứng nhận đủ điều kiện kiểm định do Cục cấp, hải quan mới cho phép hàng quá cảnh. Hàng hóa không qua kiểm định thường không được phép xuất khẩu.

**(2) Thúc giục, xem xét và sửa đổi thư tín dụng** 催证、审证和改证

① Thúc giục thư tín dụng

Thúc giục thư tín dụng đề cập đến việc thúc giục người mua thực hiện các thủ tục phát hành thư tín dụng dưới một số hình thức liên lạc để người bán có thể hoàn thành nghĩa vụ giao hàng của mình.

② Xem xét thư tín dụng

Trong thực tế kinh doanh, do sơ suất trong công việc, truyền tải sai thông điệp, thói quen buôn bán khác nhau, điều kiện thị trường thay đổi hoặc ý định của nhà nhập khẩu, các điều khoản của thư tín dụng thường không phù hợp với quy định của hợp đồng. Để đảm bảo an toàn cho việc thu ngoại hối, người bán nên xem xét lại hợp đồng mua bán và UCP600 sau khi nhận được thư tín dụng từ người mua. Nguyên tắc cơ bản của việc xem xét thư tín dụng là: nội dung của thư tín dụng phải phù hợp với các quy định của hợp đồng mua bán.

③ Sửa đổi thư tín dụng

Sau khi xem xét kỹ lưỡng và cẩn thận thư tín dụng, người thụ hưởng cần kịp thời phản đối với người mở L/C về những điều khoản trong L/C không thể chấp nhận hoặc thực hiện được hoặc thực hiện không đúng thời hạn, và người mở L/C phải nộp các nội dung sửa đổi cho ngân hàng phát hành. Hàng hóa có thể được vận chuyển sau khi nhận được Thông báo sửa đổi L/C. Khi yêu cầu sửa đổi chứng nhận, nội dung cần sửa đổi nên được đưa ra cùng một lúc và tránh nhiều yêu cầu sửa đổi. Việc chấp nhận hoặc từ chối toàn bộ cùng một thông báo sửa đổi, chấp nhận một phần hoặc từ chối đều không có hiệu lực.

**(3) Sắp xếp vận chuyển hàng hóa** 货物装运

① Thuê tàu và đặt khoang

Khi giao dịch được kết thúc theo các điều kiện CIF hoặc CFR, người bán phải xử lý công việc thuê tàu và đặt khoang kịp thời. Nếu nhà xuất khẩu xuất khẩu hàng rời, chẳng hạn như ngũ cốc, thức ăn chăn nuôi, quặng, v.v. thì có thể vận chuyển bằng tàu chuyến. Nếu hàng ít hơn cả con tàu, thì có thể chọn thuê tàu chợ. Thuê tàu và đặt khoang nghĩa là thuê một phần của không gian.

**Bảng 12-1 Thủ tục gửi vận chuyển**

| Thủ tục uỷ thác vận chuyển<br>托运的程序 | |
|---|---|
| 1 | Giao kết hợp đồng thuê tàu<br>缔结租船合同 |
| 2 | Ký gửi. Người gửi hàng điền vào phiếu gửi hàng/giấy ủy quyền đặt khoang và giao cho người giao nhận để làm cơ sở cho việc đặt khoang<br>托运。托运人填写托运单/订舱委托书，送达货代，作为订舱依据 |
| 3 | Sau khi nhận được phiếu gửi hàng, người giao nhận sẽ liên hệ với công ty thuê tàu/chủ tàu để phân bổ khoang, đồng thời gửi thông báo phân bổ khoang/lệnh xếp hàng lên tàu (Shipping Order) liên quan cho người gửi hàng để hoàn tất thủ tục đặt khoang<br>货代收到托运单后与租船公司/船主联系，进行配舱，将有关的配舱通知书/下货单（Shipping Order）发给托运人，完成订舱手续 |
| 4 | Người gửi hàng đưa lệnh xếp hàng lên tàu (Shipping Order) đến hải quan, hải quan kiểm tra hàng hóa, nếu không có vấn đề gì và đóng "dâu cho phép qua" vào lệnh xếp hàng lên tàu<br>托运人拿着下货单（Shipping Order）去报关，海关查验货物，如无问题，在下货单上盖上"放行章" |
| 5 | Người gửi hàng cầm lệnh xếp hàng lên tàu có dâu cho phép qua và yêu cầu chủ hàng xếp hàng<br>托运人持盖有放行章的下货单要求船主装货 |
| 6 | Sau khi xếp hàng, thuyền trưởng hoặc thuyền phó sẽ xuất biên lai thuyền phó (Mate's Receipt, M/R)<br>货物装船后，船长或大副签发大副收据（Mate's Receipt, M/R） |
| 7 | Người gửi hàng giao hàng cho hãng tàu với biên lai thuyền phó để đổi lấy vận đơn chính thức (B/L)<br>托运人凭大副收据向船公司交付运费并换取正式提单（B/L） |

② Khai báo hải quan

Hàng hóa xuất khẩu trước khi xuất xưởng và vận chuyển cần phải làm thủ tục khai báo hải quan.

③ Bảo hiểm

Trong trường hợp hợp đồng xuất khẩu được giao dịch theo giá CIF hoặc CIP, theo hợp đồng và thư tín dụng, nhà xuất khẩu phải làm thủ tục mua bảo hiểm với công ty bảo hiểm và điền vào mẫu đơn bảo hiểm trước khi hàng được vận chuyển. Thủ tục bảo hiểm đối với hàng hóa xuất khẩu thường được xử lý theo từng trường hợp cụ thể, nhưng đối với các mặt hàng xuất khẩu tương tự được xuất khẩu liên tục, có thể sử dụng chính sách bảo hiểm theo lịch hẹn. Sau khi công ty bảo hiểm chấp nhận bảo hiểm, nó sẽ cấp đơn bảo hiểm hoặc giấy chứng nhận bảo hiểm.

④ Xếp hàng lên tàu

**(4) Đăng ký kiểm định hàng hóa và khai báo hải quan** 报检与报关

① Đăng ký kiểm định hàng hóa

Tất cả các mặt hàng thuộc diện kiểm tra pháp lý do nhà nước quy định, hoặc hàng hóa phải được Cục Kiểm nghiệm và Kiểm dịch hàng hóa xuất nhập khẩu Trung Quốc chứng nhận theo hợp đồng đều phải nộp hồ sơ đăng ký lên Cục Kiểm tra Hàng hóa để kiểm tra sau khi hàng hóa đã sẵn sàng. Chỉ sau khi có giấy chứng nhận đủ điều kiện kiểm định do Cục cấp, hải quan mới cho phép xuất xưởng. Hàng hóa không qua kiểm định thường không được phép xuất khẩu.

Khi đăng ký kiểm định, người đăng ký phải đăng ký chậm nhất trước khi khai báo hải quan và 10 ngày trước khi xuất hàng và xuất khẩu theo thời gian quy định, đồng thời phải điền đầy đủ các nội dung trong đơn theo yêu cầu, đồng thời lấy chứng nhận kiểm định kèm theo "chứng từ".

② Khai báo hải quan

Khai báo xuất khẩu là việc trước khi hàng hóa được vận chuyển, doanh nghiệp xuất khẩu khai báo trung thực tình hình hàng hóa với cơ quan hải quan, nộp các tài liệu theo quy định để kiểm tra, xử lý để cơ quan hải quan chấp nhận. Hải quan xét duyệt, kiểm tra xét nghiệm định và thu thuế, lệ phí đối với các chứng từ đã nộp và hàng hoá xin xuất khẩu theo quy định của pháp luật, toàn bộ quá trình chấp thuận xuất khẩu được gọi là thông quan. Thông quan hàng hóa xuất khẩu nói chung được chia thành 4 bước cơ bản: khai báo, kiểm tra giấy chứng nhận kiểm định, đánh thuế và giải phóng hàng.

Công việc chính của khai báo tờ khai xuất khẩu là điền vào tờ khai hải quan, thời hạn khai báo hải quan đối với hàng hóa xuất khẩu là 24h trước khi xếp hàng, các chứng từ cần kèm theo tờ khai bao gồm tờ khai hải quan, hóa đơn, bảng kê đóng gói và giấy phép xuất khẩu và giấy chứng nhận pháp quy kiểm định hàng hóa.

**(5) Lập chứng từ và thanh toán ngoại hối 制单结汇**

Thanh toán ngoại hối là bán ngoại tệ của một số loại tiền tệ thu được từ việc bán hàng xuất khẩu cho các ngân hàng Trung Quốc theo giá mua của giá ngoại hối của Ngân hàng Trung Quốc vào ngày bán ngoại hối. Sau khi hàng hóa xuất khẩu được vận chuyển, doanh nghiệp xuất khẩu phải chuẩn bị các chứng từ theo quy định của L/C và gửi đến ngân hàng để làm thủ tục thanh toán trong thời hạn hiệu lực quy định của L/C. Ngân hàng phát hành chỉ thực hiện trách nhiệm thanh toán khi kiểm tra thấy các chứng từ đã tuân thủ đầy đủ các quy định của thư tín dụng, điều này rất quan trọng đối với việc thu ngoại hối một cách an toàn và nhanh chóng.

Yêu cầu lập chứng từ:

Chính xác: chứng từ, đơn hàng, đơn hàng phù hợp

Đầy đủ: loại, số lượng bản sao, nội dung hoàn chỉnh

Kịp thời: giao cho ngân hàng trong thời hạn thanh toán

Ngắn gọn: ngôn ngữ súc tích

Gọn gàng: đẹp, rõ ràng, sạch sẽ

① Chứng từ thanh toán ngoại hối

Nếu giao dịch bằng phương thức nhờ thu thì phải cung cấp chứng từ theo yêu cầu của hợp đồng; nếu giao dịch bằng thư tín dụng thì cung cấp chứng từ theo yêu cầu của thư tín dụng. Các chứng từ thanh toán ngoại hối nói chung bao gồm: hóa đơn, hối phiếu, vận đơn, đơn bảo hiểm, danh sách đóng gói, chứng nhận kiểm định hàng hóa, chứng nhận xuất xứ, v.v.

② Thanh toán ngoại hối xuất khẩu

Có ba loại phương thức thanh toán ngoại hối đối với hàng xuất khẩu của nước tôi theo thư tín dụng: nhận thanh toán ngoại hối, lập hóa đơn ngoại hối và thanh toán ngoại hối định kỳ.

**Bảng 12-2** **Thanh toán ngoại hối xuất khẩu**

| Thanh toán ngoại hối xuất khẩu<br>出口结汇 | |
|---|---|
| 1. Thu rồi thanh toán ngoại hối<br>收妥结汇 | Thu hồi rồi thanh toán ngoại hối còn được gọi là thu hồi thanh toán ngoại hối thỏa đáng, có nghĩa là ngân hàng chiết khấu sau khi nhận được chứng từ xuất khẩu của công ty thương mại nước ngoài, kiểm tra không có vấn đề, gửi chứng từ cho ngân hàng thanh toán nước ngoài để yêu cầu thanh toán hàng hóa, chờ đợi khi nhận được ngân hàng thanh toán chuyển tiền vào tài khoản ngân hàng thông báo, tức là theo giá niêm yết ngoại hối tại thời điểm đó, chuyển đổi thành nhân dân tệ cho công ty thương mại nước ngoài |
| 2. Ứng tiền trước hối phiếu thanh toán<br>押汇 | Ứng tiền trước hối phiếu, còn được gọi là thanh toán hối phiếu, có nghĩa là ngân hàng chiết khấu mua hối phiếu và các chứng từ của người thụ hưởng theo các điều kiện của thư tín dụng với điều kiện các chứng từ là chính xác, và khấu trừ lãi suất của mệnh giá hối phiếu kể từ ngày chiết khấu đến ngày dự tính nhận được khoản thanh toán. Số dư sẽ được chuyển đổi thành Nhân dân tệ theo tỷ giá hối đoái vào ngày thương lượng và được phân bổ cho công ty thương mại nước ngoài. Sau khi ngân hàng chiết khấu ứng trước tiền cho người thụ hưởng và mua hối phiếu chứng từ, nó trở thành người nắm giữ hối phiếu và có thể đòi tiền từ ngân hàng thanh toán bằng hối phiếu |
| 3. Thanh toán ngoại hối định kỳ<br>定期结汇 | Thanh toán ngoại hối định kỳ có nghĩa là ngân hàng chiết khấu xác định trước một thời hạn thanh toán ngoại hối cố định theo thời gian yêu cầu bồi thường từ ngân hàng thanh toán nước ngoài, và sau khi hết hạn, ngân hàng chiết khấu sẽ chủ động chuyển đổi số tiền của hối phiếu thành Nhân dân tệ và chuyển nó cho công ty thương mại nước ngoài |

**(6) Xác minh, xóa sổ thu ngoại tệ từ xuất khẩu và Hoàn thuế xuất khẩu**

**出口收汇核销和出口退税**

① Xác minh, và xóa sổ thu ngoại tệ từ xuất khẩu

Việc xác minh, và xóa sổ thu ngoại tệ từ xuất khẩu là việc theo dõi các khoản thu ngoại hối của từng lần xuất khẩu cho đến khi thu hồi được ngoại hối, nhằm ngăn chặn hành vi gian lận thuế của người xuất khẩu bằng cách khai báo quá giá xuất khẩu.

Phiếu xác minh chứng từ thu ngoại hối xuất khẩu là một trong những chứng từ quan trọng để theo dõi, giám sát việc xác minh, xóa sổ chứng từ thu ngoại tệ đối với hàng hóa xuất khẩu của các đơn vị xuất khẩu do người gửi hàng hóa hoặc của đơn vị đó lập kinh doanh ngoại hối.

② Hoàn thuế xuất khẩu

Hoàn thuế xuất khẩu đề cập đến một hệ thống trong đó một quốc gia trả lại các khoản thuế đã đánh cho các nhà xuất khẩu để hỗ trợ và khuyến khích xuất khẩu hàng hóa của mình. Nó giúp cho doanh nghiệp kịp thời thu hồi vốn lưu động đã đầu tư vào hoạt động, đẩy nhanh vòng quay vốn, giảm chi phí xuất khẩu, nâng cao lợi ích kinh tế của doanh nghiệp.

Doanh nghiệp xuất khẩu khi đề nghị hoàn thuế xuất khẩu phải nộp cho cơ quan thuế tờ khai hàng hoá xuất khẩu (chuyên trang hoàn thuế xuất khẩu), hoá đơn bán hàng xuất khẩu, hoá đơn mua hàng xuất khẩu, phiếu xác minh, xóa sổ thu ngoại tệ từ xuất khẩu và tờ khai xoá bỏ (xuất trang hoàn thuế đặc biệt), giấy chứng nhận nộp thuế. Chờ các tài liệu được xử lý sau khi chúng đã được cơ quan thuế quốc gia xác nhận.

## PHẦN II THỰC HIỆN HỢP ĐỒNG NHẬP KHẨU
## 第二节 进口合同的履行

Trong hoạt động kinh doanh nhập khẩu của Trung Quốc, có nhiều trường hợp điều kiện giá FOB, nếu giao dịch được thực hiện bằng thư tín dụng trả ngay thì việc thực hiện loại hợp đồng nhập khẩu này thường trải qua các bước sau:

### 1. Mở thư tín dụng 开立信用证

Trong kinh doanh nhập khẩu sử dụng phương thức thanh toán thư tín dụng, bước đầu tiên trong việc thực hiện hợp đồng là nhà nhập khẩu làm đơn đến ngân hàng để mở thư tín dụng.

**(1) Thủ tục mở thư tín dụng** 开立信用证的手续

① Điền vào Đơn yêu cầu mở L/C và gửi các tài liệu hỗ trợ có liên quan;

② Nhà nhập khẩu giao tiền ký quỹ phát hành cho ngân hàng phát hành, hoặc cung cấp người bảo lãnh và trả phí phát hành;

③ Ngân hàng phát hành xem xét nội dung đơn xin phát hành và tín dụng của tổ chức phát hành;

④ Mở thư tín dụng.

**(2) Những vấn đề cần lưu ý khi mở thư tín dụng** 开立信用证应注意的问题

① Nội dung thư tín dụng phải phù hợp với quy định của hợp đồng nhập khẩu, nội dung thư tín dụng phải căn cứ vào hợp đồng.

② Phát hành đúng hạn. Nếu hợp đồng quy định ngày mở thì người nhập khẩu nên mở L/C trong thời hạn quy định, nếu hợp đồng chỉ quy định ngày bắt đầu và ngày kết thúc của kỳ gửi hàng thì người thụ hưởng nên nhận L/C trước thời hạn gửi hàng; nếu ngày gửi hàng đến muộn, L/C cần được phát hành trong một thời gian hợp lý để người bán có đủ thời gian chuẩn bị và chuyển hàng, thường khoảng một tháng đến một tháng rưỡi trước ngày giao hàng.

③ Các điều khoản chứng từ phải rõ ràng.

④ Về giấy chứng nhận kiểm định trước khi vận chuyển. Vì thư tín dụng là nghiệp vụ chứng từ, ngân hàng không hỏi về chất lượng hàng hóa nên thư tín dụng có thể yêu cầu giấy chứng kiểm định hàng hóa trước khi xuất hàng do cơ quan giám định cấp được hai bên công nhận trong thư tín dụng, và quy định rõ ràng về số lượng, quy cách hàng hóa.

⑤ Thư tín dụng xác nhận và thư tín dụng chuyển nhượng. Về nguyên tắc, các ngân hàng Trung Quốc không phát hành thư tín dụng xác nhận và thận trọng đối với thư tín dụng có thể chuyển nhượng. Về vấn đề này, nhà nhập khẩu cần lưu ý khi ký kết hợp đồng, để không bị động khi phát hành thư tín dụng.

⑥ Văn bản cố gắng hoàn chỉnh và rõ ràng.

**(3) Sửa đổi thư tín dụng** 信用证的修改

Sau khi bên kia nhận được thư tín dụng, nếu có yêu cầu sửa đổi thư tín dụng thì có thể đến ngân hàng để làm thủ tục sửa đổi với sự đồng ý của chúng tôi. Thông thường, người thụ hưởng sẽ liên hệ trực tiếp với ngân hàng phát hành sau khi phát hiện ra vấn đề, nếu ngân hàng phát hành cho rằng cần phải thay đổi thì thường phải kịp thời thông báo cho người thụ hưởng bằng Telex hoặc Fax, sau đó nộp đơn cho ngân hàng phát hành theo đúng thủ tục để sửa đổi thư tín dụng.

**(4) Những vấn đề cần chú ý trong việc sửa đổi thư tín dụng** 信用证修改应注意的问题

Trong quá trình sửa đổi thư tín dụng, chúng ta nên cố gắng đọc nó một cách kỹ lưỡng và toàn diện và không nên sửa lại nó nhiều lần. Nếu vẫn còn những điểm không thể chấp nhận được trong việc sửa đổi thư tín dụng, nó có thể được sửa đổi một lần nữa cho đến khi nó được chấp nhận hoàn toàn.

### 2. Làm thủ tục vận chuyển và bảo hiểm 办理运输和保险

**(1) Giao kết hợp đồng vận chuyển** 订立运输合同

Theo điều kiện FOB, giao dịch được thực hiện bằng đường biển, và người mua chịu trách nhiệm về các thủ tục thuê tàu và đặt khoang. Nếu được quy định trong hợp đồng, người bán phải thông báo cho người mua về ngày dự kiến giao hàng trong một khoảng thời gian nhất định trước khi giao hàng.

**(2) Làm hợp đồng bảo hiểm** 办理保险合同

Đối với các hợp đồng nhập khẩu được ký kết theo điều kiện FOB hoặc CFR, người mua phải làm thủ tục bảo hiểm và trả phí bảo hiểm.

### 3. Kiểm tra chứng từ và thanh toán ngoại hối 审单付汇

Theo điều kiện thanh toán L/C, các chứng từ do người bán nộp phải hoàn toàn phù hợp với các điều kiện của L/C do người mua phát hành. Công việc kiểm tra chứng từ thường được thực hiện chung bởi người mua và ngân hàng.

Khi xem xét chứng từ, cần chú ý: L/C và chứng từ phải thống nhất.

### 4. Khai báo hải quan nhập khẩu 进口报关

Sau khi hàng hóa nhập khẩu về đến nơi, doanh nghiệp nhập khẩu hoặc doanh nghiệp giao nhận hàng hóa ủy thác hoặc môi giới hải quan điền vào "Tờ khai hàng hóa nhập khẩu" theo chứng từ nhập khẩu để khai báo hải quan và kèm theo hóa đơn, vận đơn, danh sách đóng gói, đơn bảo hiểm, giấy phép nhập khẩu và các chứng từ, hợp đồng nhập khẩu, giấy chứng nhận xuất xứ và các tài liệu cần thiết khác. Đối với hàng hóa nhập khẩu phải kiểm tra theo luật định phải kèm theo Giấy chứng nhận kiểm định hàng hóa. Hàng hóa và giấy chứng nhận chỉ có thể được cho phép qua sau khi hải quan kiểm tra là chính xác.

### 5. Yêu cầu bồi thường nhập khẩu 进口索赔

Trong quá trình vận chuyển hàng hóa nhập khẩu, do nhiều nguyên nhân khác nhau, chất lượng, số lượng, bao bì, ...của của hàng hóa có thể bị hư hỏng, hoặc hàng hóa do người bán giao không đúng quy định khiến người mua bị thiệt hại. Sau khi nhận hàng, người mua phải yêu cầu bồi thường với bên có trách nhiệm theo lý do hàng hóa bị hư hỏng.

**(1) Đối tượng yêu cầu bồi thường nhập khẩu** 进口索赔的对象

① Yêu cầu bồi thường từ người bán

Nếu thiếu số lượng, không đảm bảo chất lượng, thông số kỹ thuật không phù hợp với hợp đồng; hàng hóa bị hư hỏng do đóng gói không tốt, giao hàng không đúng thời hạn hoặc bị từ chối giao hàng thì người mua phải yêu cầu bồi thường.

② Yêu cầu bồi thường từ nhà cung cấp dịch vụ

Số lượng hàng hoá ít hơn số lượng hàng hoá có trong vận đơn, hoặc thiếu hụt, hư hỏng trong trường hợp vận đơn hoàn hảo, thì phải yêu cầu bồi thường từ người vận chuyển.

③ Yêu cầu bồi thường từ công ty bảo hiểm

Do thiên tai, tai nạn hàng hoá bị tổn thất thuộc phạm vi bảo hiểm; nếu số tiền bồi thường của người vận chuyển không đủ bù đắp tổn thất thuộc phạm vi bảo hiểm thì yêu cầu công ty bảo hiểm bồi thường.

**(2) Các vấn đề cần chú ý khi làm thủ tục yêu cầu bồi thường** 办理索赔时注意的问题

① Bằng chứng được cung cấp cho yêu cầu bồi thường

Cơ sở của yêu cầu bồi thường bao gồm hai khía cạnh: một là cơ sở pháp lý, hai là cơ sở thực tế. Trước hết, phải chuẩn bị danh sách yêu cầu bồi thường và các tài liệu hỗ trợ, và phải đính kèm giấy chứng nhận kiểm định, hóa đơn, danh sách đóng gói, bản sao vận đơn, v.v.; thứ hai, các tài liệu liên quan phải được đính kèm cho các bên yêu cầu khác nhau.

② Số tiền yêu cầu bồi thường

Số tiền yêu cầu bồi thường phải được xác định chính xác, và ngoài giá trị của hàng hóa bị hư hỏng, phải bao gồm các chi phí liên quan (chẳng hạn như phí kiểm tra hàng hóa, phí bốc xếp, phí ngân hàng, tiền thuê kho, tiền lãi, v.v.) trong một trường hợp-theo trường hợp cơ sở.

③ Thời hạn yêu cầu bồi thường

Các yêu cầu bồi thường đối với bên chịu trách nhiệm phải được thực hiện trong thời hạn quy định, và các yêu cầu bồi thường được đưa ra sau ngày hết hạn là không hợp lệ. Thời hạn yêu cầu bồi thường do Công ty Bảo hiểm Nhân dân Trung Quốc quy định là 2 năm, tức là kể từ ngày xảy ra tai nạn được bảo hiểm tối đa không quá 2 năm.

Theo "Công ước", thời hạn để người mua tuyên bố với người bán rằng hàng hóa không phù hợp với hợp đồng là hai năm kể từ ngày người mua thực sự nhận được hàng; thời hạn để yêu cầu bồi thường với hãng tàu là một năm sau khi hàng hoá đến cảng đích để giao; thời hạn yêu cầu bồi thường với công ty bảo hiểm là hai năm sau khi hàng hoá đã được dỡ hết khỏi tàu biển tại cảng dỡ hàng.

### TỪ MỚI

bản chính 原本，正本

bản sao 副本

bằng chứng 凭证，证据
chuyển nhượng 转让
chứng nhận xuất xứ 产地证明
danh sách đóng gói 装箱单
đăng ký kiểm định 报检
hoàn thuế xuất khẩu 出口退税
hợp đồng bảo hiểm bao 预约保险
khai báo 报关
kiểm tra chứng từ và thanh toán ngoại hối 审单付汇
ký gửi 托运
lập chứng từ và thanh toán ngoại hối 制单结汇
sửa đổi thư tín dụng 修改信用证
thiếu hụt 短缺
thuê tàu đặt khoang 租船订舱
tiền lãi 利息
xác minh và xóa sổ thu ngoại tệ từ xuất khẩu 出口收汇核销
xem xét thư tín dụng 审证
xóa 涂抹，核销

## BÀI TẬP

### I. Giải thích các thuật ngữ

1. khai báo hải quan 报关
2. chuẩn bị hàng hoá 备货
3. xác minh và xóa sổ thu ngoại tệ từ xuất khẩu 出口收汇核销
4. hoàn thuế xuất khẩu 出口退税
5. thanh toán ngoại hối 结汇

### II. Chọn đáp án

1. Thời điểm khai báo xuất khẩu là (　　).

A. trước khi chuẩn bị hàng hóa　　B. trước khi giao hàng

C. sau khi giao hàng　　D. sau khi hàng đến cảng đích

2. Một công ty ở Xin-ga-po đã hỏi giá với chúng tôi vào ngày 10 tháng 8 để mua một lô hàng nhất định và yêu cầu xác nhận lại vào ngày 16 tháng 8. Sau khi chúng tôi nhận được đề nghị vào ngày 11 tháng 8, chúng tôi đã không gửi thông báo chấp nhận tới công ty đó mà chuẩn bị hàng và chuyển hàng đi Xin-ga-po vào ngày 13/08. Thật không may, các điều kiện thị trường đã thay đổi rất nhiều và hàng hóa khó bán. Tại thời điểm này, (　　).

A. do hợp đồng chưa được xác lập nên thương nhân Xin-ga-po có thể không thanh toán

B. kể từ khi hợp đồng được xác lập, thương nhân Xin-ga-po phải thanh toán

C. chúng tôi phải gửi thông báo chấp nhận cho thương nhân Xin-ga-po trước khi giao hàng

D. chúng tôi sẽ bồi thường thiệt hại do hàng hóa không bán được cho thương nhân Xin-ga-po

3. Cơ sở để xem xét thư tín dụng là ( ).

A. hợp đồng và các điều khoản của UCP600 B. một bộ chứng từ đầy đủ

C. đơn đề nghị mở L/C D. hóa đơn thương mại

4. Cơ sở để xem xét chứng từ là ( ).

A. đơn đề nghị mở L/C B. hợp đồng và các quy định của UCP600

C. một bộ chứng từ hoàn chỉnh D. thư tín dụng

5. Nếu có hai mục trở lên trong thông báo sửa đổi thư tín dụng, người thụ hưởng ( ).

A. chấp nhận tất cả hoặc từ chối tất cả B. có thể chọn chấp nhận

C. phải chấp nhận toàn bộ D. chỉ có thể chấp nhận một phần

6. Thời hạn yêu cầu bồi thường do Công ty Bảo hiểm Nhân dân Trung Quốc quy định là ( ).

A. 6 tháng B. 1 năm C. 2 năm D. 5 năm

7. Khi yêu cầu thay đổi giấy chứng nhận phải đưa ra các mục ( ) cần điều chỉnh.

A. một lần B. hai lần

C. nhiều lần D. không giới hạn số lần

8. Sau khi công ty xuất khẩu nhận được thư tín dụng chuyển từ ngân hàng sẽ tập trung xem xét ( ).

A. tính xác thực của thư tín dụng

B. nền tảng chính trị của ngân hàng phát hành

C. vị thế tín dụng của ngân hàng phát hành

D. nội dung của thư tín dụng có phù hợp với hợp đồng hay không

9. Cơ sở của thư tín dụng là hợp đồng mua bán. Khi thư tín dụng không phù hợp với hợp đồng mua bán, người thụ hưởng nên yêu cầu ( ).

A. bản sửa đổi của ngân hàng phát hành B. bản sửa đổi của người nộp đơn phát hành

C. sửa đổi bởi ngân hàng tư vấn D. sửa đổi bởi ngân hàng thương lượng

10. Nếu chất lượng hàng hoá nhập khẩu không phù hợp với hợp đồng, nhà nhập khẩu phải nộp đơn yêu cầu bồi thường với ( ).

A. người bán B. người vận chuyển

C. công ty bảo hiểm D. ngân hàng

### III. Trả lời các câu hỏi

1. Các bước để thực hiện hợp đồng xuất khẩu?
2. Trình bày ngắn gọn những vấn đề mà người mua cần lưu ý khi mở thư tín dụng.
3. Các bước cần thiết để thực hiện hợp đồng nhập khẩu theo điều kiện FOB và phương

thức thanh toán L/C?

4. Các phương thức thanh toán ngoại hối đối với hàng xuất khẩu của nước tôi là gì?
5. Các yêu cầu để lập chứng từ là gì?

## 知识拓展

### 进出口贸易对经济增长的影响方式

根据传统的经济理论，国内生产总值可由支出法计算，即 Y=C+I+G+X−M。直观来看，出口 X 是国内生产总值的增量因子，进口 M 是国内生产总值的减量因子。但根据实际情况，进出口贸易使一国融入到世界分工的大体系中，从而优化世界资源配置，各国一方面由于国内专业化的分工提高要素生产率，另一方面国内企业销售市场由国内市场扩大为国内市场加国外市场，形成规模经济，增加一国规模收益。

（1）国际贸易的发展推动了国际分工的专业化和细化。对于我国来说，专业化的国际分工使得我国的生产资源流向竞争力强的生产部门，扩大优势产业的生产规模，企业实力的壮大能够推动企业内部的生产创新和资源优化，提高我国的劳动生产率水平，促进国内经济的增长。

（2）一国的出口可以直接增加国外消费者对本国产品的有效需求，增加国内就业机会，拉动国内生产总值的增长。同时可以吸引外资投入，使资本进入我国市场，加速国内资本积累，为经济发展提供后续动力。

（3）一国的进口即为另一国的出口，另一国出口的增加，该国的国内人均收入也随之增加，从而增加了对进口产品的需求，又转向从他国进口，如此循环，不仅带动了整个世界经济的发展，还提高了贸易国的消费者福利。另外，一国的进口还能创造有效需求，将国内消费者潜在的消费需求转化为有效的消费支出，有利于国内经济的发展。

资料来源：崔艳玲. 我国进出口贸易对经济增长的影响分析［J］. 商场现代化，2017（5）：4-6.

# CHƯƠNG XIII PHƯƠNG THỨC THƯƠNG MẠI QUỐC TẾ
# 第十三章 国际贸易方式

## Mục tiêu kiến thức 知识目标

1. **Hiểu các khái niệm và đặc điểm của các phương thức giao dịch khác nhau**
   了解各种贸易方式的概念、特点
2. **Quen thuộc nội dung chính của hiệp định được ký kết theo một phương thức thương mại nhất định**
   熟悉以某种贸易方式成交而订立的协议的主要内容
3. **Nắm vững những vấn đề cần lưu ý khi sử dụng các phương thức thương mại**
   掌握使用各种贸易方式应注意的问题
4. **Có khả năng lựa chọn phương thức kinh doanh thích hợp với mục đích kinh doanh của doanh nghiệp và đặc điểm của mặt hàng kinh doanh**
   能够根据企业的营销目的和所要交易商品的特征，选择适当的贸易方式

## Dẫn nhập vào bài 课前导入

Công ty xuất nhập khẩu A của Trung Quốc và Công ty B của Ma-lai-xi-a đã đạt được thỏa thuận bao tiêu vào năm 2020, Công ty B sẽ bao tiêu cho nhãn hiệu thuốc "Xuelian" (chưa đăng ký) bằng sáng chế Trung Quốc mà Công ty A đã hoạt động trong nhiều năm. Thuốc Bắc do Trung Quốc sản xuất, nhà máy sản xuất thuộc bằng sáng chế, và khu vực bao tiêu là Malaysia, thời hạn là hai năm và số lượng bao tiêu là 20.000 hộp mỗi năm. Trong năm đầu tiên, công ty B đã hoàn thành xuất sắc nhiệm vụ bao tiêu và thu được lợi nhuận đáng kể, vào quý 2 của năm thứ hai, công ty B gọi điện cho công ty A và phát hiện ra rằng có một sản phẩm tương tự cùng nhãn hiệu được bán ở Malaysia, điều này đã ảnh hưởng đến doanh số của Công ty B và vi phạm quyền độc quyền tiêu thụ của công ty B. Công ty B cho rằng chúng tôi cấu thành hành vi vi phạm hợp đồng và yêu cầu chúng tôi bồi thường. Qua điều tra, Công ty A nhận thấy đúng là có sản phẩm tương tự cùng nhãn hiệu được bán tại thị trường Ma-lai-xi-a vào năm 2021 nhưng không phải khi hợp đồng được ký kết, nguyên nhân là do sản phẩm này gần đây bán rất chạy tại Ma-lai-xi-a và các nhà sản xuất khác trong nước cũng đã thâm nhập thị trường Ma-lai-xi-a. Cuối cùng, chúng tôi đã đồng ý cung cấp một số khoản trợ cấp nhất định cho Công ty B và Công ty A sẽ mua các loại thuốc Bắc do nhà máy C sản xuất và bán cho các công ty xuất nhập khẩu khác trong nước, để ngăn họ thâm nhập thị trường Malaysia thông qua các kênh khác.

Câu hỏi:

1. Yêu cầu của Công ty B có hợp lý không?
2. Bài học kinh nghiệm của trường hợp này là gì?

### Kiến thức chuyên sâu 知识精讲

## PHẦN I PHÂN PHỐI VÀ ĐẠI LÝ
## 第一节 经销与代理

Phương thức thương mại quốc tế là hình thức và phương pháp cụ thể của lưu thông hàng hóa quốc tế. Do sự đa dạng phong phú và sự khác biệt nhiều của các loại hàng hóa được giao dịch quốc tế, và tập quán thương mại ở các quốc gia và khu vực khác nhau, các phương thức thương mại cũng rất đa dạng.

### 1. Phân phối 经销

**(1) Ý nghĩa và hình thức phân phối 经销的含义和类型**

Khái niệm phân phối (quan hệ mua bán, hợp tác lâu dài, bán cố định)

Phân phối có nghĩa là trong thương mại quốc tế, các nhà phân phối bán sản phẩm cho các nhà cung cấp nước ngoài theo các điều kiện đã thỏa thuận. Hai bên ước định hoặc thỏa thuận với nhau về việc nhà cung cấp sẽ cung cấp hàng hóa cho nhà phân phối một cách thường xuyên và định lượng, còn nhà phân phối sẽ tiêu thụ tại thị trường nội địa. Nhà phân phối phải mua hàng hóa của nhà cung cấp bằng tiền của mình, tự bán hàng, tự chịu trách nhiệm về lãi lỗ và tự chịu rủi ro.

**(2) Các loại phân phối 经销的种类**

① Phân phối chung (bán cố định) 一般经销（定销）

② Phân phối độc quyền hoặc bao tiêu 独家经销或包销

Bao tiêu là một thông lệ trong đó nhà xuất khẩu độc lập cấp cho khách hàng hoặc công ty quyền kinh doanh một loại hoặc chủng loại hàng hóa nhất định trong một khu vực nhất định và trong một khoảng thời gian nhất định thông qua một thỏa thuận.

**Bảng 13-1 Ưu điểm và nhược điểm của phương thức bao tiêu**

| Ưu điểm và nhược điểm của phương thức bao tiêu | |
|---|---|
| Ưu điểm | Nhược điểm |
| Thông qua việc nhượng quyền | |
| Có lợi cho việc huy động tính tích cực của các nhà bao tiêu đối với hoạt động kinh doanh | Nhà bao tiêu có thể lợi dụng vị trí độc quyền của mình để thao túng giá, chi phối thị trường |
| Sử dụng các kênh bán hàng của các nhà bao tiêu để củng cố và mở rộng thị trường | Đồng thời nhà bao tiêu cũng có thể kinh doanh hàng của các thương nhân xuất khẩu khác khiến họ không thể tập trung kinh doanh mặt hàng đã thỏa thuận |
| Giảm bớt những bất lợi của việc tự cạnh tranh do đa quản lý gây ra | Nếu năng lực kinh doanh của người bao tiêu kém sẽ xảy ra tình trạng "bao tiêu mà không tiêu thụ", nhà xuất khẩu sẽ không bán được cho các thương nhân khác nên bị lỗ |
| Giúp tổ chức sản xuất và cung ứng một cách có kế hoạch | |

**(3) Thỏa thuận phân phối** 经销协议

① Tên hợp đồng phân phối, tên gọi các bên, ngày và nơi ký kết

② Có độc quyền phân phối hay không

③ Các loại nhà phân phối

④ Vùng phân phối là phạm vi địa lý phân phối

⑤ Thời hạn phân phối

⑥ Số lượng hoặc số tiền phân phối

⑦ Phương pháp tính giá

⑧ Mối quan hệ giữa hợp đồng mua bán hàng hóa riêng lẻ và thỏa thuận về điều kiện mua bán hàng hóa chung

⑨ Quảng cáo, báo cáo thị trường và bảo hộ thương hiệu

**(4) Những vấn đề cần lưu ý khi áp dụng phương thức phân phối**
采用经销方式应注意的问题

① Áp dụng phương thức phân phối

② Lựa chọn nhà phân phối

③ Xác định chủng loại, khu vực bán hàng và số lượng hoặc số tiền sản phẩm của nhà phân phối

④ Quy định về chấm dứt hoặc yêu cầu bồi thường

### 2. Đại lý 代理

**(1) Ý nghĩa của đại lý** 代理的含义

Đại lý là phương thức thương mại trong đó người xuất khẩu thỏa thuận với đại lý nước ngoài, người xuất khẩu làm bên giao đại lý, đại lý được ủy quyền đại diện cho người xuất khẩu tại một khu vực đặc biệt và trong một thời hạn nhất định để tiêu thụ hàng hóa và ký hợp đồng. Mối quan hệ giữa đại lý và nhà xuất khẩu không phải là quan hệ mua bán mà là quan hệ ủy thác và nhận ủy thác.

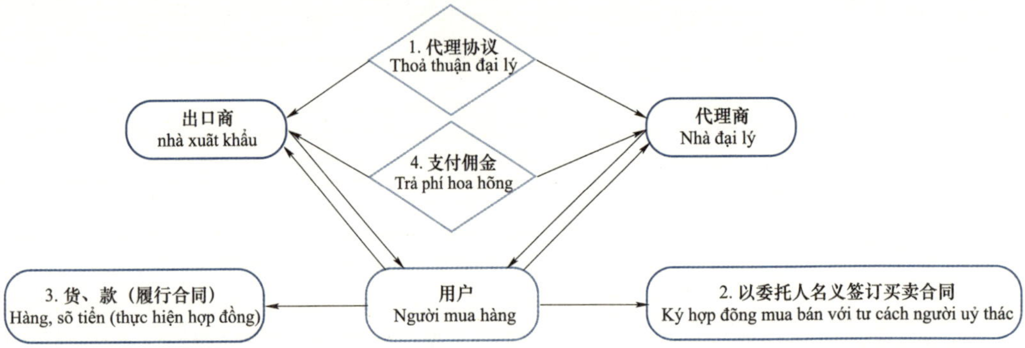


**(2) Đại lý có những đặc điểm cơ bản sau** 代理具有以下几个基本特点

① Đại lý chỉ có thể tham gia vào các hoạt động thương mại thay mặt cho khách hàng trong phạm vi ủy quyền của khách hàng.

② Các đại lý thường không ký hợp đồng với bên thứ ba thay mặt họ.

③ Các đại lý thường sử dụng vốn của khách hàng cho các hoạt động kinh doanh.

④ Các đại lý, bất kể giao dịch có lợi nhuận hay thua lỗ, chỉ tính phí hoa hồng.

⑤ Đại lý chỉ giới thiệu kinh doanh, chào mời đơn đặt hàng, không chịu trách nhiệm thực hiện hợp đồng.

**(3) Các loại đại lý** 代理的种类

① Tổng đại lý (General Agency) 总代理

Tổng đại lý là đại diện toàn quyền của khách hàng trong khu vực được chỉ định, có quyền đại diện cho khách hàng tham gia vào các hoạt động kinh doanh chung và một số vấn đề phi thương mại, và có thể có quyền chỉ định các phân khúc khu vực, ủy thác cho các đại lý khu vực, tham gia vào các hoạt động kinh doanh chung và một số vấn đề phi thương mại.

② Đại lý độc quyền hoặc Đại lý duy nhất (The Exclusive Agency or Sole Agency) 独家代理

Có nghĩa là trong một khu vực được chỉ định và trong một khoảng thời gian nhất định, đại lý độc quyền đó thực hiện các hoạt động thương mại có liên quan thay mặt riêng cho khách hàng. Khách hàng không được bổ nhiệm một đại lý thứ hai trong khu vực. Được hưởng nhượng quyền thương mại.

③ Người đại lý (Agent) 一般代理

Có nghĩa là không được hưởng nhượng quyền thương mại đối với một mặt hàng nhất định, nhưng các quyền, nghĩa vụ khác giống như các đại lý độc quyền. Trong cùng một khu vực, khách hàng có thể chọn một hoặc một số khách hàng làm đại lý chung và trả hoa hồng dựa trên số tiền bán hàng. Khách hàng có thể giao dịch trực tiếp với người mua khác mà không cần hoa hồng cho đại lý.

(4) Thỏa thuận đại lý 代理协议

① Tên của thỏa thuận, các bên

② Chỉ định mặt hàng, khu vực và thời hạn của đại lý

③ Quyền đại lý

④ Điều khoản hoa hồng

⑤ Khối lượng giao dịch tối thiểu

⑥ Quảng bá, báo cáo thương mại và bảo vệ nhãn hiệu

⑦ Các quy định khác

**(5) Những vấn đề cần lưu ý khi sử dụng phương thức đại lý**

采用代理方式应注意的问题

① Việc lựa chọn phương thức đại lý

② Đối với việc lựa chọn đại lý hàng hóa, mức độ tin tưởng của đại lý, khả năng hoạt động của họ và tình trạng thương mại của họ trong khu vực đại lý là những yếu tố quan trọng để làm một nghiên cứu thị trường tốt

③ Xác định chủng loại hàng hóa đại lý, khu vực đại lý, số lượng hoặc số tiền đại lý

④ Quy định về chấm dứt hoặc điều khoản bồi thường. Để tránh trường hợp đại lý độc quyền thị trường hoặc hoạt động kém hiệu quả, tốt nhất nên có các điều khoản quy định về chấm dứt hoặc bồi thường

## PHẦN II MỜI THẦU VÀ ĐẤU THẦU

## 第二节 招标与投标

### 1. Ý nghĩa và đặc điểm của mời thầu và đấu thầu 招标和投标的含义与特点

**(1) Ý nghĩa của mời thầu và đấu thầu 招标、投标的含义**

Mời thầu có nghĩa là bên mời đấu thầu (người mua) phát hành thông báo mời đấu thầu, nêu rõ tên, quy cách, số lượng và các điều kiện khác của hàng hóa sẽ mua và mời nhà thầu (người bán) đấu thầu vào thời gian và địa điểm được chỉ định theo những thủ tục nhất định.

(2) Đặc điểm của mời thầu và dự thầu 招标、投标的特点

① Cạnh tranh bởi nhiều nhà thầu tại thời gian và địa điểm cố định theo quy định

② Giao dịch được ký kết mà không cần thương lượng

③ Nhà thầu chỉ có thể thực hiện đấu thầu một lần và không được mặc cả

### 2. Các loại phương thức mời thầu 招标方式的种类

**(1) Đấu thầu công khai hoặc Đấu thầu cạnh tranh quốc tế 公开招标或国际竞争性招标**

Có nghĩa là bên mời thầu mời những người không cụ thể để đấu thầu theo hình thức thông báo mời thầu.

Lưu ý: Mua sắm theo các khoản vay của Ngân hàng Thế giới hầu hết đều sử dụng phương thức đấu thầu công khai.

**(2) Chỉ định thầu hoặc mời thầu hoặc đấu thầu hạn chế**

**选择性招标或邀请招标或限制性招标**

Đó là, mời một người cụ thể để đấu thầu.

**(3) Đấu thầu đàm phán hoặc Đấu thầu thương thảo**

**谈判招标或议标**

Nhà thầu chọn một số thương nhân để tiến hành đàm phán hợp đồng trực tiếp, đàm phán thành công và giao dịch được ký kết.

**(4) Đấu thầu hai giai đoạn** 两段招标

Là sự kết hợp giữa đấu thầu công khai và đấu thầu chọn lọc

### 3. Các thủ tục cơ bản về mời thầu và nghiệp vụ dự thầu 招标、投标业务的基本程序

**(1) Mời thầu 招标**

① Phát hành thông báo mời thầu 发布招标公告

Lưu ý: Đối với đấu thầu công khai và đấu thầu đàm phán không bắt buộc phải thông báo mời thầu.

② Sơ tuyển 资格预审

③ Lập hồ sơ mời thầu 编制招标文件

**(2) Dự thầu 投标**

① Công tác chuẩn bị trước dự thầu 投标前的准备工作

Lưu ý: Hồ sơ dự thầu do các nhà thầu phát hành là một chào hàng không thể thu hồi.

② Lập hồ sơ mời thầu và cung cấp bảo lãnh dự thầu, đơn dự thầu

编制投标文件和提供投标保证金和投标保函

③ Giao nhận hồ sơ mời thầu 递送投标文件

**(3) Mở thầu và đánh giá hồ sơ dự thầu** 开标和评标

**(4) Trúng thầu và ký kết hợp đồng** 中标和签约

Khi nhà thầu trúng thầu ký hợp đồng phải nộp tiền ký quỹ thực hiện, thay thế ký quỹ dự thầu ban đầu. Nhà thầu trúng thầu phải bảo đảm thực hiện hợp đồng thay thế cho bảo lãnh dự thầu ban đầu khi ký kết hợp đồng.

### 4. Những vấn đề cần lưu ý khi sử dụng mời thầu và đấu thầu 使用招标、投标应注意的问题

(1) Khi mời thầu yêu cầu cần thông qua một đại lý tiến hành **đấu thầu**, đại lý đó phải được chọn trước ở quốc gia nơi đặt thầu và phải ký thỏa thuận đại lý, ghi rõ các điều kiện cụ thể để chúng tôi dự thầu, thù lao cho đại lý và phí xử lý phải nộp khi không trúng thầu, v.v.

(2) Xem xét kỹ hồ sơ mời thầu, tránh bỏ sót và điền thông tin vào đơn dự thầu một cách cẩn thận.

(3) Trước khi dự thầu cần tìm hiểu các quy định và thói quen của nước mời thầu về mời thầu, đồng thời phải xác nhận nguồn hàng, vì dự thầu phải đặt cọc nhất định, hàng hóa cho dự thầu thường có số lượng lớn và giao hàng tương đối tập trung.

## PHẦN III KÝ GỬI VÀ ĐẤU GIÁ
## 第三节 寄售与拍卖

### 1. Ký gửi 寄售

**(1) Khái niệm và bản chất của hàng ký gửi 寄售的概念和性质**

Ký gửi là một phương thức kinh doanh mà khách hàng (chủ hàng) vận chuyển hàng hóa đến nơi gửi hàng đầu tiên, ủy thác cho một đại lý bán hàng ở nước ngoài (người được ủy thác), theo các điều kiện quy định trong thỏa thuận ký gửi, người bán thay thế chủ hàng để bán, sau khi bán hàng hóa, người bán thanh toán cho chủ hàng.

Kinh doanh hàng ký gửi được thực hiện theo hợp đồng ký gửi đã được bên ký gửi và bên nhận ký gửi ký kết. Hai bên trong hợp đồng ký gửi không phải là quan hệ mua bán mà là quan hệ ủy thác, nhận ủy thác.

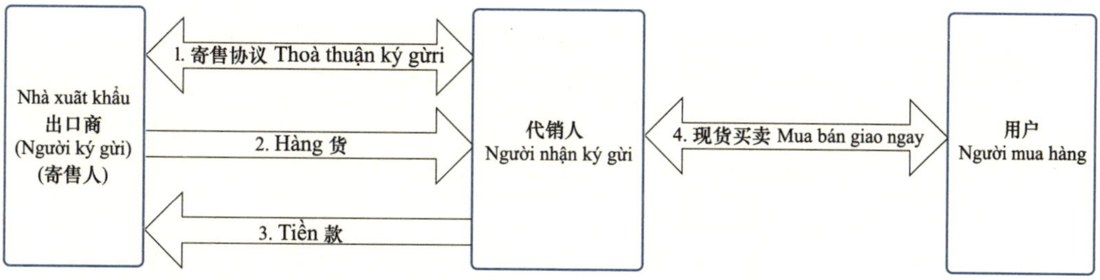


**(2) Đặc điểm của ký gửi 寄售的特点**

① Người bán hàng đầu tiên vận chuyển hàng hóa đến chợ đích (nơi gửi) và sau đó người bán hàng bán cho người mua địa phương tại nơi gửi hàng. Do đó, nó là một giao dịch tại chỗ được giao dịch bằng hiện vật.

② Giữa người gửi và người đại diện là mối quan hệ ủy thác bán hàng, không phải mối quan hệ mua bán. Người nhận ký gửi chỉ có thể xử lý hàng hóa theo hướng dẫn của người gửi. Quyền sở hữu hàng hóa vẫn là của người gửi trước khi hàng được bán.

③ Tất cả các chi phí và rủi ro của hàng hóa được gửi trước khi bán, bao gồm cả trên đường vận chuyển và sau khi đến nơi gửi hàng, sẽ do người ký gửi chịu.

④ Sau khi hàng ký gửi được vận chuyển để xuất khẩu, trước khi đến nơi gửi cũng có thể sử dụng phương pháp bán trước hàng hóa đường bộ, tức là khi hàng hóa được vận chuyển trên đường, người nhận ký gửi tìm kiếm người mua để bán.

**(3) Ưu và nhược điểm của việc ký gửi 寄售的利弊**

**Ưu điểm của ký gửi 寄售的优点**

① Trước khi bán hàng ký gửi, bên ký gửi có quyền sở hữu đối với hàng hóa, có lợi cho giao dịch theo điều kiện thị trường.

② Phương thức ký gửi là mua bán bằng hiện vật, hàng hóa gặp gỡ trực tiếp với người mua có lợi cho việc thúc đẩy giao dịch.

③ Người nhận ký gửi không chịu rủi ro và chi phí, người ký gửi gửi tiền, người nhận ký gửi không chiếm dụng vốn và có thể huy động sự tích cực (nhiệt tình) của mình cho hoạt động kinh doanh.

**Nhược điểm của ký gửi** 寄售的缺点

① Các nhà xuất khẩu chịu rủi ro lớn hơn, chi phí cao hơn, và tăng gánh nặng tài chính của người xuất khẩu, không có lợi cho việc quay vòng vốn của họ.

② Việc thu hồi tiền hàng hóa được ký gửi tương đối chậm, một khi người nhận ký gửi không tuân thủ thỏa thuận thì có nguy cơ mất cả hàng lẫn tiền.

**(4) Những vấn đề cần lưu ý bằng cách sử dụng phương thức ký gửi**

采用寄售方式应注意的问题

① Tiến hành nghiên cứu thị trường, chọn địa điểm gửi hàng.

② Cẩn thận lựa chọn người gửi bán.

③ Lựa chọn hàng hóa phù hợp thị trường để làm hàng ký gửi.

④ Nắm bắt đúng số lượng hàng hóa được bán khẩn cấp.

⑤ Thỏa thuận gửi hàng đã được thực hiện.

### 2. Đấu giá 拍卖

**(1) Ý nghĩa và đặc điểm của đấu giá** 拍卖的含义和特点

① Khái niệm đấu giá 拍卖的概念

Đấu giá là phương thức thương mại trong đó người điều hành đấu giá hoặc cơ quan đấu giá nhận ủy thác của người bán hàng, vào thời gian và địa điểm xác định, theo những quy định và điều lệ nhất định, những người mua đấu giá cho nhau và bán hàng cho người mua với giá thầu cao nhất.

Đấu giá là một phương pháp cổ xưa trong thương mại quốc tế, và nó là một loại giao dịch hiện vật.

② Đặc điểm của đấu giá 拍卖的特点

♦ Đấu giá được tổ chức trong một số tổ chức nhất định

♦ Đấu giá có luật pháp và quy định độc đáo của riêng mình

♦ Đấu giá là một giao dịch tại chỗ được đấu giá công khai

♦ Cơ quan đấu giá cung cấp dịch vụ cho việc đạt được thỏa thuận, tính phí một khoản thanh toán nhất định như một khoản hoa hồng

**(2) Hàng đấu giá thích hợp** 适合拍卖的商品

① Hàng hóa được giao dịch thông qua đấu giá thường có một số thông số kỹ thuật chất lượng không dễ tiêu chuẩn hóa.

Như lông thú, thuốc lá, trà, gia vị, gỗ, v.v.

② Một số mặt hàng dễ hư hỏng, không bảo quản được lâu.

Như trái cây, rau, hoa, cá cảnh, v.v.

③ Một số mặt hàng có giá trị hoặc có thói quen sử dụng đấu giá.

Như kim loại quý, đồ trang sức, thảm, đồ cổ và các tác phẩm nghệ thuật khác.

④ Một số mặt hàng hầu hết được mua bán thông qua đấu giá，giá cả hình thành có ảnh hưởng lớn đến thị trường của những mặt hàng này.

Như lông chồn, lông cừu Úc.

**(3) Hình thức đấu giá hàng hóa** 拍卖商品的形式

① Đấu giá tăng dần 增价拍卖

② Đấu giá giảm dần 减价拍卖

③ Đấu giá bằng hình thức bỏ phiếu trả giá 密封递价拍卖

**(4) Các thủ tục cơ bản của đấu giá** 拍卖的基本程序

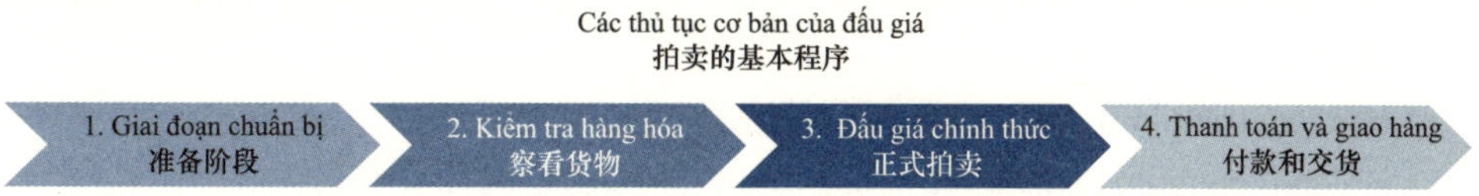


**(5) Phương thức đấu giá** 拍卖的方式

① Đấu giá tăng dần còn gọi là đấu giá loại trực tiếp 升价拍卖也称淘汰式拍卖

Tại thời điểm đấu giá, người điều hành cuộc đấu giá công bố mức giá tối thiểu đã định trước, sau đó những người tham gia đấu giá liên tiếp ra giá, tranh nhau tăng giá cho đến khi người điều hành cuộc đấu giá cho rằng không ai có thể trả giá cao hơn, khi đó hành động gõ búa được sử dụng để biểu thị kết thúc cuộc đấu thầu, và lô hàng này sẽ được bán cho người trả giá cao nhất khi kết thúc. Người đấu giá có thể rút lại giá thầu trước khi người điều hành cuộc đấu giá đập búa.

② Đấu giá giảm dần còn gọi là đấu giá kiểu Hà Lan 降价拍卖又称荷兰式拍卖

Trong phương thức này, đầu tiên người điều hành cuộc đấu giá đưa ra mức giá cao nhất, sau đó giảm dần giá đấu thầu cho đến khi một người đấu giá nào đó cho rằng mức giá đó đủ thấp để chấp nhận và bày tỏ ý định mua hàng.

③ Đấu giá bằng hình thức bỏ phiếu trả giá còn gọi là đấu giá kiểu mời thầu 密封递价拍卖又称招标式拍卖

Khi sử dụng phương thức này, đầu tiên người điều hành cuộc đấu giá công bố các điều kiện cụ thể và điều kiện đấu giá của từng lô hàng, sau đó từng người mua bỏ phiếu trả giá cho người điều hành cuộc đấu giá trong thời gian quy định để người điều hành cuộc đấu giá xem xét, so sánh và quyết định bán hàng cho người đấu giá nào.

**(6) Những vấn đề cần lưu ý khi áp dụng phương thức đấu giá**
采用拍卖方式时应注意的事项

① Lựa chọn hàng hóa phù hợp với phương thức đấu giá.

② Giá khởi điểm của hàng hóa đấu giá phải được xác định đúng cách.

③ Đối với các yếu tố bất lợi mà phương thức đấu giá có thể phát sinh, chẳng hạn như chi phí đấu giá cao hơn, người mua ép giá, người bán đấu giá trái với mong muốn của người bán, v.v. phải có biện pháp phòng ngừa và khắc phục.

④ Cần hiểu quy tắc và phong tục của từng trung tâm đấu giá, điều tra nguồn cung và mức giá của thị trường, cuối cùng quyết định loại, số lượng và giá khởi điểm của hàng hóa được đấu giá, để ra sức thực hiện mở rộng nguồn tiêu thụ, có hiệu quả bán với giá tốt.

### 3. Triển lãm bán hàng 展卖

**(1) Ý nghĩa và thực hành hội chợ triển lãm và bán hàng (Fairs and Sales) 展卖的含义与做法**

Triển lãm bán hàng là một sự kết hợp hữu cơ của triển lãm hàng hóa xuất khẩu với tiếp thị, vừa triển lãm vừa bán, chủ yếu là bán hàng.

**(2) Các phương thức triển lãm bán hàng được thực hiện ở Trung Quốc 我国开展的展卖方式**

① Hội chợ triển lãm quốc tế 国际博览会

② Hội chợ hàng hóa xuất khẩu Trung Quốc 中国出口商品交易会

**(3) Những vấn đề cần lưu ý trong triển lãm bán hàng 开展展卖业务应注意的问题**

① Chọn đúng đối tác thích hợp. Các đối tác phải có danh tiếng và địa vị kinh doanh tốt ở khu vực địa phương, có mạng lưới liên hệ kinh doanh và kênh bán hàng nhất định, đồng thời có năng lực kinh doanh mạnh mẽ.

② Lựa chọn sản phẩm phù hợp để bán. Khi xác định sản phẩm triển lãm, bán nên lựa chọn sản phẩm có trình độ tiên tiến thế giới, có lợi thế cạnh tranh, phản ánh xu thế mới của sự phát triển công nghệ hiện đại.

③ Làm tốt công tác tuyên truyền, tổ chức. Triển lãm bán hàng là một phương thức thương mại kết hợp công khai, khuyến mãi và nghiên cứu thị trường. Cần sử dụng các cuộc triển lãm và hội chợ thương mại để phát huy hết tác dụng của quảng cáo, nhằm mở rộng sức ảnh hưởng của thương hiệu và mức độ phổ biến của các mặt hàng đang kinh doanh.

④ Chọn thời điểm thích hợp để triển lãm bán hàng. Điều này đặc biệt quan trọng đối với một số sản phẩm theo mùa, bạn nên chọn các cuộc triển lãm vào mùa cao điểm, thời gian cho mỗi cuộc triển lãm không nên quá dài.

## PHẦN IV GIAO DỊCH KỲ HẠN

## 第四节 商品期货交易

### 1. Ý nghĩa và đặc điểm của giao dịch kỳ hạn 期货贸易含义及特点

**(1) Khái niệm cơ bản 基本概念**

Giao dịch tương lai là một phương thức giao dịch để mua hoặc bán hợp đồng tiêu chuẩn hóa hợp đồng tương lai thông qua đấu giá công khai trong các sàn giao dịch tương lai, theo các thủ tục và quy tắc nghiêm ngặt.

**(2) Đặc điểm 特点**

♦ Mục đích giao dịch: bảo hiểm rủi ro và đầu cơ

♦ Đối tượng giao dịch: hợp đồng tương lai tiêu chuẩn hóa

♦ Phương thức giao dịch: Giao dịch đấu giá công khai của các phương tiện truyền thông môi giới

♦ Hệ thống giao dịch: Hệ thống ký quỹ và hệ thống thị trường theo dõi hàng ngày

♦ Nơi giao dịch: sàn giao dịch kỳ hạn

♦ Hàng hóa giao dịch: Có giới hạn

♦ Tóm lại là: Tiêu chuẩn hóa, hư cấu hóa, tính hạn chế, tính đòn bẩy.

### 2. Thực hành giao dịch kỳ hạn 期货交易的做法

**(1) Bảo đảm giá trị hàng bán trong kỳ hạn giao dịch (Selling Hedging) 卖期保值**

Để phòng ngừa tổn thất do sự sụt giảm giá, người bán bán hợp đồng tương lai trên thị trường tương lai cho mục đích bảo vệ giá trị. Như bảng dưới đây:

**Bảng 13-2 Bảo đảm giá trị hàng bán trong kỳ hạn giao dịch**

| Ngày | Thị trường hàng tại chỗ | Thị trường hàng hóa có kỳ hạn |
|---|---|---|
| Ngày 15 tháng 5 | Mua kho chứa lúa mì giao ngay để bán<br>Giá: 3.65 USD/tạ | Bán lúa mì kỳ hạn tháng 8<br>Giá: 3.70 USD/tạ |
| Ngày 15 tháng 6 | Bán lúa mì<br>Giá: 3.55 | Mua Hợp đồng Tương lai Lúa mì Tháng 8<br>Giá: 3.60 |
| Kết quả | Lỗi: 0.10 | Lợi nhuận: 0.10 |

**(2) Bảo đảm giá trị hàng mua trong kỳ hạn giao dịch (Buying Hedging) 买期保值**

Các doanh nghiệp hoặc cá nhân lo lắng về việc tăng giá khi bán hàng hóa hiện vật được giao trong tương lai và mua hợp đồng tương lai trên thị trường tương lai để đạt được mục tiêu bảo vệ giá trị, như bảng dưới đây:

**Bảng 13-3 Bảo đảm giá trị hàng mua trong kỳ hạn giao dịch**

| Ngày | Thị trường hàng tại chỗ | Thị trường hàng hóa có kỳ hạn |
|---|---|---|
| Ngày 5 tháng 8 | Bán lúa mì giao ngay giao tháng 11<br>Giá:2.45 USD/giạ | Mua lúa mì kỳ hạn tháng 11<br>Giá:2.40 USD/giạ |
| Ngày 25 thang 10 | Mua lúa mì giao ngay<br>Giá:2.58 | Bán kỳ hạn lúa mì tháng 11<br>Giá:2.53 |
| Kết quả | Lỗ:0.13 | Lợi nhuận:0.13 |

Chênh lệch cơ bản: Tại một thời điểm nhất định, sự khác biệt giữa giá thị trường giao ngay cụ thể và giá thị trường tương lai, sự thay đổi của chênh lệch cơ bản phản ánh tình hình lãi và lỗ.

**Bảng 13-4 Sự khác biệt giữa giao dịch hợp đồng tương lai và giao dịch tại chỗ**

| Hàng mục | Giao dịch tại chỗ | | Giao dịch hàng có kỳ hạn |
|---|---|---|---|
| | Giao dịch ngay | Giao dịch hợp đồng kỳ hạn | |
| Mục đích giao dịch | Nhận được hiện vật | Thu lãi từ chuyển nhượng bằng hiện vật hoặc hợp đồng | Tránh rủi ro giá hoặc lợi nhuận đầu tư mạo hiểm |
| Phương tiện giao dịch | Đối phương mặc cả | Hai bên đàm phán hoặc bán đấu giá | Đấu giá công khai và công bằng |
| Đối tượng giao dịch | Bản thân hàng hóa | Hợp đồng phi tiêu chuẩn | Hợp đồng tương lai tiêu chuẩn hóa |
| Đảm bảo tuân thủ 履约保证 | Không lo lắng | Lo lắng | Hệ thống ký quỹ |
| Số tiền thanh toán | 100%khối lượng giao dịch | Tiền đặt cọc chiếm 20%-30% giá trị giao dịch | Ký quỹ chiếm 5%-18% giá trị giao dịch |
| Địa điểm giao dịch | Không có giới hạn | Không có giới hạn | Sàn giao dịch tương lai |
| Giao hàng bằng hiện vật | Thanh toán bằng tiền, giao hàng bằng hiện vật 100% | Bây giờ xác định giá cả, bàn giao hiện vật trong tương lai | Giao hàng hiện vật chiếm 1%-4%, có phương thức giao hàng cố định |

## PHẦN V GIAO DỊCH GIA CÔNG

## 第五节 加 工 贸 易

### 1. Các hình thức giao dịch gia công chủ yếu 加工贸易的主要形式

Giao dịch gia công là việc doanh nghiệp trong nước làm bảo thuế nhập khẩu (Đã được hải quan chấp thuận đồng thời làm các thủ tục liên quan, cho phép tạm thời miễn thuế nhập khẩu, thuế giá trị gia tăng và các giấy phép liên quan) toàn bộ hoặc một phần nguyên liệu, vật liệu phụ, các bộ phận và linh kiện cần thiết. Sau khi gia công, lắp ráp các bộ phận, vật liệu đóng gói, thành phẩm hoặc bán thành phẩm được tái xuất khẩu.

Hoạt động kinh doanh này chủ yếu bao gồm hai phương thức giao dịch là gia công với nguyên liệu được cung cấp và gia công với nguyên vật liệu nhập khẩu.

**(1) Gia công với nguyên liệu được cung cấp** 来料加工

① Ý nghĩa và đặc điểm của gia công với nguyên liệu được cung cấp

Gia công với nguyên liệu được cung cấp là việc thương nhân nước ngoài cung cấp miễn phí toàn bộ hoặc một phần nguyên liệu, phụ liệu, bộ phận, linh kiện, phụ kiện, bao bì đóng gói… Bên nhận gia công thực hiện gia công, lắp ráp theo yêu cầu của bên kia, thành phẩm giao cho bên kia bán, bên nhận gia công chỉ thu phí nhân công.

Giao dịch gia công với nguyên liệu được cung cấp là một hình thức ủy thác gia công. Đặc điểm của nó là: doanh nhân nước ngoài vận chuyển nguyên liệu thô cho chúng tôi mà không có bất kỳ sự chuyển giao quyền sở hữu nào và chúng tôi chỉ chế biến nguyên liệu thô thành thành phẩm với tư cách là người được ủy thác theo yêu cầu của doanh nhân nước ngoài; trong quá trình gia công, chúng tôi đã được trả công và thu được phí gia công là thù lao lao động. Vì vậy, có thể nói giao dịch gia công được cung ứng nguyên vật liệu là một hình thức giao dịch lao động, lấy lao động xuất khẩu là phương tiện truyền tải hàng hoá.

② Phương pháp chính của gia công với nguyên liệu được cung cấp

♦ Các doanh nhân nước ngoài cung cấp nguyên liệu, vật liệu phụ, các bộ phận và linh kiện cần thiết để gia công và lắp ráp, và Trung Quốc đảm nhận các thành phẩm đã gia công sẽ được vận chuyển ra khỏi Trung Quốc bởi các doanh nhân nước ngoài, họ tự bán chúng, và chúng tôi chỉ thu phí nhân công.

♦ Ngoài việc cung cấp nguyên liệu, vật liệu phụ, các bộ phận và linh kiện cần thiết cho quá trình gia công, lắp ráp, thương nhân nước ngoài còn cung cấp miễn phí toàn bộ hoặc một phần máy móc, thiết bị cần thiết cho quá trình gia công, lắp ráp theo các yêu cầu của doanh nhân nước ngoài, và thành phẩm được giao doanh nhân nước ngoài tự bán.

**(2) Gia công với nguyên vật liệu nhập khẩu** 进料加工

① Ý nghĩa và đặc điểm của gia công với nguyên vật liệu nhập khẩu

Gia công với nguyên vật liệu nhập khẩu (Processing with Imported Materials) là hình thức giao dịch mà bên đặt gia công mua nguyên liệu, phụ liệu, bộ phận, linh kiện, phụ kiện, vật liệu đóng gói, ...nhập khẩu bằng ngoại tệ, sau đó xuất khẩu tự bán thành phẩm hoặc bán thành phẩm sau gia công.

Nghiệp vụ gia công với nguyên vật liệu nhập khẩu có những đặc điểm sau:

♦ Bên đặt gia công tự tổ chức nhập nguyên phụ liệu từ thị trường quốc tế, khi nhập khẩu cần thanh toán ngoại tệ;

♦ Bên đặt gia công cần tự mở rộng thị trường quốc tế, tìm kiếm khách hàng, liên hệ đặt hàng;

♦ Bên đặt gia công một mình chịu rủi ro thương mại trong toàn bộ quá trình từ khâu nhập nguyên phụ liệu đến khâu tiêu thụ thành phẩm.

② Thực hành cụ thể về gia công với nguyên vật liệu nhập khẩu 进料加工的具体做法

Các phương pháp gia công với nguyên vật liệu nhập khẩu có thể được tóm tắt thành ba loại sau:

♦ Hai bên giao dịch trước tiên ký hợp đồng xuất khẩu, sau đó mua nguyên liệu từ nước ngoài theo yêu cầu đặt hàng của người mua nước ngoài, gia công và sản xuất, sau đó giao hàng.

♦ Hai bên giao dịch trước tiên ký hợp đồng nhập khẩu nguyên liệu, sau đó tìm kiếm thị trường và người mua sau khi chế biến thành phẩm.

♦ Hai bên giao dịch ký kết hợp đồng đối tác, tức là ký kết với bên kia đồng thời nhập khẩu nguyên vật liệu và xuất khẩu thành phẩm, bên cung cấp nguyên vật liệu đồng thời là bên mua thành phẩm. Tuy nhiên, hai hợp đồng độc lập với nhau và được thanh toán riêng.

## PHẦN VI MUA BÁN ĐỐI LƯU
## 第六节 对销贸易

### 1. Khái niệm, đặc điểm và các hình thức mua bán đối lưu chủ yếu 对销贸易的概念、特征及主要形式

**(1) Khái niệm về mua bán đối lưu (Counter Trade)** 对销贸易的概念

Mua bán đối lưu là một thỏa thuận đạt được bởi hai hoặc nhiều bên thương mại trên cơ sở có lợi cho nhau, quy định rằng một phần hoặc toàn bộ sản phẩm nhập khẩu của một bên có thể được thanh toán bằng sản phẩm xuất khẩu tương ứng.

**(2) Đặc điểm của mua bán đối lưu** 对销贸易的特征

Mua bán đối lưu về cơ bản là sự kết hợp giữa xuất nhập khẩu. Việc xuất khẩu hàng hóa hoặc dịch vụ của một bên phải tuân theo điều kiện nhập khẩu, điều này thể hiện đặc điểm cùng có lợi.

Ngoài ra, theo phương thức mua bán đối lưu, một bên nhập khẩu hàng hóa từ nước ngoài, thay vì thanh toán bằng tiền mặt thì thanh toán bằng sản phẩm xuất khẩu tương ứng. Điều này có lợi cho việc duy trì cân bằng thu chi quốc tế.

**(3) Các hình thức mua bán đối lưu chủ yếu** 对销贸易的主要形式

Có nhiều hình thức mua bán đối lưu, chẳng hạn như Thương mại hàng đổi hàng (Barter Trade), Thương mại bù trừ (Compensation Trade), Mua đối ứng hoặc mua đối lưu (Counter Purchase), tuy nhiên, thương mại hàng đổi hàng và thương mại bù trừ hầu hết được sử dụng trong các hoạt động kinh tế và thương mại đối ngoại của Trung Quốc.

① Thương mại hàng đổi hàng (Barter Trade)

Trong thực tiễn thương mại quốc tế, thương mại hàng đổi hàng chủ yếu được biểu hiện dưới hai hình thức sau, đó là hàng đổi hàng theo nghĩa hẹp và hàng đổi hàng theo nghĩa rộng.

Hàng đổi hàng theo nghĩa hẹp là hoạt động trao đổi hàng hóa thuần túy không thanh toán bằng tiền. Đặc điểm của nó là giá trị của hàng hóa trao đổi ngang bằng hoặc tương đương, phương thức hàng đổi hàng này có những hạn chế rất lớn và ít được sử dụng trong thương mại quốc tế hiện đại.

Thương mại hàng đổi hàng hiện đại áp dụng một cách linh hoạt hơn, cái gọi là hàng đổi hàng nghĩa rộng. Phương thức hàng đổi hàng này chủ yếu có hai cách tiếp cận khác nhau sau đây:

♦ Ghi giá thương mại hàng đổi hàng

♦ Phưng thức về Thư tín dụng đối ứng

② Thương mại bù trừ

♦ Ý nghĩa của thương mại bù trừ

Thương mại bù trừ đề cập đến việc nhập khẩu thiết bị trên cơ sở tín dụng, sau đó trả dần giá và tiền lãi của thiết bị nhập khẩu bằng số tiền thu được từ việc bán sản phẩm hoặc dịch vụ.

♦ Các loại thương mại bù trừ

♦ Bồi thường sản phẩm trực tiếp

♦ Bồi thường sản phẩm khác

♦ Trả công lao động

③ Mua đối lưu

Mua đối lưu, như tên gọi, có nghĩa là cả hai bên tham gia giao dịch đều mua sản phẩm của nhau.

Thương mại mua đối lưu liên quan đến việc sử dụng hai hợp đồng riêng biệt nhưng có liên quan với nhau. Theo cách này, trước tiên hai bên tham gia giao dịch ký kết hợp đồng, thỏa thuận rằng nước nhập khẩu đầu tiên (thường là nước đang phát triển) sẽ mua hàng hóa của bên kia (như máy móc, thiết bị, v.v.) bằng tiền mặt và nước xuất khẩu đầu tiên (thường là nước phát triển) trong hợp đồng này có cam kết mua lại hàng hóa trong một khoảng thời gian nhất định (ví dụ 12 tháng), sau đó hai bên cần ký kết một hợp đồng khác quy định cụ thể một phần hoặc toàn bộ trong số tiền thu được từ nước xuất khẩu đầu tiên sẽ được dùng để mua số hàng đã thỏa thuận từ nước nhập khẩu đầu tiên.

Đặc điểm của thương mại mua đối lưu là hai giao dịch được thanh toán bằng tiền mặt, thường là thanh toán ngay bằng thư tín dụng hoặc thanh toán dựa trên chứng từ, và đôi khi bằng thư tín dụng dài hạn.

## TỪ MỚI

chỉ định thầu 指定性招标
đại lý 代理
đấu thầu 投标
độc quyền 垄断，独家
giao dịch kỳ hạn 期货交易
giao dịch gia công 加工贸易
hoa hồng 佣金
ký gửi và bán đấu giá 寄售与拍卖
mời thầu 招标
mua bán đối lưu 对销贸易
mua đối lưu 反购
phân phối 经销
sơ tuyển 资格预审
thua lỗ 亏损
thương mại hàng đổi hàng 易货贸易

thương mại bù trừ 补偿贸易
triển lãm bán hàng 展卖
trúng thầu 中标
tự chịu lãi lỗ 盈亏自负
ủy thác 委托

## BÀI TẬP

### I. Giải thích các thuật ngữ

1. phân phối 经销
2. ký gửi 寄售
3. giao dịch kỳ hạn 期货交易
4. thương mại hàng đổi hàng 易货交易
5. thương mại bù trừ 补偿贸易

### II. Chọn đáp án

1. Hợp đồng bao tiêu thực chất là một (        ).

A. hợp đồng đại lý          B. hợp đồng mua bán
C. hợp đồng ký gửi          D. hợp đồng đấu giá

2. Theo hợp đồng ký gửi, quyền sở hữu hàng hóa thuộc về (        ) trước khi bán tại địa điểm ký gửi.

A. người đại lý          B. người ký gửi
C. người nhận ký gửi          D. người bao tiêu

3. Đặc điểm của đấu giá là (        ).

A. cạnh tranh giữa những người bán
B. cạnh tranh giữa người mua và người bán
C. cạnh tranh giữa những người mua
D. cạnh tranh giữa nhà đấu giá với nhà đấu giá

4. Hồ sơ dự thầu do nhà thầu phát hành là một hạng mục (        ).

A. chào giá không hủy ngang
B. chào giá có thể hủy ngang
C. chào giá có thể sửa đổi bất cứ lúc nào
D. chào giá có điều kiện

5. Chính phủ hoặc hải quan của một số nước thường sử dụng dấu (        ) khi xử lý nguyên vật liệu tồn kho hoặc tịch thu hàng hóa.

A. đấu giá tăng dần          B. đấu giá giảm dần
C. đấu giá kín          D. đấu giá chung

6. Theo thỏa thuận, người được độc quyền hàng hóa trong một khu vực nhất định là (　　).

A. người đấu giá　　B. đại lý

C. người ký gửi　　D. người bao tiêu

7. Các mặt hàng không phù hợp để bán đấu giá là (　　).

A. lông thú, trà　　B. hoa, chăn nuôi

C. đồ cổ, tác phẩm nghệ thuật　　D. di tích văn hóa được khai quật

8. Phương thức giao hàng trước giao dịch sau là (　　).

A. đại lý　　B. bao tiêu　　C. ký gửi　　D. phân phối

9. Đối tượng của giao dịch tương lai là (　　).

A. phiếu xuất kho tiêu chuẩn　　B. hàng hóa vật chất

C. hợp đồng tiêu chuẩn hóa　　D. hợp đồng giữa người mua và người bán

10. Giao dịch gia công là một loại (　　).

A. xuất khẩu tư bản　　B. xuất khẩu hàng hóa

C. xuất khẩu công ngh　　D. xuất khẩu dịch vụ lao động

**Ⅲ. Trả lời các câu hỏi**

1. Phân phối độc quyền và đại lý độc quyền khác nhau như thế nào?
2. Mô tả ngắn gọn những vấn đề cần lưu ý khi áp dụng phương thức ký gửi.
3. Đặc điểm của đấu giá hàng hóa quốc tế?
4. Sự khác biệt giữa đấu giá tăng dần và đấu giá kiểu Hà Lan là gì?
5. Gia công với nguyên liệu được cung cấp và gia công với nguyên vật liệu nhập khẩu có mối liên hệ và sự khác biệt như thế nào?

## 知识拓展

### 跨国企业海外扩张一般采用哪几种模式?

跨国企业海外扩张一般采用以下几种模式：

（1）出口模式：企业在本国生产，然后出口产品到海外市场。这是跨国企业最初和最简单的扩张模式，风险较小但控制能力也较弱。

（2）授权模式：企业允许海外公司使用其知识产权，如品牌、专利等，从而获得授权费。这种模式风险较小但利润也较低。

（3）合资企业：企业与当地公司合资成立新公司，双方共同控股和管理。这可以通过当地合作伙伴的资源共享风险，但控制力会相对较弱。

（4）外国直接投资：企业通过在海外建立分公司或收购当地企业来直接开展业务。这种模式可实现对海外业务的直接控制与管理，但风险也最高。

（5）战略联盟：企业与当地其他公司建立长期的合作伙伴关系，共同开发市场或产品。这种模式较灵活，风险在不同合作形式下不同，控制力中等。

这几种模式从风险和控制程度来看呈递减关系。企业根据自身的优势与资源，选择风险与回报相匹配的模式进行海外市场的开发与扩张。这需要企业对不同模式的理解与选择有全面而深入的判断，谨慎评估所涉及的风险与回报。

由此可见，跨国企业海外扩张的模式主要是出口、授权、合资、外国直接投资和战略联盟。这些模式在程度上对企业的风险控制与利润获取构成不同的权衡。企业需要根据自身条件与当地市场特点，选择最优且适度的模式谋求海外业务的发展。这在企业的全球化战略中占有重要地位，关系到企业海外扩张的速度与效果。

资料来源：浮夸财经. 跨国企业海外扩张一般采用哪几种模式？［EB/OL］. 2023-06-13. https://zhidao.baidu.com/question/1649139578346199780.html.

# CHƯƠNG XIV THƯƠNG MẠI ĐIỆN TỬ XUYÊN BIÊN GIỚI
# 第十四章 跨境电子商务

## Mục tiêu kiến thức 知识目标

1. **Tìm hiểu về các khái niệm, đặc điểm và phân loại thương mại điện tử xuyên biên giới**
   了解跨境电子商务的概念、特征及分类
2. **Làm quen với các quy trình cơ bản của thương mại điện tử xuyên biên giới**
   熟悉跨境电子商务的基本流程
3. **Tìm hiểu về tình hình hiện tại và xu hướng phát triển của thương mại điện tử xuyên biên giới**
   了解跨境电子商务的发展现状和发展趋势
4. **Nắm vững mô hình kinh doanh của hoạt động thương mại điện tử xuyên biên giới của Trung Quốc**
   掌握我国跨境电子商务运作的商业模式
5. **Quen thuộc với các sàn giao dịch thương mại điện tử xuyên biên giới chủ đạo**
   熟悉跨境电子商务的主流交易平台

## Dẫn nhập vào bài 课前导入

Simplee là một công ty xuyên biên giới đã phát triển chỉ trong một vài năm trên Fast Retailing. Vào ngày 1 tháng 1 năm 2015, bốn thế hệ 9X đã thành lập Simplee. Tốc độ tăng trưởng của Simplee là đáng kinh ngạc, chỉ trong 85 ngày, công ty đã nhanh chóng đạt được top 100 ngành công nghiệp bán hàng. Ngày thứ 105, đã nhanh chóng đạt được top 40 ngành công nghiệp bán hàng. Doanh số bán hàng xuyên biên giới của Senyuan trong năm 2015 đã vượt quá 10 triệu nhân dân tệ, hiện đang đứng đầu danh sách những người bán quần áo nhanh chóng. Simplee được định vị rõ ràng, phụ nữ trẻ châu Âu và Mỹ trong độ tuổi từ 18 đến 35, và giao tiếp với họ theo cách dễ chấp nhận nhất của nhóm bán hàng trực tuyến. Hiện nay, có hơn 40 nhà cung cấp hợp tác với Simplee, một số trong đó đã đạt được sự hợp tác cố định. Trong hoạt động kinh doanh của Simplee đặc biệt chú ý đến phân tích dữ liệu và ứng dụng, tạo thành một cơ sở dữ liệu khổng lồ, nhân viên vận hành sẽ kịp thời trả lại những phát hiện trong cơ sở dữ liệu cho đội ngũ thiết kế, sửa đổi phong cách kịp thời. Trong hoạt động, không giống như các thương hiệu quần áo khác trên một số lượng lớn mới, Sen sẽ làm cho mỗi bước càng tốt, chống lại "bạo lực" phát triển.

Xin vui lòng phân tích Simplee bán nhanh chóng ở nhiều quốc gia trên thế giới, lý do cho sự thành công của nó là gì?

**Kiến thức chuyên sâu 知识精讲**

## PHẦN I TỔNG QUAN VỀ THƯƠNG MẠI ĐIỆN TỬ XUYÊN BIÊN GIỚI
## 第一节 跨境电子商务概述

Con người đã bước vào thời đại thông tin, Internet quốc tế ngày càng ảnh hưởng sâu sắc đến thương mại quốc tế, và những thay đổi trong môi trường thị trường cho phép các doanh nghiệp tiếp cận thị trường quốc tế dễ dàng hơn trước đây. Thương mại điện tử xuyên biên giới cho phép các doanh nghiệp vượt qua ranh giới thời gian và không gian, tạo điều kiện thuận lợi hơn cho việc tham gia vào thương mại toàn cầu và cũng cho phép chuyển đổi thương mại toàn cầu.

Với sự phát triển sâu rộng của công nghệ thông tin điện tử và toàn cầu hóa kinh tế, vị trí và vai trò quan trọng của thương mại điện tử trong thương mại quốc tế ngày càng trở nên nổi bật, và nó đã trở thành xu hướng phát triển thương mại đối ngoại của Trung Quốc.

### 1. Khái niệm về thương mại điện tử xuyên biên giới 跨境电子商务的概念

Thương mại điện tử xuyên biên giới, là hoạt động thương mại quốc tế, trong đó các chủ thể thương mại thuộc các biên giới hải quan khác nhau ký kết giao dịch, thanh toán và quyết toán thông qua các sàn thương mại điện tử, giao hàng hóa thông qua Logistics xuyên biên giới và hoàn tất giao dịch, số hóa và điện tử hóa các liên kết hiển thị, đàm phán và giao dịch trong thương mại truyền thống, cuối cùng một phương thức thương mại mới cho xuất nhập khẩu sản phẩm sẽ được hiện thực hóa.

Thương mại điện tử xuyên biên giới của Trung Quốc chủ yếu được chia thành hai hình thức: bán lẻ xuyên biên giới và thương mại B2B xuyên biên giới.

### 2. Đặc trưng của thương mại xuyên biên giới 跨境电子商务的特征

**(1) Tính toàn cầu 全球性**

Internet là phương tiện không biên giới, có đặc điểm toàn cầu hóa và phân cấp; do xu hướng phát triển của toàn cầu hóa kinh tế, thương nhân dựa vào Internet để bán hàng xuyên biên giới, khiến việc bán hàng xuyên biên giới cũng có đặc điểm toàn cầu hóa và phân quyền.

**(2) Tính vô hình 无形性**

Sự phát triển của Internet đã làm cho việc truyền tải rộng rãi các sản phẩm và dịch vụ kỹ thuật số trở nên phổ biến và truyền dẫn kỹ thuật số thông qua các loại phương tiện khác nhau, như: dữ liệu, hình ảnh và âm thanh được truyền trong môi trường mạng toàn cầu và các phương tiện này chủ yếu tồn tại dưới dạng của mã dữ liệu trong mạng, vì vậy nó không nhìn thấy được.

**(3) Tính ẩn danh** 匿名性

Toàn cầu hóa và phân cấp của thương mại điện tử xuyên biên giới gây khó khăn cho việc xác định danh tính và vị trí địa lý cụ thể của người mua. Người mua giao dịch trực tuyến hầu hết không tiết lộ vị trí và danh tính cụ thể của họ, nhưng nó không ảnh hưởng đến giao dịch, tính ẩn danh trực tuyến cũng cho phép người mua làm như vậy.

**(4) Tính tức thời** 即时性

Đối với việc truyền thông tin trên mạng, tốc độ truyền không liên quan gì đến vị trí địa lý và khoảng cách của thông tin. Trong phương thức giao dịch truyền thống, chủ yếu là thư từ, Fax, điện tín, v.v. có một khoảng thời gian dài không chắc chắn giữa việc gửi và nhận thông tin. Tuy nhiên, trong thương mại điện tử, việc trao đổi thông tin thuận tiện hơn, việc gửi và nhận thông tin gần như đồng bộ, giống như giao tiếp trực tiếp.

**(5) Tính không cần giấy tờ** 无纸性

Thương mại điện tử chủ yếu được vận hành theo phương thức không cần giấy tờ, đây là đặc điểm chính của thương mại dưới hình thức thương mại điện tử. Trong quá trình giao dịch điện tử, máy tính sẽ ghi lại một loạt dữ liệu giao dịch trên giấy, vì thông tin điện tử tồn tại và được gửi dưới dạng dãy bit nên toàn bộ quá trình gửi và nhận thông tin có thể thực hiện các giao dịch không cần giấy tờ.

**(6) Phát triển nhanh chóng** 快速演进

Thương mại điện tử xuyên biên giới là một mô hình mới, vẫn đang trong giai đoạn phát triển, sự phát triển của các cơ sở Internet và phần mềm giao thức tương ứng có sự không chắc chắn lớn. Nhưng các nhà hoạch định chính sách cần nhìn nhận rằng thương mại điện tử là một giao dịch trên Internet, giống như một đứa trẻ sơ sinh, nó phải liên tục phát triển với tốc độ chưa từng có và theo một cách khó lường.

### 3. Phân loại thượng mại điện tử xuyên biên giới 跨境电子商务的分类

**(1) Phân theo hướng thị trường** 按市场方向划分

Có thể chia thành thương mại điện tử xuyên biên giới nhập khẩu và thương mại điện tử xuyên biên giới xuất khẩu.

Thương mại điện tử xuyên biên giới nhập khẩu

♦ Mô hình tích trữ hàng ngoại quan.

♦ Mô hình thu gom hàng ngoại quan.

♦ Mô hình chuyển hàng trực tiếp ra nước ngoài.

**(2) Phân theo mô hình kinh doanh** 按商业模式划分

Có thể chia thành ba loại: **B2B, B2C và C2C**

♦ B2B: Thương mại với thương mại, tức là một hoạt động thương mại quốc tế của doanh nghiệp với doanh nghiệp thuộc các biên giới hải quan khác nhau qua sàn thương mại điện tử tiến hành thanh toán và quyết toán, thông qua vận chuyển xuyên biên giới để giao hàng, hoàn thành giao dịch.

♦ B2C: Doanh nghiệp với cá nhân, tức là một hoạt động thương mại quốc tế của doanh nghiệp thuộc các biên giới hải quan khác nhau trực tiếp bán sản phẩm và dịch vụ trực tuyến cho người tiêu dùng cá nhân, kết thúc giao dịch thông qua sàn thương mại điện tử, tiến hành thanh toán và quyết toán, giao hàng thông qua vận chuyển xuyên biên giới để hoàn tất hoạt động giao dịch.

♦ C2C: Giữa người với người, tức là một hoạt động thương mại quốc tế của người bán cá nhân thuộc các biên giới hải quan khác nhau bán sản phẩm và dịch vụ trực tuyến cho người mua cá nhân, người bán cá nhân đăng thông tin bán sản phẩm và dịch vụ thông qua sàn thương mại điện tử của bên thứ ba, người mua cá nhân sàng lọc và cuối cùng thực hiện thanh toán và quyết toán, nhận hàng hóa thông qua vận chuyển xuyên biên giới và hoàn tất giao dịch.

**(3) Phân theo mô hình hoạt động của sàn** 按平台运营模式划分

Có thể chia thành **sàn tự vận hành** và **sàn mở của bên thứ ba**:

♦ Sàn tự vận hành thường chỉ các trang web thương mại nước ngoài độc lập do các công ty thương mại điện tử thành lập.

♦ Sàn mở của bên thứ ba là xây dựng một trung tâm mua sắm trực tuyến, tích hợp các nguồn dịch vụ vận chuyển, thanh toán, vận hành v.v để thu hút đối tượng bán đến đăng ký, cung cấp cho họ các dịch vụ giao dịch thương mại điện tử xuyên biên giới và cho phép họ thực hiện bán sản phẩm trên sàn.

**(4) Phân theo loại hình dịch vụ của sàn** 按平台服务类型划分

Có thể chia thành **sàn dịch vụ thông tin** và **sàn giao dịch trực tuyến**:

♦ Sàn dịch vụ thông tin chủ yếu cung cấp sàn tiếp thị trực tuyến cho các thương nhân thành viên trong và ngoài nước, đồng thời truyền thông tin về hàng hóa hoặc dịch vụ của thương nhân như nhà cung cấp hoặc người mua, để tạo điều kiện thuận lợi cho việc hoàn thành giao dịch giữa hai bên.

♦ Sàn giao dịch trực tuyến không chỉ cung cấp nhiều hiển thị thông tin như sản phẩm và dịch vụ của doanh nghiệp mà còn cho phép doanh nghiệp hoàn thành toàn bộ liên kết chuỗi mua sắm như tìm kiếm, tư vấn, so sánh, đặt hàng, thanh toán, logistic và đánh giá trực tuyến thông qua sàn.

### 4. Quy trình cơ bản của thương mại điện tử xuyên biên giới 跨境电子商务的基本流程

Quy trình xuất khẩu thương mại điện tử xuyên biên giới: Nhà sản xuất hoặc nhà chế tạo sẽ hiển thị trực tuyến các sản phẩm được sản xuất trên sàn doanh nghiệp thương mại điện tử xuyên biên giới. Sau khi người tiêu dùng đặt hàng và hoàn tất thanh toán, doanh nghiệp thương mại điện tử xuyên biên giới sẽ giao hàng cho các công ty Logistics thực hiện vận chuyển, sau hai lần thông quan và kiểm tra hàng hóa (nước xuất khẩu và nước nhập khẩu), hàng hóa sẽ được giao đến tay người tiêu dùng hoặc doanh nghiệp. Ngoài ra còn có các công ty thương mại điện tử xuyên biên giới hợp tác trực tiếp với sàn dịch vụ toàn diện của bên thứ ba, để sàn dịch vụ toàn diện của bên thứ ba xử lý một loạt các liên kết như vận chuyển, thông quan và kiểm tra hàng hóa, cuối cùng hoàn thành toàn bộ quá trình giao dịch thương mại điện tử xuyên biên giới.

Quy trình nhập khẩu thương mại điện tử xuyên biên giới: ngoại trừ hướng của quy trình xuất khẩu là ngược lại, các nội dung khác về cơ bản là như nhau.

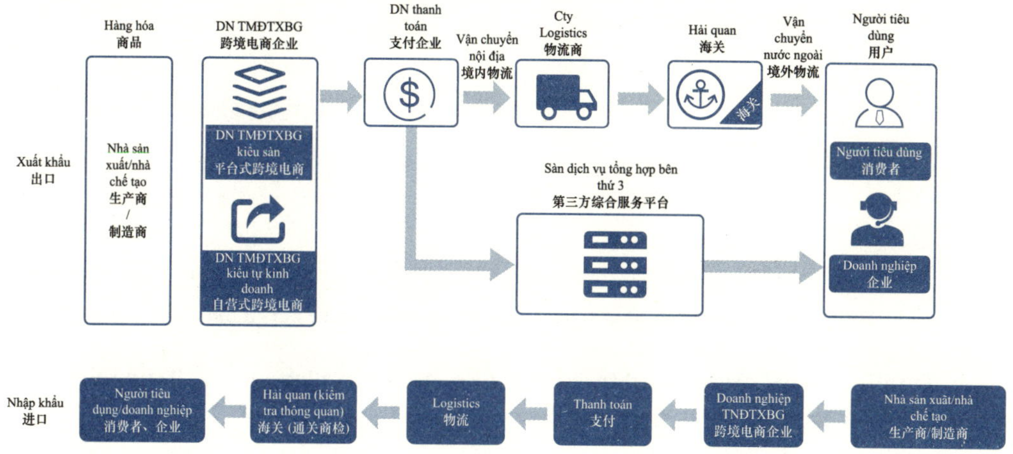


**Hình 14-1 Quy trình cơ bản của thương mại điện tử xuyên biên giới**

## PHẦN II TỔNG QUAN VỀ SỰ PHÁT TRIỂN CỦA THƯƠNG MẠI ĐIỆN TỬ XUYÊN BIÊN GIỚI TRUNG QUỐC

## 第二节 中国跨境电子商务的发展概况

### 1. Lịch sử phát triển của thương mại điện tử xuyên biên giới Trung Quốc 中国跨境电子商务的发展历程

**(1) Giai đoạn đầu tiên (giai đoạn manh nha: năm 1999 – 2003）**

第一阶段（萌芽时期：1999—2003 年）

**(2) Giai đoạn thứ hai (giai đoạn phát triển: năm 2004 – 2012）**

第二阶段（发展时期：2004—2012 年）

**(3) Giai đoạn thứ ba (giai đoạn bùng phát: năm 2013 đến nay)**

第三阶段（爆发时期：2013 年至今）

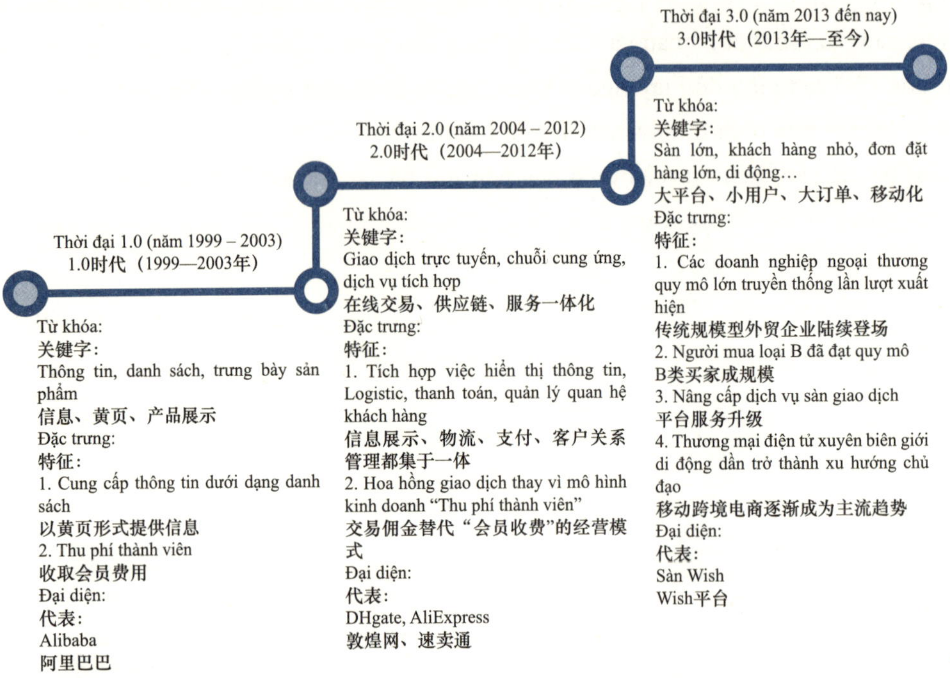


**Hình 14-2 Quy trình phát triển của thương mại điện tử xuyên biên giới**

### 2. Tình hình phát triển của thương mại điện tử xuyên biên giới tại Trung Quốc 中国跨境电子商务的发展现状

**(1) Nhiều mô hình kinh doanh đang phát triển mạnh** 各种业务模式蓬勃发展

Trong toàn bộ quá trình xuất khẩu thương mại điện tử xuyên biên giới từ khi chớm nở đến khi thịnh vượng, nhiều hình thức tổ chức và mô hình kinh doanh khác nhau đã ra đời tại Trung Quốc, chẳng hạn như B2C, C2C, B2B, F2B, F2C, C2F, v.v. Ngoài ra, một số nhà bán hàng lớn xuất khẩu qua thương mại điện tử xuyên biên giới đã bắt đầu thiết lập và vận hành các trang web xuyên biên giới chính thức với các thương hiệu độc lập.

**(2) Khối lượng kinh doanh thương mại điện tử xuyên biên giới chuyển từ B2B sang B2C** 跨境电商业务量由 **B2B** 转向 **B2C**

Trong một thời gian dài nữa, hình thức chủ yếu của thương mại điện tử xuất khẩu xuyên biên giới vẫn sẽ là B2B, do lượng đơn hàng B2B tương đối ổn định và lượng giao dịch rất lớn. Khối lượng kinh doanh sẽ chuyển dần từ B2B sang B2C hoặc thậm chí là F2C.

**(3) Các danh mục giao dịch của thương mại điện tử xuyên biên giới tương đối tập trung** 跨境电商的交易品类较为集中

Các giao dịch xuất khẩu xuyên biên giới bán chạy nhất của Trung Quốc tương đối tập trung, chủ yếu bao gồm các sản phẩm điện tử 3C, quần áo và trang phục, đồ gia dụng, giày dép, túi xách và sản phẩm dành cho bà mẹ và trẻ em.

**(4) Người bán chủ yếu tập trung ở những vùng có ngoại thương phát triển**

卖家主要集中在外贸发达的地区

Hiện tại, người bán hàng xuất khẩu xuyên biên giới của Trung Quốc chủ yếu tập trung ở các vùng ven biển có ngoại thương tương đối phát triển, như lượng giao dịch xuyên biên giới của Quảng Đông, Triết Giang, Giang Tô và Phúc Kiến hiện chiếm hơn 70% tổng giao dịch thương mại điện tử xuyên biên giới xuất khẩu của Trung Quốc.

**(5) Các nước phát triển ở châu Âu và Hoa Kỳ chiếm tỷ trọng xuất khẩu cao**

欧美发达国家在出口端所占比例很高

Các thị trường xuyên biên giới chính mà người bán hàng Trung Quốc nhắm đến hiện nay là Hoa Kỳ, Anh, Đức, Pháp và các nước phát triển khác ở châu Âu và Bắc Mỹ, một số người bán hàng cũng tham gia vào một số thị trường mới nổi đang lên, như Brazil, Ấn Độ, Nga v.v., khối lượng giao dịch của các thị trường khác như Trung Đông, châu Phi và Đông Nam Á cũng đang tăng lên.

### 3. Xu hướng phát triển trong tương lai của thương mại điện tử xuyên biên giới tại Trung Quốc 中国跨境电子商务的未来发展趋势

Thời kỳ hậu dịch bệnh mang đến cả cơ hội và thách thức cho ngành thương mại điện tử xuyên biên giới, người tiêu dùng đang có xu hướng mua sắm trực tuyến nhiều hơn. Theo thống kê sơ bộ của hải quan, năm 2022 các giao dịch xuất nhập khẩu thương mại điện tử xuyên biên giới của Trung Quốc duy trì đà phát triển tốt, với tổng khối lượng xuất nhập khẩu thương mại điện tử xuyên biên giới là 2,1 nghìn tỷ nhân dân tệ, tương đương tăng 7,1% so với năm 2021. Trong số đó, giá trị xuất khẩu là 1,53 nghìn tỷ nhân dân tệ, tăng 10,1%, và giá trị nhập khẩu là 5278 tỷ nhân dân tệ, giảm 0.8%.

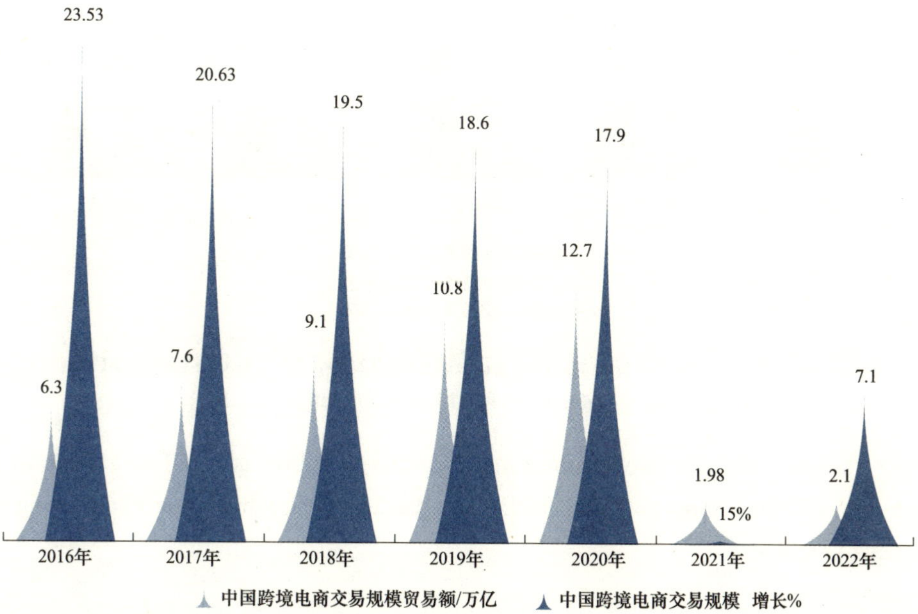


**Hình 14-3 Quy mô giao dịch thị trường thương mại điện tử xuyên biên giới của Trung Quốc**

## PHẦN III MÔ HÌNH KINH DOANH CỦA THƯƠNG MẠI ĐIỆN TỬ XUYÊN BIÊN GIỚI TẠI TRUNG QUỐC

## 第三节 中国跨境电子商务的商业模式

Mô hình kinh doanh đề cập đến hình thức tồn tại duy nhất của hoạt động kinh doanh và cũng có thể được hiểu là một mức độ tồn tại nhất định của doanh nghiệp. Một mô hình kinh doanh không chỉ phản ánh cơ chế hoạt động kinh doanh đặc thù của nó mà còn phản ánh quá trình tạo ra giá trị của mô hình kinh doanh này.

Hiện tại, các giao dịch thương mại điện tử xuyên biên giới của Trung Quốc vẫn bị chi phối bởi B2B. Theo dữ liệu giám sát của "Báo cáo giám sát dữ liệu thị trường Thương mại điện tử xuyên biên giới Trung Quốc năm 2019" do Trung tâm nghiên cứu Thương mại điện tử công bố vào tháng 6 năm 2020, phương thức giao dịch thương mại điện tử xuyên biên giới của Trung Quốc năm 2019 chiếm 80,5% giao dịch B2B thương mại điện tử xuyên biên giới và 19,5% giao dịch B2C thương mại điện tử xuyên biên giới.

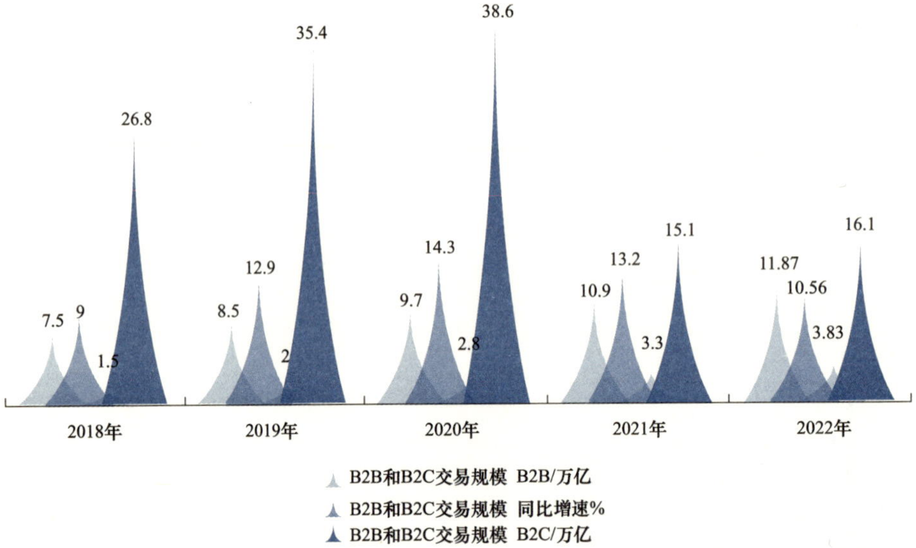


**Hình 14-4 Quy mô giao dịch thương mại điện tử B2B và B2C xuyên biên giới của Trung Quốc giai đoạn 2013-2019 (đơn vị: 100 triệu CNY)**

Đánh giá về cơ cấu giao dịch thương mại điện tử xuyên biên giới ở Trung Quốc từ năm 2013 đến năm 2019, tỷ trọng giao dịch B2B giảm dần qua từng năm, trong khi tỷ trọng B2C tăng dần qua từng năm.

## PHẦN IV SÀN GIAO DỊCH CHỦ ĐẠO CHO THƯƠNG MẠI ĐIỆN TỬ XUYÊN BIÊN GIỚI

## 第四节 跨境电商的主流交易平台

Với sự phổ biến ngày càng tăng của thương mại điện tử xuyên biên giới trong những năm gần đây, thương mại điện tử xuyên biên giới cũng đã trở thành một ngành mới nổi phổ biến và các sàn thương mại điện tử xuyên biên giới cũng mọc lên như nấm.

### 1. Sàn giao dịch chủ đảo trên thế giới 世界主流交易平台

**(1) Amazon 亚马逊**

**Amazon là một sàn thương mại** điện tử xuyên biên giới tại Mỹ. Là nền tảng thương mại điện tử lớn nhất ở Bắc Mỹ, Amazon đã phát triển thành sàn mua sắm trực tuyến số một ở Bắc Mỹ, Châu Âu, Nhật Bản, các quốc gia và khu vực khác. Trong những năm qua, tổng doanh số của sàn Amazon đã duy trì tốc độ tăng trưởng trung bình hàng năm hơn 20%.

**(2) eBay 易贝**

eBay cũng là một nền tảng thương mại điện tử xuyên biên giới ở Hoa Kỳ, với tư cách là sàn bán lẻ B2C ngoại thương có mối quan hệ nhiều nhất với người bán Trung Quốc, eBay đã quen thuộc với nhiều người hành nghề thương mại điện tử xuyên biên giới từ rất lâu trước khi có từ "thương mại điện tử xuyên biên giới" ra đời. Hiện tại các trang eBay được phân phối tại: Mỹ, Anh, Úc, Trung Quốc, Hồng Kông Trung Quốc, Argentina, Áo, Bỉ, Brazil, Canada, Đức, Pháp, Ireland, Ý, Malaysia, Mexico, Hà Lan, New Zealand, Ba Lan, Singapore, Tây Ban Nha, Thụy Điển, Thụy Sĩ, Thái Lan, Thổ Nhĩ Kỳ.

**(3) AliExpress 速卖通**

AliExpress là sàn thung lũng thương mại điện tử xuyên biên giới duy nhất do Alibaba xây dựng cho thị trường toàn cầu, được đa số người bán gọi là "Phiên bản quốc tế của Taobao". AliExpress là một sàn thương mại điện tử xuyên biên giới tích hợp đặt hàng, thanh toán và vận chuyển, được Alibaba xây dựng để giúp các doanh nghiệp vừa và nhỏ liên hệ với các nhà bán buôn và bán lẻ thiết bị đầu cuối, bán các lô nhỏ và nhiều lô một cách nhanh chóng, đồng thời mở rộng biên lợi nhuận.

**(4) Wish 薇仕**

Wish là một sàn thương mại điện tử xuyên biên giới APP trên điện thoại di động. Thị trường chính là khách hàng ở Châu Âu và Mỹ. Khách hàng nữ chiếm khoảng 80%lưu lượng truy cập của sàn, độ tuổi của họ từ 18 đến 30 tuổi. Ngoài sự tiện lợi trên điện thoại di động, mọi người chọn Wish để mua sắm, giá rẻ nhìn chung cũng là một yếu tố quan trọng; Ngoài ra, cơ chế duyệt và đề xuất độc đáo của Wish đảm bảo chất lượng và sức hấp dẫn của sản phẩm.

### 2. Các sàn giao dịch chủ đảo thống tại Trung Quốc 中国主流交易平台

Hiện tại, các sàn thương mại điện tử xuyên biên giới chủ đạo thống ở Trung Quốc như sau.

**(1) DHgate 敦煌网**

DHgate là sàn thương mại điện tử xuyên biên giới xuất nhập khẩu B2B nội địa của Trung Quốc. DHgate là trang web đầu tiên ở Trung Quốc cung cấp các giao dịch trực tuyến B2B cho các doanh nghiệp vừa và nhỏ. Nó thông qua một hệ thống hoa hồng, từ ngày 20 tháng 2 năm 2019, đăng ký người bán mới sẽ bắt đầu tính phí, phí sẽ chỉ được tính sau khi giao dịch giữa người mua bán thành công. DHgate cam kết giúp các doanh nghiệp vừa và nhỏ của Trung Quốc thâm nhập thị trường toàn cầu thông qua các sàn thương mại điện tử xuyên biên giới.

**(2) Trạm Quốc tế Alibaba (Alibaba) 阿里巴巴国际站**

Alibaba International Station (Alibaba) là một sàn thương mại xuyên biên giới B2B và xuất khẩu ngoại thương quốc tế chuyên nghiệp toàn cầu. Nó có hơn 150 triệu thành viên đã đăng ký và thực hiện 300.000 giao dịch mua sắm xuyên biên giới trên sàn này mỗi ngày. Người bán cung cấp dịch vụ hiệu quả và sàn giao dịch đáng tin cậy.

**(3) Made-in-China 中国制造网**

Sàn thương mại điện tử xuyên biên giới B2B tiêu biểu của Focus Technology là một trong những công ty sớm nhất tập trung vào phát triển thương mại điện tử và ứng dụng công nghệ cao. Nó chủ yếu cung cấp dịch vụ tìm kiếm và xuất bản thông tin cho các nhà cung cấp Trung Quốc và người mua toàn cầu, đồng thời trở thành một trong những kênh trực tuyến quan trọng để người mua toàn cầu mua sản phẩm Trung Quốc.

**(4) Tài nguyên toàn cầu 环球资源**

Nguồn toàn cầu là một công ty truyền thông B2B tích hợp đa kênh dành riêng cho việc thúc đẩy ngoại thương ở nội địa Trung Quốc. Các hoạt động kinh doanh cốt lõi bao gồm Nguồn toàn cầu, triển lãm thương mại, tạp chí và ứng dụng di động.

### 3. Các sàn giao dịch chủ lực tại Việt Nam 越南主流交易平台

Với sự phát triển của sáng kiến "Một vành đai, Một con đường", nền kinh tế Việt Nam đang được cải thiện, với sự hỗ trợ của các chính sách thương mại điện tử xuyên biên giới trong nước, nhiều người đã bắt đầu xem xét và chú ý đến thị trường Việt Nam. Theo ước tính của thị trường, đến năm 2025, thị trường thương mại điện tử Việt Nam sẽ đạt khoảng 9 tỷ USD. Thị trường thương mại điện tử Việt Nam còn nhiều dư địa tăng trưởng, đây là cơ hội rất lớn đối với các nhà bán hàng thương mại điện tử xuyên biên giới Việt Nam. Doanh số bán hàng trực tuyến dự kiến sẽ chiếm khoảng 1/10 tổng doanh số bán lẻ của Việt Nam vào năm 2025. Cùng thảo luận về TOP10 sàn thương mại điện tử xuyên biên giới hiện nay tại Việt Nam.

**(1) Shopee VN**

**Doanh thu năm 2022 đạt khoảng 91.000 tỉ đồng**

Shopee VN sàn thương mại điện tử xuyên biên giới phổ biến nhất tại Việt Nam. Trực thuộc Tencent, đây là sàn thương mại điện tử lớn thứ hai ở Đông Nam Á. Năm 2022, với doanh số khoảng 91 nghìn tỉ đồng, Shopee dẫn đầu sàn TMĐT Việt Nam, chiếm 73% tổng doanh số của 4 sàn lớn (Lazada, Tiki và Sendo). Dịch vụ vận hành đại lý của Shopee: quản lý hàng hóa, thiết kế thương mại điện tử, quản lý vận hành, quảng bá bên ngoài, dịch vụ khách hàng địa phương, logistics, v.v.

**(2) Lazada VN**

**Doanh thu năm 2022 đạt khoảng 26.500 tỉ đồng**

Lazada đứng thứ 2 Việt Nam. Việt Nam là một trong những thị trường quốc tế đầu tiên mà Lazada thâm nhập, Lazada tập trung tung ra các chiến dịch tiếp thị mới nhằm thu hút người tiêu dùng Việt Nam và xây dựng trải nghiệm mua sắm tốt cho họ. Lazada Việt Nam cung cấp cho các nhà bán hàng thương mại điện tử xuyên biên giới với Lazada và các dịch vụ vận hành Lazada chuyên nghiệp; Ngoài ra, cũng có thể tư vấn cho F-Commerce về các vấn đề như lựa chọn sản phẩm, vận chuyển, khuyến mãi, dịch vụ chăm sóc khách hàng, dịch thuật v.v, F-C Commerce với tư cách là nhà cung cấp dịch vụ vận hành đại lý thương mại điện tử xuyên biên giới Đông Nam Á chuyên nghiệp, có thể cung cấp dịch vụ tư vấn chuyên biệt và dịch vụ vận hành đại lý thương mại điện tử xuyên biên giới cho người bán thương mại điện tử xuyên biên giới Trung Quốc.

**(3) FPT Shop**

**Doanh thu online năm 2022 đạt khoảng 5656 tỉ đồng, chiếm 18.8% tổng doanh thu hợp nhất.**

FPT Shop có hai thương hiệu FPT Shop và F-Studio (đại lý ủy quyền chính hãng của Apple tại Việt Nam), chủ yếu kinh doanh các sản phẩm công nghệ 3C và IT. Sau 6 năm hoạt động, FPT đã mở rộng hệ thống cửa hàng trên 63 tỉnh thành Việt Nam. FRT Retail đứng đầu về thị phần máy tính xách tay, hiện là chuỗi cửa hàng bán lẻ có đầy đủ giấy phép từ Apple duy nhất tại Việt Nam.

**(4) Bách hóa xanh**

**Doanh thu online năm 2022 đạt khoảng 5400 tỉ đồng, chiếm 20% tổng doanh thu hợp nhất.**

Bách Hóa Xanh là chuỗi siêu thị thuộc Công ty Cổ phần Thế giới Di động. Từ cuối năm 2015, siêu thị này được đưa vào thử nghiệm với hình thức chuỗi cửa hàng chuyên bán lẻ thực phẩm tươi sống (thịt cá, rau củ, trái cây, …) và các nhu yếu phẩm phục vụ cho mọi đối tượng, đặc biệt là nhóm khách hàng trẻ.

Trải qua 7 năm phát triển, Bách Hóa Xanh đã có gần 2.000 siêu thị trên khắp các tỉnh thành ở miền Nam, miền Đông và Nam Trung Bộ. Sở hữu hơn 20 kho hàng chuyên cung cấp các sản phẩm đa dạng về chủng loại, giá cả và địa điểm.

**(5) TikTok Shop**

**Doanh thu năm 2022 đạt khoảng 1.698 tỉ đồng**

TikTok là một nền tảng truyền thông xã hội video ngắn do ByteDance tạo ra vào năm

2017. Ngày 28/2/2022, TikTok chính thức ra mắt TikTok Shop–giải pháp thương mại điện tử tại Việt Nam. TikTok Shop là một giải pháp toàn diện dành cho các doanh nghiệp, đặc biệt là các doanh nghiệp vừa và nhỏ.

Chưa đầy một năm ra mắt, TikTok Shop đã vượt qua Sendo, Tiki vươn lên vị trí thứ ba trong thị trường thương mại điện tử và trở thành đối thủ mạnh mà các "ông lớn" như Shopee, Lazada cũng phải dè chừng. Trong tháng 11/2022, tính từ 1/1/2022-30/11/2022, doanh thu trên TikTok Shop đạt 1.698 tỷ đồng (đứng thứ 3 chỉ sau Shopee và Lazada), 13 triệu sản phẩm được bán ra và 32 nghìn nhà bán hàng đã phát sinh đơn hàng.

**(6) Tiki**

**Doanh thu năm 2022 đạt khoảng 757 tỉ đồng**

Tiki là một công ty thương mại điện tử nội địa tại Việt Nam, cũng là sàn thương mại điện tử lớn thứ hai tại Việt Nam. Tiki có danh tiếng tuyệt vời đối với người tiêu dùng Việt Nam, tương tự như danh tiếng của JD.com tại Trung Quốc. Trong số tất cả các sàn thương mại điện tử xuyên biên giới, TIKI có tỷ lệ trả hàng thấp nhất và mức độ hài lòng của khách hàng cao nhất. Tiki đã kiểm soát thành công toàn bộ chuỗi cung ứng thương mại điện tử, cung cấp cho Việt Nam hàng nghìn mặt hàng chất lượng cao từ khắp nơi trên thế giới.

Theo đó, Tiki ghi nhận tổng doanh thu năm 2022 giảm 7% so với năm 2021. Trong khi đó, tổng chi phí tăng 4% so với cùng kỳ năm trước. Do vậy, khoản lỗ hoạt động của công ty đã tăng thêm 39% trong năm tài chính 2022. Tiki sử dụng mô hình B2C và C2C, chia tổng doanh thu thành hai phần: bán hàng hóa và cung cấp dịch vụ.

**(7) Sendo**

**Doanh thu năm 2022 đạt khoảng 281 tỉ đồng**

Sendo có khoảng 10 triệu lượng khách hàng, có thể cung cấp cho khách hàng hơn 29 ngành hàng thương mại điện tử. Sendo không chỉ tập trung vào 2 thành phố lớn là Hà Nội và TP. Hồ Chí Minh mà còn tập trung vào các đô thị loại 2 kém phát triển tại Việt Nam. Ngoài ra, Sendo còn cung cấp các dịch vụ tương tự như "Khách hàng đánh giá", hỗ trợ mua coupon trực tuyến, tiêu dùng ngoại tuyến và các dịch vụ khác. Sendo đã ra mắt SenMall, cửa hàng hàng đầu của thương hiệu tương tự như Tmall.

**(8) Thế Giới Di Động**

**Doanh thu năm 2022 đạt khoảng 135 tỉ đồng**

Thế Giới Di Động là thương hiệu thương mại điện tử bán lẻ điện thoại lớn nhất Việt Nam. Ngoài thương mại điện tử trực tuyến, Thế Giới Di Động còn có 478 cửa hàng điện thoại ngoại tuyến và 37 cửa hàng điện máy tiêu dùng ngoại tuyến quy mô lớn. Doanh thu bán hàng của Thế Giới Di Động và Điện Máy Xanh trong lĩnh vực sản phẩm điện tử 3C, như điện thoại di động, máy tính bảng, máy tính xách tay và các phụ kiện liên quan… đã chiếm 45% thị phần điện thoại và 35% thị phần điện máy tại Việt Nam.

**(9) Hotdeal**

**Doanh thu năm 2022 đạt khoảng: không có dữ liệu**

Hotdeal được xem là trang bán hàng tổng hợp nhận được lượt truy cập rất cao và doanh thu tốt thường xuyên chạy các deal với giá tốt, phục vụ đúng nhu cầu và đối tượng khách hàng.

Mang tới hàng loạt các chương trình ưu đãi, voucher giảm giá từ các ngành dịch vụ như: nhà hàng, làm đẹp, du lịch, chăm sóc sức khỏe, ...Hotdeal trở thành kênh cung cấp các dịch vụ chất lượng với giá tốt, đáp ứng nhu cầu của người tiêu dùng "ngon-bổ-rẻ".

**(10) LOTTE Mart Online**

**Doanh thu năm 2022 đạt khoảng: không có dữ liệu**

Nhằm không ngừng nâng cao trải nghiệm đi chợ trực tuyến cho khách hàng, hệ thống siêu thị LOTTE Mart Việt Nam vừa ra mắt ứng dụng đi chợ hoàn toàn mới LOTTE Mart Online, thay thế cho nền tảng SPEED L đã được sử dụng hơn 5 năm qua… Cùng với những cải tiến về tính năng ứng dụng, LOTTE Mart còn đưa ra chính sách giao hàng được đánh giá là vô cùng cạnh tranh trên thị trường. Theo đó, những khách hàng mua sắm trên chợ trực tuyến LOTTE Mart Online sẽ nhận được hàng một cách nhanh chóng chỉ trong vòng 2 giờ đồng hồ. Bên cạnh đó, nhà bán lẻ Hàn Quốc còn miễn phí giao hàng cho đơn hàng có giá trị từ 150.000 đồng trở lên khi mua sắm trên website và ứng dụng.

Với chiến lược phát triển mua sắm đa kênh và nâng cao chất lượng dịch vụ, LOTTE Mart đang mang đến trải nghiệm mua sắm dễ dàng, thuận tiện cho người tiêu dùng Việt với ứng dụng chợ trực truyến LOTTE Mart Online và website LOTTEMart.vn, cùng 15 siêu thị hiện đại nằm ở vị trí "vàng" trên cả nước.

## TỪ MỚI

các nước phát triển 发达国家
chuyển hàng trực tiếp ra nước ngoài 境外直邮
công nghệ thông tin điện tử 电子信息技术
doanh số 销售额，营业额
gom hàng ngoại quan 保税集货
Logistics xuyên biên giới 跨境物流
mã dữ liệu 数据代码
mô hình kinh doanh 商业模式
mô hình hoạt động 运营模式
sàn dịch vụ thông tin 信息服务平台
sàn giao dịch 交易平台
sàn giao dịch trực tuyến 在线交易平台
thách thức 挑战
thống kê sơ bộ 初步统计
thương hiệu độc lập 独立品牌

thương mại điện tử xuyên biên giới 跨境电子商务
tích trữ hàng ngoại quan 保税备货
tiết lộ 泄露，显示
vận hành 运营
xu hướng 趋势

## BÀI TẬP

### I. Giải thích các thuật ngữ

1. thương mại điện tử xuyên biên giới 跨境电商
2. mô hình kinh doanh 商业模式
3. B2B 商业对商业
4. B2C 企业对个人
5. C2C 个人对个人

### II. Chọn đáp án

1. Trên mạng chủ yếu tồn tại dưới dạng mã dữ liệu, vì vậy nó là ( ).

A. hữu hình B. vô hình
C. không có giấy tờ D. vô danh

2. Dưới đây cái nào không thuộc loại hình thương mại điện tử xuyên biên giới ( ).

A. B2B B. B2C C. C2B D. C2C

3. Trong quá trình xuất nhập khẩu thương mại điện tử xuyên biên giới cần thông quan ( ) thông quan và kiểm tra hàng hóa.

A. một lần B. hai lần C. ngẫu nhiên D. không cần

4. Trang web Alibaba xuất hiện ở giai đoạn nào trong quá trình phát triển thương mại điện tử xuyên biên giới tại Trung Quốc. ( )

A. Giai đoạn manh nha. B. Giai đoạn phát triển.
C. Giai đoạn bùng phát. D. Giai đoạn trưởng thành.

5. Dưới đây cái nào không phải mặt hàng xuất khẩu bán chạy nhất của Trung Quốc. ( )

A. Trang phục quần áo. B. Đồ gia dụng.
C. Giày dép, túi xách. D. Sản phẩm công nghệ cao.

6. Giao dịch thương mại điện tử xuyên biên giới của Trung Quốc là lấy mô hình ( ) làm chính.

A. B2B B. B2C C. C2C D. F2B

7. Xuất khẩu của Trung Quốc chiếm tỷ trọng cao nhất là ( ).

A. Đông Nam Á B. Trung Đông
C. Châu Âu Châu Mỹ D. Châu Phi

8. Sàn thương mại điện tử lớn nhất tại Bắc Mỹ là (    ).

A. eBay    B. Amazon    C. AliExpress    D. Wish

9. Sàn thương mại điện tử xuyên biên giới được yêu thích nhất tại Việt Nam là (    ).

A. A Day Roi    B. Lazada VN    C. Shopee VN    D. Phong Vũ

10. Muốn sắm một chiếc máy tính Apple tại Việt Nam nên chọn sàn thương mại điện tử nào (    ).

A. Shopee VN    B. CellphoneS    C. Điện Máy Xanh    D. FPT Shop

### Ⅲ. Trả lời các câu hỏi

1. Đặc điểm của thương mại điện tử xuyên biên giới là gì?
2. Theo mô hình hoạt động của sàn, thương mại điện tử xuyên biên giới được chia thành những loại nào?
3. Trình bày ngắn gọn quy trình xuất nhập khẩu của thương mại điện tử xuyên biên giới.
4. Tình hình phát triển thương mại điện tử xuyên biên giới ở Trung Quốc như thế nào?
5. Hãy liệt kê 10 sàn thương mại điện tử xuyên biên giới hàng đầu tại Việt Nam.

## 知识拓展

### 中国东盟电子商务合作欣欣向荣

中国与菲律宾签署电子商务合作谅解备忘录，中国还与新加坡、泰国和老挝等东盟国家签署了电子商务合作谅解备忘录。电子商务是中国与东盟开展合作的重要领域，贸易方面，跨境电商进出口规模迅速增长；投资方面，电子商务也成为中国与东盟企业合作的一大热点。

**蕴藏的合作潜力巨大**

中国与菲律宾签署电子商务合作谅解备忘录，双方将通过电子商务促进优质产品贸易，加强企业、地方、智库等合作，共同为双边经贸关系注入新动力。

2022 年 11 月 29 日，中国与老挝签署电子商务合作谅解备忘录，双方将通过电子商务促进优质产品贸易，加强物流、移动支付等领域合作，助力两国经贸关系向更高水平发展；11 月 19 日，中国与泰国签署电子商务合作谅解备忘录，双方将促进优质产品贸易，加强物流、配送、电子支付等领域合作，开展联合研究和能力建设合作，为两国电子商务发展创造良好环境，进一步拓展双边经贸合作新渠道；10 月 27 日，中国与新加坡签署电子商务合作谅解备忘录，双方将促进企业合作和地方合作，提升物流、移动支付等领域合作水平。

电子商务是中国与东盟的重要合作领域。2019 年全面生效的中国—东盟自贸区升级《议定书》就已纳入了“跨境电子商务”的条款，提出加强合作，为电子商务发展创造有利的发展环境。去年年初生效实施的 RCEP 进一步增加了电子商务专章，为中国与东盟国家促进跨境电子商务合作建立了统一的区域经贸规则。“RCEP 生效实施带来的积极影响也使更多的中国与东盟企业认识到彼此在电子商务领域蕴藏的合作潜力巨大。近期，中国与菲律宾、泰国、老挝、新加坡等签署电子商务合作谅解备忘录亦体现了这一发展趋势。”袁波说。

近年来，中国东盟子商务合作蓬勃发展。博鳌亚洲论坛研究院去年7月推出的《从中国—东盟合作经验看“一带一路”跨境电商发展》报告显示，2022年上半年，中国对东盟的跨境电商出口增长98.5%。RCEP生效后，中国与东盟国家的跨境电商发展势头进一步增强，进出口规模与日俱增。报告认为，中国与东盟不断加深的经贸往来、快速提升的数字基础设施、政府政策的有力支撑、对外投资持续发力以及数字化跨境支付快速发展等，是双方跨境电商合作取得突破的重要推动因素。在RCEP生效、线上经济成为常态、政府支持和市场发力的共同作用下，中国东盟跨境电商合作前景广阔。

### 继续推动合作走深走实

面向未来，如何继续推动中国与东盟国家电子商务合作走深走实，共享电子商务发展红利？

首先，要实施好RCEP与中国—东盟自由贸易协定，积极履行电子商务章节的规则义务，高质量实施贸易投资领域的自由化便利化措施，为中国与东盟国家电子商务合作创造更优的发展环境。

其次，要进一步提高中国与东盟之间的电子商务合作水平与质量。

最后，要积极利用电子商务促进中国与东盟之间的可持续发展。

资料来源：中华人民共和国商务部. 中国东盟电子商务合作欣欣向荣［EB/OL］. 2023-01-13. https://dzswgf.mofcom.gov.cn/news/183/2023/1/1673588895607.html.

# TÀI LIỆU THAM KHẢO

# 参考文献


百度百科．红河综合保税区［EB/OL］．https://baike.baidu.com/item/%E7%BA%A2%E6%B2%B3%E7%BB%BC%E5%90%88%E4%BF%9D%E7%A8%8E%E5%8C%BA?fromModule= lemma_search-box.

百度百科．昆明综合保税区［EB/OL］．https://baike.baidu.com/item/%E6%98%86%E6%98%8E%E7%BB%BC%E5%90%88%E4%BF%9D%E7%A8%8E%E5%8C%BA/6144830.

百度百科．中老昆万铁路［EB/OL］．https://baike.baidu.com/item/%E4%B8%AD%E8%80%81%E6%98%86%E4%B8%87%E9%93%81%E8%B7%AF/59245951.

百度百科．中国法定计量单位［EB/OL］．https://baike.baidu.com/item/中国法定计量单位/662681.

百度文库．国际贸易术语与买卖合同的关系［EB/OL］．http://wenku.baidu.com/view/225e6a7e8e9951e79b892730.html？_wkts_=1691566736757.

程德钧．国际贸易争议与仲裁［M］．北京：对外经济贸易大学出版社，2002.

崔艳玲．我国进出口贸易对经济增长的影响分析［J］．商场现代化，2017（5）：4-6.

邓志新．国际贸易实务［M］．北京：人民邮电出版社，2022.

法律出版社法规中心．中华人民共和国合同法：实用解读版［M］．北京：法律出版社，2016.

法律快车．国际贸易订立的基本原则，国际贸易合同订立的步骤是什么［EB/OL］．2022-07-18. https://www.lawtime.cn/zhishi/a3789353.html.

浮夸财经．跨国企业海外扩张一般采用哪几种模式？［EB/OL］. 2023-06-13. https://zhidao.baidu.com/question/1649139578346199780.html.

顾寒梅．国际货运风险与保险［M］．3 版．北京：对外经济贸易大学出版社，2013.

挂云帆网．中国的对外贸易政策［EB/OL］. 2022-07-23. https://www.guayunfan.com/baike/264871.html.

黎孝先．进出口合同条款与案例分析［M］．北京：对外经济贸易大学出版社，2003.

黎孝先，王健．国际贸易实务［M］. 7 版．北京：对外经济贸易大学出版社，2020.

李馨，纳佳，张洋．国际贸易实务［M］．北京：中国铁道出版社有限公司，2019.

梁嘉慧，房丽军．国际贸易理论与政策［M］．北京：北京理工大学出版社，2016.

闵海燕，韩涌．国际贸易实务［M］．北京：北京理工大学出版社，2017.

人民银行．《2022 年人民币国际化报告》概要［R/OL］. 2022-9-23. http://www.pbc.gov.cn/goutongjiaoliu/113456/113469/4666144/index.html.

商务部编写组. 国际贸易［M］. 北京：中国商务出版社，2007.
王健. 期货市场理论与实务［M］. 北京：对外经济贸易大学出版社，2005.
王健. 电子商务导论［M］. 北京：中国人民大学出版社，2011.
王健，石玉川. 国际贸易实务［M］. 北京：中国人民大学出版社，2021.
韦尔特 G B. 不用货币的贸易：易货贸易和对等贸易［M］. 钱乐贤，何文溪，狄武，等译. 上海：上海翻译出版公司，1991.
吴国新. 国际贸易实务［M］. 北京：清华大学出版社，2011.
吴国新，李元旭. 国际贸易单证实务［M］. 4 版. 北京：清华大学出版社，2017.
应诚敏，刁德霖. 国际结算［M］. 3 版. 北京：高等教育出版社，2009.
周敏倩，竺杏月. 国际贸易理论、政策与案例［M］. 南京：东南大学出版社，2013.
中国银行保险报. 越南：保险市场发展潜力巨大［EB/OL］. 2015-12-03. http://xw.cbimc.cn/2015-12/03/content_176958.htm.
中国国际经济贸易仲裁委员会. 贸促简介［EB/OL］. 2023-2-23. http://www.cietac.org/index.php?m=Page&a=index&id=2.
中国经济网. 中国积极推动区域经济合作新发展［EB/OL］. 2019-09-25. http://www.ce.cn/cysc/newmain/yc/jsxw/201909/25/t20190925_33219695.shtml.
中华人民共和国商务部. 中国东盟电子商务合作欣欣向荣［EB/OL］. 2023-01-13. https://dzswgf.mofcom.gov.cn/news/183/2023/1/1673588895607.html.